ஸ்ரீ சிவ மகா புராணம்

வேணு சீனிவாசன்

சங்கர் பதிப்பகம்

15 / 21, டீச்சர்ஸ் கில்டு காலனி, 2-வது தெரு,
இராஜாஜி நகர் விரிவு,
வில்லிவாக்கம், சென்னை - 600 049.
தொலைபேசி: 044-26502086, 9444191256
email: shankar_pathippagam@yahoo.com
wef: www shankarpathippagam.in & www bookthagam.com

நூல் விவரப் பட்டியல்

நூலின் பெயர்
ஸ்ரீ சிவ மகா புராணம்

உரிமை
பதிப்பகத்தார்க்கு

நூலாசிரியர்
வேணு சீனிவாசன்

நூல் அளவு
டெம்மி

பதிப்பு ஆண்டு
முதல் பதிப்பு - 2022

பக்கங்கள்
204

விலை
ரூ.200/-

ISBN NO: 978-93-87655-93-5

வெளியீடு
சங்கர் பதிப்பகம்
15/21, டீச்சர்ஸ் கில்டு காலனி,
2-வது தெரு, இராஜாஜி நகர் விரிவு,
வில்லிவாக்கம், சென்னை – 600 049.
தொலைபேசி: 044 – 2650 2086

வடிவமைப்பு & மேலட்டை
பழனி & லதா, வில்லிவாக்கம்.

அச்சிட்டோர்
எம்.கே.கிராபிக்ஸ், சென்னை - 600 021.
தொலைபேசி : 98408 28213

இது நூலாசிரியரின்
150ஆவது நூல்.

முன்னுரை

சிவபெருமானின் பெருமைகளை யாராலும் அளவிட்டுக் கூற முடியாது. அதனால் தான் தலைமைச் சித்தரான திருமூலர்,

யாரறிவார் எங்கள் அண்ணல் பெருமையை
யாரறிவார் அவன் அகலமும் நீளமும்

என்று வியக்கிறார்.

கல்லையும் கனியவைக்கும் திருவாசகத்தில் மாணிக்கவாசகர் அருளிய நமச்சிவாய வாழ்க நாதன் தாள் வாழ்க என ஆரம்பிக்கும் முதல் பதிகம் மட்டுமே சிவபுராணம் என்று பலரும் நினைத்திருக்கிறார்கள். அது தவிர சிவபெருமானின் அளப்பரிய கருணையை அவரது எல்லையில்லா ஆற்றலை விளக்கும் கதைகள் அடங்கிய நூலே சிவமகாபுராணமாகும்.

வியாச முனிவர் நமக்கு இயற்றி அளித்த பதினெட்டு புராணங்களில் சிவபுராணமும் ஒன்று. பதினெட்டு புராணங்களில் சிவபுராணத்தை சேர்க்காமல், வாயுபுராணத்தை சேர்ப்பாரும் உண்டு. சிவபெருமானின் சர்வ மகா வல்லமையை, அவரது அருள் செய்யும் திறத்தை, பக்தர்களின் துயர் நீக்கும் அன்பை, உரைக்கின்ற புராணங்கள் சிவபுராணங்கள். இவைகள் தாமச புராணம் எனப்படுகிறது. சிவபுராணங்கள் பத்து.

நைமிசாரண்யத்தில் வசித்த முனிவர்கள் செய்த யாகத்திற்கு சூதமா முனிவர் வருகை தந்தார். அவரிடம் சிவபெருமானின் பெருமைகளை கூறும்படியாக முனிவர் வேண்டினர். வியாச மகரிஷியின் சிஷ்யரான சூத முனிவர், நைமிசாரண்ய முனிவர்களுக்கு சிவபெருமானின் அருமை பெருமைகளை எடுத்துரைத்த உபதேசத்தின் தொகுப்பே சிவ புராணம் எனப்படுகிறது.

இந்த நூல் ஜோதிர் லிங்கத்தின் தோற்றம், சிவபெருமான் மற்ற இரண்டு தெய்வங்களான பிரம்மா, மகாவிஷ்ணுவுக்கு வரம் அளித்தது. சிவலிங்கத்தின்மகிமை, பார்வதி கலியாணச் சிறப்புக்கள், திரிபுரம் எரித்தல், சிவபூசைக்கான விதிமுறைகள், சிவனுக்கு கோயில்

கட்டுவதால் ஏற்படும் நற்பலன்கள் என்று ஏராளமான தகவல்களை தருகிறது. இந்த சிவபுராணத்தை பக்தியோடு படித்தும் கேட்டும் வருவதால் சகல சம்பத்துக்களும் வந்து சேரும்

இந்த நூலை எழுதுமாறு என்னிடம் கூறினார் எனது அருமை நண்பரும் அழகு பதிப்பக உரிமையாளருமான திரு. கோமதி நாயகம் அவர்கள். அவரது எண்ணம் என் மூலமாக செயல்பட்டு, கண்ணுதல் பெருங்கடவுளின் கருணையினால் ஸ்ரீ சிவமகா புராணமாக வெளியாகி உங்கள் கைகளில் தவழ்கிறது. நண்பருக்கு மனமார்ந்த நன்றிகளைத் தெரிவித்துக் கொள்கிறேன்.

நான் நூல் எழுதும் நேரங்களில் பலவகையிலும் உதவிய எனது அன்புமிகுந்த குடும்பத்தினருக்கும், நன்றி தெரிவித்துக் கொள்கிறேன். அருமைப் பேத்தி கீர்த்தனாவுக்கு என் ஆசிகள். அவளால் தான் நாளுக்கு நாள் எனது சுறுசுறுப்பு கூடுகிறது.

எனது மற்ற நூல்களை வாங்கிப் படித்து பாராட்டுவதோடு, ஆசியும் வழங்கும் ரசிகப் பெருமக்களுக்கும், வாசகர்களுக்கும் என் நெஞ்சம் நிறைந்த நன்றி. இந்த நூலையும் வாங்கிப் படித்து பயன்அடையுங்கள்.

எல்லாம் வல்ல ஈசன் உங்கள் அருகே எப்போதும் துணையிருப்பான்

அன்பன்

வேணுசீனிவாசன்

பொருளடக்கம்

1. ஜோதி லிங்கமே நமோ நம 5
2. பிரபஞ்ச சிருஷ்டியின் ஆரம்பம் 12
3. தட்ச யாகமும் கர்வ பங்கமும் 14
4. மகேசன் தவமும் மன்மத தகனமும் 16
5. தவம் செய்யும் தளிர்க்கொடி 20
6. பார்வதி திருமணம் 25
7. கந்தன் பிறந்தான் தாருகன் அழிந்தான் 31
8. முப்புரம் எரித்தான் முக்கண்ணன் 34
9. சிவலிங்க பூசை மகிமை 39
10. சீதை சமர்ப்பித்த பிண்டம் 45
11. கணன் பிறந்தார் யானைத்தலை பெற்றார் 50
12. விநாயகரின் திருமணம் 55
13. பிரம்மஹத்தி தோஷம் போக்கும் தலம் 58
14. அனுசூயா தேவியும் அத்திரீஸ்வர லிங்கமும் 62
15. பிட்சாடனரும் மயக்க வந்த மோகினியும் 67
16. அந்தகாசுரனின் அலாதியான ஆசை 71
17. ஆதிசைவர்களின் பெருமை 73
18. சந்திரன் சாபம் தீர்த்த சந்திரசேகரன் 76
19. உஜ்ஜயினி மகாகாளேஷ்வர் மகிமை 78
20. ஒப்பில்லாத ஓங்காரேஷ்வரர் மகிமை 81
21. பீமா சங்கர லிங்கத்தின் பெருமைகள் 83
22. கபாலத்தை விழச்செய்த காசி க்ஷேத்திர மகிமை 86
23. கௌதமரின் தோஷம் போக்கிய திரியம்பகேஷ்வர் 89
24. இராவணன் பெற்ற சாபம் 94
25. ஸ்ரீ ராமபிரான் வழிபட்ட மணல் லிங்கம் 97
26. இறந்த பிள்ளையை மீட்டுத் தந்த குஷ்மேஷ்வரர் 99
27. நரசிம்மரைச் சாந்தப்படுத்திய சரபேஸ்வரர் 103
28. அசலேஷ்வரர் செய்த அற்புதம் 106
29. அருச்சுனன் செய்த தவம் 108

30. கண்களை இழந்து பெற்ற சக்கராயுதம் 110
31. சிவராத்திரி விரத மகிமை 112
32. வேடன் பெற்ற ஞானம் 115
33. தாட்சாயணியை விரும்பிய ராட்சதன் 119
34. உஷையின் திருமணம் 121
35. பாதாளத்தில் வசித்த அப்சரசுகள் 124
36. வெல்ல முடியாத மன்மதன் 128
37. சிலாதருக்கு அருளிய சிவன் 133
38. சிவனுக்குக் கோயில் எழுப்பினால் அடையும் பலன்கள் 136
39. நரக வேதனையும் தானத்தின் அருமையும் 141
40. புராணம் கேட்பதன் பலன்கள் 148
41. திலஹஸ்தி தானபலன் 151
42. சதுர்த்தசி விரத மகிமை 153
43. துலாபுருஷ தானத்தின் பெருமை 158
44. அஷ்டமி விரதம் தரும் அபாரப் பலன்கள் 162
45. அஷ்டவக்கிரர் மன உறுதி 164
46. எமனையே திகைக்க வைத்த சாவித்திரியின் சாமர்த்தியம் 166
47. சிருஷ்டி ரகசியங்கள் 169
48. தட்சன் பெற்ற ஆயிரமாயிரம் பிள்ளைகள் 172
49. பசு உருவத்தில் வந்த பூமாதேவி 176
50. ஆணாக இருந்து பெண்ணாக மாறிய அதிசயம் 180
51. இஷ்வாகு வம்சமும் பகீரதன் செய்த தவமும் 185
52. பிரதாப மகுடன் முக்தி அடைந்த கதை 189
53. சிவகணமாக மாறிய ஹரிகேசன் 191
54. உபமன்யு செய்த உக்கிரமான தவம் 193
55. ஹரிமுகம் பெற்ற நாரதர் 195
56. பார்வதி ஏன் உருமாறினாய்? 198
57. மிருத்தியுன்ஜய மந்திரத்தின் பெருமைகள் 200
58. சிவ மகா புராணம் படிப்பதன் பலன்கள் 202

1

ஜோதி லிங்கமே நமோ நம

ஒரு நாள் நைமி சாரண்யத்திற்கு சூதமா முனிவர் வருகை தந்தார். அவரை முறைப்படி வரவேற்று உபசரித்த முனிவர்கள் அவரைச் சுற்றி அமர்ந்து கொண்டனர். பிறகு நல்ல விஷயங்களைப் பேசினர். அப்போது முனிவர்கள் அவரை நோக்கி ஒரு கோரிக்கை விடுத்தனர். ஐயனே இதுவரையில் எத்தனையோ புராணங்களைப் பற்றியும், பகவானைப் பற்றியும் சத்தான தத்துவ விஷயங்களை நீங்கள் சொல்லக் கேட்டுத் தெரிந்து கொண்டோம்.

இப்போது கைலாசநாதனாகிய சிவபெருமானுடைய தத்துவத்தையும், அவருடைய அநேக திரு அவதாரங்கள் குறித்த விவரங்களையும், அறிவதற்கு ஆவலாக இருக்கிறோம். ஈசன் இந்தப் பிரபஞ்ச சிருஷ்டிக்கு முன்னால் எப்படி இருந்தார்? சிருஷ்டியின்போது அவருடைய நிலை என்ன? பிறகு பிரளயத்தின் போது எப்படி இருந்தார்? அமுதம் போன்ற இந்த விஷயங்களைத் தாங்கள் எடுத்துச் சொல்ல வேண்டும். பிறகு அந்த ஈசனை வழிபட்டு அருள்பெறுகின்ற ஒப்பற்ற வழிமுறைகளையும் தெரிவிக்க வேண்டும் என்று வேண்டினர். முனிவர்களது இந்த வேண்டுதலை ஏற்ற முனிவர், மிகுந்த ஆனந்தத்தோடு சொல்லத் தொடங்கினார்.

முனிவர்களே நீங்கள் இப்போது என்னிடம் கேட்டது போலவே நாரத முனிவர், தனது தந்தையான பிரம்மதேவரிடம் கேட்டார். பிதாவே பாற்கடலில் பள்ளி கொண்ட ஸ்ரீநிவாசனின் அவதார மகிமைகளைப் பற்றி தாங்கள் பலமுறை என்னிடம் பக்தி ரசம் சொட்டச்சொட்ட சொல்லி இருக்கிறீர்கள். நான் லோக சஞ்சாரம் செய்தபோது சிவபெருமானின் பலவிதமான மூர்த்தங்களைத் தரிசனம் செய்தேன். அந்தக் கண்ணுதல் பெருங்கடவுளின் அவதார ரகசியங்களை அடியேனுக்கு எடுத்துக் கூற வேண்டும் என்று கேட்டுக் கொண்டார்.

பெருமகிழ்ச்சி அடைந்த நான்முகன், நாரதா! எதைக் கேட்பதால் எல்லா பாவங்களும் ஒழிந்து போகுமோ? அப்படிப்பட்ட பெருமை கொண்ட ஈசனின் அற்புதமான திருவுருவத்தை என்னாலும் மகாவிஷ்ணுவினாலும் கூட இன்றுவரையில் சரியாகத் தெரிந்து கொள்ள முடியவில்லை. இருப்பினும் அவருடைய மகிமையை எனக்குத் தெரிந்தவரையில் சொல்கிறேன்.

அகத்தில் கண்கொண்ட உத்தம ஞானிகள் தங்களது ஞானக்கண்ணால் தரிசிக்கின்ற பிரம்மம் உருவம் அல்ல, அருவமும் அல்ல. அது ஸ்தூலமும் அல்ல சூட்சுமமும் அல்ல. அது சத்தியத்தையும் அறிவையும் உடையது. ஒருமுறை அப்பிரமத்திற்கு இச்சை உண்டாயிற்று. அப்போது எட்டுக் கைகளையும், ஆயிரம் சந்திரனுக்குச் சமமான முக தேஜசையும், விசித்திரமான ஆடைகளையும் அணிந்த பிரகிருதி என்னும் மாயை தோன்றினாள். அதே நேரத்தில் பிரம்மத்திடம் இருந்து மாயையுடன் ஜோடி சேருவதற்கு மகாபுருஷனும் தோன்றினான்.

அவர்களுக்கு என்ன செய்வது? என்று தெரியவில்லை அப்போது இருவரும் தவம் செய்யுங்கள் என்று அசரீரி கேட்டது. அவர்கள் அப்படியே பலகாலம் தவத்தில் ஈடுபட்டனர். அப்போது அவர்களது உடலில் இருந்து பலவிதமான நீர்ப்பெருக்குகள் தோன்றி எல்லா உலகங்களிலும் பரவியது. புருஷன் அந்த மாயாதேவியோடு களிப்புற்று இருந்து அந்த ஜலப்பிரளயத்தில் நித்திரை செய்தான். அதுமுதல் அவன் நாராயணன் என்று அழைக்கப்பட்டான். பிரகிருதி நாராயணி என்ற பெயரைப் பெற்றாள்.

அதுவரையில் அவர்கள் இருவரையும் தவிர வேறு எதுவும் உண்டாகவில்லை. சிறிது காலத்திற்குப் பிறகு பரமாத்மா

தொடர்புடைய தத்துவங்கள் உற்பத்தியாகின. பிரகிருதியிடம் இருந்து மகத் பிறந்தது, அதில் இருந்து சத்வம், ராஜசம், தாமசம் ஆகிய முக்குணங்கள் தோன்றின. அந்த முக்குணங்களில் இருந்து சுவை, ஒளி, ஊறு, ஓசை, நாற்றம் என்னும் தன்மாத்திரைகள் ஐந்தும், அவற்றில் இருந்து நிலம், நீர், தீ, வான், காற்று ஆகிய ஐம்பெரும் பூதங்களும், அவற்றில் இருந்து கன்மேந்திரியங்களான வாக்கு, பாதம், பாணி, பாயுரு, உபஸ்தம் ஆகியவையும், மெய், வாய், கண், மூக்கு, செவி ஆகிய ஐந்து ஞானேந்திரியங்களும், மனம், புத்தி, சித்தம், அகங்காரம் என்னும் நான்கு அந்தக் கரணங்களும் தோன்றின. இவைகள் மொத்தம் இருபத்தினான்கு தத்துவங்கள் எனப்பட்டன.

இந்த இருபத்தினான்கு தத்துவங்களையும் தன்னுள் ஏற்றுக் கொண்டு நாராயணன் ஜலத்தில் யோக நித்திரை செய்தபோது அவருடைய தொப்புளில் இருந்து மிகப்பெரியதும், அழகானதுமான ஆயிரம் இதழ்களோடு கூடியதுமான தாமரைமலர் தோன்றியது. அது பல யோஜனை உயரமும், அகலமும் கொண்டதாகவும், கோடி சூர்யப்பிரகாசத்தோடும் விளங்கியது. அதில் இருந்து ஹிரண்ய கர்ப்பனாகிய நான் தோன்றினேன் என்று நாரதரிடம் நான்முகன் தெரிவித்தார்.

பிறகு அவர் மேலும், நாராயணனுடைய மோகமாயையால் தாக்குண்ட எனக்கு நான் யார் என்பது விளங்கவில்லை. நான் யாருடைய மைந்தன், என்னை உண்டாக்கியவர் யார் என்று அறிந்து கொள்ளும் ஆவல் அதிகமாகியது. ஆனால் கேட்பதற்கு ஒருவரும் இல்லை, ஆகவே நான் தாமரை மலரின் தண்டைப் பிடித்துக் கொண்டு கீழே இறங்கினேன். பல ஆண்டுக்காலம் பயணம் செய்தும் அதன் அடிப்பகுதியை காணமுடியவில்லை. நான் தாமரை மலரின் இதழ்களுக்கு இடையிலேயே பல வருடகாலம் சுற்றி வந்திருக்கிறேன் என்பது புரிந்தது. நான் மிகவும் களைத்துப் போய்விட்டேன். அப்போது தவஞ்செய்தால்

உனது கேள்விகளுக்கு விடைதெரியும் என்று அசரீரி கேட்டது. இதனால் நம்பிக்கை கொண்ட நான் தவம் செய்தேன். பன்னிரண்டு ஆண்டுகளுக்குப் பிறகு ஒருநாள் மகாவிஷ்ணு நான்கு கரங்களோடு, சங்கு, சக்கரம், கதை ஆகியவைகளை ஏந்தி காட்சி கொடுத்தார்.

அவருடைய தரிசனம் என் மனதுக்கு சந்தோஷத்தை அளித்தது, ஆனாலும் நீ யார் என்று கேட்டேன். குழந்தாய் நானே உன்னை தோற்றுவித்தவன், சர்வவியாபியான மகாவிஷ்ணு நான். உலக சிருஷ்டியின் காரணமாக உன்னைத் தோற்றுவித்தேன் என்றார் புன்சிரிப்போடு.

சிருஷ்டித் தொழில் காரணமாக நான் உண்டாகியிருக்க நீ, என்னை தோற்றுவித்ததாகச் சொல்கிறாய். என்னுடைய சம்பந்தம் இல்லாமல் நீயே உண்டாகி இருக்க முடியுமா? அப்படியிருக்க நீ என்னை குழந்தை என்று அழைக்கிறாயே உனக்கு எத்தனை துணிவு இருக்க வேண்டும் என்று மாயையின் காரணமாக நான் திருமாலோடு சச்சரவில் ஈடுபட்டேன். அதை அவர் மறுத்து, மாயை வசப்பட்டு இப்படிப் பேசுகிறாய், இருபத்தினான்கு தத்துவங்களை உண்டாக்கி என்னுள் அடக்கியவன் நான், ஆகவே நான் இன்றி நீ இல்லை என்பதைப் புரிந்து கொள் என்றார். உடனே நான் கோபப்பட்டு அவருடன் விவாதத்தில் ஈடுபட்டேன்.

அப்போது இருவருக்கும் இடையில் கண்ணைப் பறிக்கும் ஜோதி ஒன்று தோன்றியது. அதை நோக்கிய திருமால், என்னைப் பார்த்து நான்முகா கொஞ்சம் பொறு. இங்கு மூன்றாவதாக ஒரு நபர் இருக்கிறார் போலத் தோன்றுகிறது. முதலில் அவர்யார் என்பதை அறிந்து கொள்வோம். அக்கினி மயமான அந்த ஜோதி சொரூபத்தின் அடிமுடியை நாம் தேடிக் கண்டறிவோம். நீ அன்னப்பட்சி வடிவம் எடுத்து ஆகாயமார்க்கமாகப் பறந்து அந்த அக்கினிப்பிழம்பின் முடி எங்கே இருக்கிறது என்று பார்த்து வா. நான் வராக உருவம் எடுத்து பாதாளம் வரை சென்று இதன் அடிப்பாகத்தை அறிந்து வருகிறேன் என்றார்.

நான் உடனே வெள்ளை அன்னமாக உருமாறினேன். அது முதல் ஹம்சராஜன் என்று வழங்கப்பட்டேன். காற்றை விட வேகமாக ஆகாயத்தில் மேல்நோக்கிப் பறந்து சென்றேன். திருமால் மிகப்பெரிய வெண்பன்றியாக வடிவம் கொண்டார்.

அவருக்கு கோரைப்பற்களும், கூர்மையான நகங்களும், நீண்ட மூக்கும், அளவற்ற உடல் பலமும் இருந்தது. அவர் பூமியைக் குடைந்து கொண்டு பாதாளலோகம் நோக்கிச் சென்றார். அதுமுதல் அவருக்கு சுவேத வராகர் என்றும் அந்தக் கல்பத்துக்கு சுவேத வராக கல்பம் என்றும் பெயர்கள் வழங்கப்பட்டன.

நாங்கள் இருவரும் ஜோதி வடிவத்தின் அடியையும் முடியையும் தேடி ஆயிரம் வருடங்கள் பயணித்தோம். முடிவு தெரியவில்லை. மிகவும் களைத்துப் போன நாங்கள் இருவரும் வெற்றி காணாமல் புறப்பட்ட இடத்திற்கே வந்து சேர்ந்தோம். எங்களுடைய அகந்தை அழிந்தது, நாங்கள் இருவரும் ஒன்று சேர்ந்து அந்த அக்கினிப் பிழம்பை 'ஜோதி லிங்கமே நமோ' நம என்று தோத்திரம் செய்து வணங்கினோம்.

ஆயிரம் வருடங்கள் நாங்கள், ஐயனே ஜோதி வடிவமே! உமது சுயவடிவை இதுவரையில் நாங்கள் அறியவில்லை. எங்களுக்குத் தரிசனம் தந்து அருள் செய்ய வேண்டும் என்று பிரார்த்தனை செய்தோம். அப்போது, 'ஓம்' என்ற நாதம் தோன்றியது. அது எங்கிருந்து தோன்றியது. எதனிடமிருந்து இந்த நாதம் உண்டாயிற்றோ அதற்கு நமஸ்காரம் என்று விஷ்ணு வணங்கியபோது, அந்த ஜோதி லிங்கத்தின் தென்பாகத்தில் ஆதியும் முடிவும் இல்லாத அகாரத்தையும், அதன் வடபாகத்தில் உகாரத்தையும், அவை இரண்டிற்கும் நடுவிடத்தில் மகாரத்தையும் கண்டார். அவை மூன்றும் ஒன்று சேர்ந்த 'ஓம்' என்ற வடிவத்தில் அவருக்குக் காட்சி அளித்தன.

தெற்கே அவர் பார்த்த முதல் எழுத்தாகிய அகாரம் என்பது சூரியமண்டலம், உகாரம் அக்கினியின் பிரகாசம், நடுவே பார்த்த மகாரம் சந்திர மண்டலம். இவற்றின் மேலே பளிங்குபோன்ற தூய்மையான புனிதம் நிரம்பிய பிரகாசத்தோடு கூடிய பரம்பொருளை அவர் தரிசித்தார். இவற்றில் அகரம் என்னும் பெயருடைய பகவான் சிருஷ்டிகர்த்தா, உகாரம் காத்தல் தொழிலைச் செய்பவர், மகாரம் அழிக்கும் தொழிலுக்குக் கர்த்தா. நானும், மகாவிஷ்ணுவும், அதி ஆச்சர்யம் மிக்கதும், எழில் நிரம்பியதும், ஐந்து முகங்களைக் கொண்டதும், பத்து திருக்கரங்களைப் பெற்றதும், இந்தப் பிரபஞ்சத்திற்கு ஆதிமூலமாகத் திகழ்வதுமாகிய சதாசிவத்தைத் தரிசனம் செய்தோம். நாங்கள் அவரைத் துதி செய்தோம், அதனை ஏற்றுக்

கொள்வதைப் போல அந்த மகாபுருஷர், ஜோதி லிங்கத்தில் புன்சிரிப்போடு காணப்பட்டார்.

எங்கள் சஞ்சலத்தைப் போக்கி கருணை காட்ட வேண்டும் என்று நாங்கள் இருவரும் வேண்டிக் கொண்டோம். அவர் உங்கள் மேல் கருணை கொண்டிருக்கிறேன் என்றார். மகாதேவனே! எங்களுக்கு இஷ்டமான வரங்களைத் தாரும் என்று வேண்டினோம். உடனே ஈசன், நான்முகனாகிய எனக்கு படைக்கும் தொழிலையும், மகாவிஷ்ணுவுக்கு சிருஷ்டி செய்யப்பட்ட பிரபஞ்சத்தைக் காக்கின்ற பொறுப்பையும், ருத்திரனுக்கு சம்ஹாரம் செய்யும் வரத்தையும் அளித்து இதுதான் தேவ சம்பந்தம் கொண்ட பிரகிருதி என்று சொன்னார்.

மேலும் இந்தப் பிரகிருதியில் பிரம்மாணி என்ற பெயருடைய சக்தி பிரம்மனையும், லட்சுமி என்ற சக்தி விஷ்ணுவையும், காளி என்ற சக்தி ருத்திரனையும் அடையும். அந்த சக்திகளோடு இணைந்து படைத்தல், காத்தல், அழித்தல் ஆகிய முத்தொழில்களை செய்யுங்கள் என்றார். உம்முடைய ஆணையை அப்படியே ஏற்றுக் கொள்கிறோம் என்ற மகாவிஷ்ணு, அவரிடம் ஒரு விண்ணப்பத்தை வைத்தார்.

ஓ சங்கரனே! எனக்கு தத்துவ உபதேசம் செய்தருளுங்கள், அதாவது தியானித்தல், சேவித்தல் மற்றும் வழிபாடு ஆகியவை குறித்து உபதேசிக்க வேண்டும் என்று வேண்டினார். அவரது வேண்டுகோளை ஏற்று ஈசன் உடனே அவருக்கு நாத சொரூபமாக இருக்கின்ற பிரணவத்தை அதாவது ஓங்காரத்தை உபதேசித்தார். இவ்வாறு அவர் ஓம் தத்வமசி என்ற மகாவாக்கியத்தையும், மிருத்தியுஞ்சயம், பஞ்சாட்சரம், சிந்தாமணி, தட்சிணாமூர்த்தி மந்திரம் ஆகிய மகா மந்திரங்களையும் உபதேசித்து, அவருக்கு சுவாசமார்க்கமாக சகல வேதங்களையும் அனுக்கிரகம் செய்தார். அவற்றைக் கிரகித்துக் கொண்ட மகாவிஷ்ணு சுவாசமார்க்கமாக எனக்கு உபதேசித்தார்.

அப்போது மகாவிஷ்ணு, ஆதிமூலமானவரே! ஜோதி லிங்க மூர்த்தியே தங்களை எந்தவிதமாகத் தியானித்தால் மகிழ்ச்சி அடைவீர்கள்? தங்களை மனிதன் அடைவதற்கான வழி எது? பாபங்களை எல்லாம் பொசுக்கக் கூடிய இந்த சிவஞானத்தை எனக்கு உபதேசிக்க வேண்டும் என்று பணிவோடு கேட்டார்.

நாராயணா! இப்போது நான் உங்களுக்கு எவ்வாறு காட்சி தருகிறேனோ அவ்விதமாக அதே தோற்றத்தில் லிங்கத்தில் நான் இருப்பதாக முழுமையாக நம்பி, பக்தியோடு தியானித்தால் போதும். என்னைத் தியானிப்பவர்களுக்கு நான் சகல காரிய சித்தியையும், சகல சௌபாக்கியங்களையும் அள்ளித் தருவேன்.

உங்களை மாபெரும் ஆற்றல் கொண்டவர்களாக நாம் உருவாக்கி இருக்கிறோம். உண்மையில் நானே, மும்மூர்த்திகளாக வடிவம் கொண்டுள்ளேன். பிரம்மன் எனது வலது பக்கத்திலும், விஷ்ணு எனது இடது பக்கத்திலும், ருத்திரன் எனது இதயத்திலும் நிரந்தரமாகத் தங்கி இருப்பீர்கள். நான் வேறு நீங்கள் வேறு அல்ல, படைத்து காத்த அழிக்கின்ற முத்தொழில்களைச் செய்வதற்காக நானே மூன்றாகப் பிரிந்திருக்கிறேன்.

ருத்திர மூர்த்தி என்னிலும் குறைவுபட்டவர் அல்ல, அவருக்குச் செய்யும் பூசைகளும் வழிபாடும் என்னை வந்து அடையும். தங்கம் வேறு அதனால் செய்யப்படும் அணிகலன்கள் வேறு ஆகுமா? இரண்டும் ஒன்றுதானே அதுபோலவே ருத்திர ரூபமும், சிவரூபமும் ஒன்றேயாகும். மண், உலோகம், வெள்ளி, தங்கம் இவற்றினால் லிங்க ரூபத்தைச் செய்து அதனை பக்தியோடு வழிபட்டு வந்தால் சகல சௌபாக்கியமும் வந்து சேரும். சிவபூசை செய்யாதவனை நாம் சேர்வதில்லை. நீங்களும் இடைவிடாமல் சிவனை தியானித்தபடி, உங்கள் சக்திகளோடு இணைந்து, உங்களுக்கு அளிக்கப்பட்ட தொழிலைச் செய்து வாருங்கள் என்று கூறி, அநேக வரங்களை அவர்களுக்கு அளித்துவிட்டு மறைந்தார். அதுமுதல் நானும் நாராயணனும் சிவபூசையை மிகுந்த ஈடுபாட்டோடு செய்து வருகிறோம் என்று நான்முகன், தன்னிடம் கேட்ட நாரதருக்குக் கூறினார்.

சூத முனிவர் இந்த விருத்தாந்தங்களை நைமிசாரண்ய முனிவர்களுக்குச் சொல்லி, லிங்கமே சரஸ்வதி, லிங்கமே மகாலட்சுமி, லிங்கமே மகாகாளி, ஆகவே எவன் ஒருவன் சிவலிங்கத்தின் பெருமைகளை சிவ சந்நிதியில் அமர்ந்து வாசிக்கிறானோ அல்லது வாசிக்கச் சொல்லிக் கேட்கிறானோ அவன் அளவில்லாத பயன்களை அடைகிறான் என்று விளக்கினார்.

●●●

2

பிரபஞ்ச சிருஷ்டியின் ஆரம்பம்

பிரம்மா படைப்புத் தொழிலைச் செய்தார், இருபத்து நான்கு தத்துவங்களோடு கூடிய அண்டத்தைப் படைத்தார். ஆனால் அவர் படைத்த பிரபஞ்சம் உயிரற்றதாக இருந்தது. அதைப் பார்த்து கலக்கமுற்ற பிரம்மன் உடனே நாராயணனைத் தியானித்தார். பன்னிரண்டு வருடகால தவத்திற்குப் பிறகு விஷ்ணு தரிசனம் தந்தார். ஐயனே நான் படைத்த பிரபஞ்சம் ஜடமாக இருக்கிறது. ஆகவே அதற்கு நீரே பிராணனை உண்டுபண்ண வேண்டும் என்றார். உடனே மகாவிஷ்ணு அந்த அண்டத்தினுள்ளே பிரவேசித்தார். அதனால் பாதாள லோகம் முதல் சத்திய லோகம் வரையிலான அண்டம் உயிர் பெற்றது.

பிறகு பிரம்மா தனது மனத்தினால் சில பிள்ளைகளை உண்டாக்கினார். அவர்கள் இல்லறத்தில் ஆர்வம் காட்டாமல் தங்கள் தேஜஸை ஊர்த்துவமுகமாக அதாவது மேல்நோக்கி செலுத்துகின்ற தவவாழ்க்கையில் ஈடுபட்டனர். அதைக் கண்ட பிரம்மா மேலும் சிலரை படைத்தார். அவர்களும் அவ்வாறே தவ வாழ்க்கை வாழ்ந்தனர். இதனால் நான்முகன் கோபமும் வருத்தமும் அடைந்தார்.

அவரெதிரே ருத்திரன் தோன்றி, உமது மன சஞ்சலம் தீரும், அஞ்ச வேண்டாம் என்றார். அப்படியானால் எமது சிருஷ்டித் தொழிலில் இடையூறு வராமல் செய்யும் என்றார். அப்படியே என்று ருத்திரன் வரம் கொடுத்து சிவ சந்நிதியை அடைந்தார். பிறகு பிரம்மா சப்த ரிஷிகளை

சிருஷ்டி செய்தார். நாரத மகரிஷியைத் தன் மடியில் இருந்தும், கர்த்தம ரிஷியை தனது நிழலில் இருந்தும், தட்சப் பிராஜபதியைத் தனது பெருவிரலில் இருந்தும் உற்பத்தி செய்தார். இவ்வாறு மானச புத்திரர்கள் பதினோரு பேர் தோன்றினர்.

பிருகு முனிவருக்கு மரீசியும், அவருக்கு காசியபரும் பிறந்தனர். காசியபரின் சந்ததியினால் தான் இந்த உலகம் விருத்தி அடைந்தது. தட்சப் பிரஜாபதிக்கு அறுபது பெண்கள் பிறந்தனர், அவர்களில் பதின்மூன்று பெண்களை காசியபருக்கு மணம் செய்து கொடுத்தான். அவர்களுக்குத் தேவர்கள், அசுரர்கள் ஆகியோர் பிறந்தனர். பிறகு நாகங்கள், பட்சிகள், மரங்கள், மலைகளும் உண்டாகின. இவ்வாறு பிரபஞ்சத்தில் உயிர்கள் உண்டாகி எல்லா இடங்களிலும் பரவின.

●●●

3

தட்ச யாகமும் கர்வ பங்கமும்

தட்சனுக்குப் பிறந்த அறுபது பெண்களில் சதிதேவியும் ஒருத்தி. அவளை தட்சன் சிவபெருமானுக்கு மணம் செய்து கொடுத்தான். சகல லோகங்களில் உள்ளவர்களும் வணங்கும் சிவபெருமான் தனக்கு மருமகன் ஆனதால் அவன் மகிழ்ச்சி அடைந்தான். நாளடைவில் கர்வம் கொண்டான். இந்த சம்பந்தத்தின் மூலமாக தான் எல்லோரையும் விட ஏன் அந்தச் சிவனை விடவும் மேம்பட்டவன் என்ற ஆணவம் கொண்டான்.

ஒருநாள் அவன் கைலாயத்திற்குச் சென்றான், அனைவரும் அவனை எழுந்து நின்று வரவேற்றனர், ஆனால் ஈசன் உட்கார்ந்தவாறே வரவேற்றார். இது தனது தகுதிக்கு இழுக்கு என்ற எண்ணம் தோன்ற அவன் நெஞ்சில் பொறாமைத் தீ கொழுந்து விட்டு எழுந்தது.

நான் உன்னை விட உயர்ந்தவன் என்று நிரூபிக்கிறேனா இல்லையா பார்? என்று உள்ளத்தில் கறுவிக் கொண்ட அவன் உடனே மிகப் பெரிய யாகத்தைத் தொடங்கி அனைவருக்கும் அழைப்பு விடுத்தான். சகலலோகத்தில் உள்ளவர்களும் கலந்து கொள்ளும் அந்த யாகத்திற்கு தட்சன் ஈசனை மட்டும் அழைக்கவில்லை. அதோடு அவருக்கு வேதவிதிப்படி தரவேண்டிய அவிர்ப்பாகத்தையும் தருவதில்லை என்று முடிவு செய்தான். தட்ச குமாரியான தாட்சாயணி இதை அறிந்து கோபம் கொண்டாள், தன் தந்தையிடம் சென்று நியாயம் கேட்க நினைத்தாள்.

உன்னை தட்சன் மதிக்கமாட்டான், வீணாக அவமானப்பட்டு திரும்பாதே என்று தடுத்தார் ஈசன். அவரது வார்த்தையை மீறி யாகம் நடக்கும் இடத்திற்குச் சென்ற தாட்சாயணியை யாரும் வரவேற்கவில்லை. தட்சன் உன்னை இங்கே யார் அழைத்தது? ஏன் வந்தாய்? என்று கேட்டு, சிவனையும் நிந்தை செய்து அவளையும் அவமானப் படுத்தினான். இதனால் ஆத்திரமும் கோபமும் அடைந்த அவள் யாகம் அழியட்டும் என சாபம் கொடுத்து அந்த யாகத்தில் தீயில் விழுந்து தன் தேகத்தைப் பொசுக்கிக் கொண்டாள்.

இதனை அறிந்த ஈசன் கோபம் கொண்டு, வீரபத்திரரை அனுப்பி, தட்ச யாகத்தை அழித்து, அங்கே வந்த தேவர்களுக்குத் தண்டனை அளிக்குமாறு செய்தார். தேவர்கள் தண்டிக்கப்பட்டால் இந்த உலகம் சரியாக இயங்காது என்பதால் மற்ற தேவர்கள் ஈசனிடம் அவர்களை மன்னித்து உயிர் பெறச் செய்யுமாறு வேண்டினர். சிவபெருமானும் அவர்களிடம் கருணை கொண்டு உயிர்ப்பித்தார். தட்சனும் தன் தவறை உணர்ந்து அவரிடம் மன்னிப்பு வேண்டினான்.

தாட்சாயணியின் உடல் யாகத்தில் விழுந்ததும் ஜுவாலையாக மாறியது. இந்திரன் முதலான தேவர்கள் அந்த கோடிசூர்யப் பிரகாசத்தை வணங்கித் துதித்தனர். அந்த நெருப்புப் பிழம்பு பூமியில் இமாசலப் பர்வதத்தில் விழுந்தது. அந்த ஜுவாலாமுகியே சகல சௌபாக்கியங்களையும் அளிக்கவல்லது.

கணவரது வார்த்தைகளை மீறிச் சென்று அவமானம் அடைந்த சதிதேவி, தட்சனின் மகளாக இருப்பதை விரும்பாமல் அவன் வளர்த்த உடலையும் வைத்துக் கொள்ள இஷ்டப்படாமல் நெருப்பில் இட்டாள். மீண்டும் தவம் செய்து ஈசனை மணந்து கொள்ள விரும்பினாள். அதனால் இமவானின் மகளாக மேனை வயிற்றில் தோன்றினாள். அவளே பார்வதிதேவி.

●●●

4

மகேசன் தவமும் மன்மத தகனமும்

அனைவரையும் மாயாஜாலத்தில் மயங்கவைக்கும் திறமை பெற்ற தாரன் என்ற அசுரனுக்கு தாரகன் என்ற மகன் பிறந்தான். அவன் தன் குருவின் வழிகாட்டுதலினால் மதுவனம் சென்று, தேவர்களையும் அனைவரையும் வெற்றி கொள்ளும் கோரமான தவத்தில் ஈடுபட்டான். பிரம்மனை நோக்கி அவன் செய்த தவம் என்றால் சாதாரண தவமா அது?

அவன் முதலில் ஒரு காலில் நின்று, இரண்டு கைகளையும் ஆகாயத்தை நோக்கி உயர்த்திக் கொண்டு, சூரியனைப் பார்த்தபடி தவம் செய்தான். நூறு ஆண்டுகள் சென்றன, பிறகு அவன் ஒரு காலின் பெருவிரலை மட்டும் பூமியில் ஊன்றி நூறு ஆண்டுகள் தவம் செய்தான். பிரம்மா தோன்றவில்லை. அவன் அடுத்த நூறு ஆண்டுகள் காற்றை மட்டும் உண்டு தவம் செய்தான், மேலும் நூறு ஆண்டுகள் நீரில் இருந்தான், அடுத்த நூறு ஆண்டுகள் வெயிலில் நின்றான், அடுத்த நூறு ஆண்டுகள் பஞ்சாக்கினி வளர்த்து அதன் நடுவே நின்று தவம் செய்தான். இப்படி அவன் செய்த தவத்தினால் யோகாக்கினி வெளிப்பட்டு உலகையும் தேவர்களையும் சுட்டெரிக்க ஆரம்பித்தது.

தவக்கனலைத் தாங்க மாட்டாமல் தேவர்கள் ஓடிச் சென்று பிரம்மனிடம் முறையிட்டனர். அவர் தாருகன்

முன்னால் தோன்றி என்ன வரம் வேண்டும் என்று கேட்டார். அவன் பிரம்மனை நோக்கி, பிரபோ எனக்கு இணையாக உடல்வலிமை உடையவன் இன்னொருவன் இந்த அகிலத்தில் இருக்கக்கூடாது. சிவபெருமானின் வீரியத்தில் இருந்து உருவான புத்திரனைத் தவிர வேறு யாராலும் எனக்கு மரணம் வரக்கூடாது என்று கேட்டான். பிரம்மா அவன் கேட்ட வரங்களைத் தந்துவிட்டு ஆசி கூறி மறைந்தார்.

தாரகாசூரனுக்கு அசுரர்கள் மகுடாபிஷேகம் செய்து அந்த விழாவைக் கோலாகலமாகக் கொண்டாடினர். அசுரன் ஆதிக்கம் ஆரம்பித்தது, தேவர்கள் முதல் மனிதர்கள் வரையில் அவன் தன் கட்டளைக்குக் கீழ்படிந்து நடக்கும்படியாக அடித்துத் துன்புறுத்தினான். யாக யக்ஞங்களைச் செய்யக்கூடாது என தடைவிதித்தான். அஷ்ட திக்குப் பாலகர்களும் அவன் ஏவல் கேட்டனர். வாயு முதலாக வருணன் வரையிலான தேவர்கள் அவன் கட்டளைக்குக் காத்துக் கிடந்தனர்.

அவன் இந்திரனைத் துரத்திவிட்டு அமராவதியின் செல்வங்களைக் கொள்ளை அடித்தான். தேவேந்திரனின் மனைவி இந்திராணியைக் கவர்ந்தான், அவனது பட்டத்து குதிரையான உச்சிஸ்சிரவசு என்ற குதிரையைத் தனதாக்கிக் கொண்டான். யமதர்மனின் ரத்தின மயமான தண்டமும், குபேரனுடைய நவநிதியமும், மகரிஷிகளின் காமதேனு என்னும் தெய்வப்பசுவும், அவன் ஆதிக்கத்தின் கீழே வந்தன. இவ்வாறு மூவுலகத்தில் உள்ளவர்களும் தாருகாசுரன் கட்டளைக்குக் காத்துக் கிடக்கும் இழிவான நிலை ஏற்பட்டது.

ஆண்டுகள் ஓடின, தேவர்களின் துன்பம் தாங்கமுடியாமல் இருக்கவே அவர்கள் பிரம்மனிடம் முறையிட்டனர். நான் தான் அவனுக்கு வரம் அளித்தேன், ஆகவே இப்போது அவனை அழிப்பது என்னால் இயலாத காரியம். சிவபெருமானின் வீரியத்தில் உற்பத்தியாகும் குமாரனால் தான் அவனுக்கு மரணம் ஏற்படும். அதற்காக நீங்கள் செய்ய வேண்டியது ஒன்று உண்டு.

தற்போது இமயமலையில் சிவபெருமான் யோக நிஷ்டையில் ஈடுபட்டிருக்கிறார். பர்வத ராஜகுமாரன் மகளாகிய பார்வதிதேவி தன் தோழியர்களோடு அங்கே ஆசிரமம் அமைத்து ஈசனுக்கு

பணிவிடை செய்து வருகிறாள். சிவபெருமான் யோகம் கலைந்து பார்வதியுடன் மோகம் கொள்ளும் போது அவரது விந்து வெளிப்படும். அதில் இருந்து தோன்றும் பாலகனால் தான் தாருகன் அழிவான். சிவபெருமானை வசப்படுத்தவும் அவரது வீரியத்தை வெளிப்படுத்தவும் பார்வதி தவிர வேறு பெண்களினால் முடியாது. ஆகவே ஏதாவது உபாயத்தைக் கைக்கொண்டு காரியசித்தி அடையுங்கள் என்று பிரம்மன் ஆலோசனை கூறினார். இதைக் கேட்டு மகிழ்ச்சி அடைந்த தேவர்கள், ஈசனின் நிஷ்டையைக் கலைத்து அவருக்கு மோகத்தை ஊட்டுவதற்கு மன்மதனே சரியான ஆள் என்று முடிவு செய்து அவனிடம் தகவல் தெரிவித்தனர்.

கரும்பு வில்லையும் பஞ்ச பாணங்களையும் எடுத்துக் கொண்டு மன்மதன், தன் அழகும் இளமையும் நிரம்பிய காதல் மனைவி ரதிதேவியோடு சிவபெருமான் இருக்கின்ற இடம் நோக்கிச் சென்றான். அந்த நேரத்தில் பலவிதமான வண்ணமும் நறுமணமும் மிகுந்த மலர்களைச் சேகரித்துக் கொண்டு பார்வதி தேவி தன் தோழியரோடு சிவபெருமான் இருக்கின்ற இடத்தை அடைந்தாள்.

மன்மதன் ஈசனுக்கு இடது புறமாக நின்றான். அழகும் கவர்ச்சியும் மிகுந்தவளாகக் காணப்பட்ட பார்வதியின் மனம் காதல் மயக்கில் ஆழ்ந்தது. பருவ சுந்தரியாக அவள் ஈசனை நெருங்கிய வேளையில் மன்மதன் கரும்பு வில்லை வளைத்து பாணங்களைச் சிவபெருமான் மீது எய்தான்.

சிவபெருமான் யோகம் கலைந்தது, கண்களைத் திறந்தார், இளமை குலுங்கும் அங்கங்களோடு பார்வதி தேவி அருகே நிற்பதைக் கண்டு மோகம் கொண்டார். இவளைக் கட்டி அணைக்கவேண்டும் என்ற ஆசை வெள்ளமாகக் கரைபுரண்டது. உடனே அவர் சுதாரித்துக் கொண்டார், தவத்தில் இருந்த நான் இப்படி மோகம் அடைய யார் காரணம்? என்று கோபம் கொண்டு பார்த்தபோது அழகே உருவான மன்மதன் கரும்புவில்லோடு நிற்பதைக் கண்டார். அவரது நெற்றிக் கண்ணில் இருந்து வெளிப்பட்ட அக்கினி மன்மதனை கண்மூடித் திறப்பதற்குள் எரித்து சாம்பலாக்கி விட்டது.

ரதிதேவி, அருகில் இருந்த அழகுக் கணவன் கண நேரத்தில் சாம்பலாக் கிடப்பதைக் கண்டு கதறி அழுதாள். தாருகாசுரனை அழிப்பதற்கான திட்டமாகவே மன்மதன் இந்தக் காரியத்தை செய்தான் அவனையும் எங்களையும் மன்னித்து அருளும் என்று அவர் பாதங்களில் விழுந்து வணங்கி கண்ணீர் விட்டுக் கதறினர்.

இதனால் மனம் இளகிய ஈசன், மன்மதன் எரிந்தது எரிந்தது தான் ஆனால் அவன் ஸ்ரீ கிருஷ்ணன் துவாரகையில் வாசம் செய்யும் போது அவனுக்கு பிரத்தியும்னன் என்ற பெயரில் ருக்மணியிடம் பிறப்பான். அதுவரையில் மன்மதனுக்கு உருவம் இருக்காது. ஆனால் அவன் ரதிதேவியாகிய உன் கண்களுக்கு மட்டும் தெரிவான் என்று சாபவிமோசனம் அளித்தார். அதோடு மன்மதன் துவாரகையில் மீண்டும் பிறந்து வளர்ந்து வரும் காலத்தில் ரதிதேவியை சம்பரன் என்ற அசுரன் கவர்ந்து கொண்டு தன் தலைநகருக்குச் செல்வான். மன்மதன் சம்பரனை அழித்து அவனுடைய அளவற்ற செல்வத்தோடு, ரதியை அடைந்து துவாரகைக்குத் திரும்பி இன்பம் நுகர்வான். அவ்வளவு காலம் வரையில் ரதிதேவி அந்த அசுரனின் பட்டணத்திலேயே இருந்து வரட்டும் என்று ஈசன் அருளினார். இந்த ஆறுதல் வார்த்தைகளைக் கேட்டு ஒருவாறு மனம் அமைதி அடைந்து தேவர்களும், முனிவர்களும் தங்கள் இருப்பிடம் திரும்பினர்.

●●●

5

தவம் செய்யும் தளிர்க்கொடி

ஈசனின் உள்ளத்தில் உள்ளத்தைப் பறிகொடுத்த பார்வதி நின்றும், இருந்தும், கிடந்தும், நடந்தும் அவரையே எண்ணிக் கொண்டிருந்தாள். ஊண் உறக்கம் இல்லாமல், பொழுது போக்குகளில் ஈடுபடாமல் சிவபெருமானை மணப்பது குறித்த சிந்தனையிலேயே காலம் கழித்தாள். பெண்ணின் இந்த நிலை கண்டு பெற்றோர் கலங்கினர். அப்போது நாரத முனிவர் ஒருநாள் அரண்மனைக்கு வந்தார்.

பார்வதி தேவி அவரைப் பணிவோடு வரவேற்று உபசரித்தாள் இருந்தாலும் பழைய குதூகலம், அவளிடம் இல்லை. இதைக் கவனித்த நாரதர், உன் மன வாட்டத்திற்கு என்ன காரணம் என்று ஏதும் அறியாதவரைப் போலக் கேட்டார். மகரிஷியே கைலாசநாதன் யோகத்தில் இருக்கும் பொழுது அவருக்குப் பணிவிடை செய்யும் பாக்கியம் பெற்றேன். அப்போது அவர்மீது மையல் கொண்டேன். அவரது திருவுருவம் அழியாமல் என் மனத்திரையில் படிந்து விட்டது. அவரை விட்டு வேறுயாரையும் என் மணாளனாக வரிக்க மாட்டேன். அவரை அடையும் மார்க்கத்தைத் தாங்கள் தான் கூற வேண்டும் என்றாள். அதைக் கேட்ட நாரதர், அவளைப் பார்த்து, ஈசனை அடைவதற்கு ஒரே வழி அவரை நோக்கித் தவம் இயற்றுவதுதான். நீ தவம் செய்தால் உனது விருப்பம் நிறைவேறும் என்று

வழிகாட்டியதோடு, கைலாசநாதரை அடையும் முறையில் தவம் செய்யும் வழிமுறைகளையும் பூசைகளையும் உபதேசித்தார்.

அதைக் கேட்டு மகிழ்ந்த பார்வதி உடனே தவம் செய்யக் கிளம்பினாள். தந்தை இமவான் அதற்கு உடன்பட்டான். ஆனால் தாய் மேனை தயங்கினாள், மெல்லிய பூங்கொம்பு போன்ற தன் மகளின் மேனி தவக்கனலில் வாடுமே என்று பாசத்தினால் வருந்தினாள். அதனால் பார்வதியைத் தடுத்தாள். ஆனால் பிடிவாதமாக பார்வதி மறுத்தாள், தன்னைத் தடுத்தால் உயிரை விட்டு விடுவேன் என்று மிரட்டினாள். வேறு வழியில்லாத நிலையில் தாயும் சம்மதித்தாள்.

அழகிய மலைச்சிகரம் ஒன்றில் இமவான் தன் மகளுக்கு பாதுகாப்பாக பர்ணசாலை அமைத்துக் கொடுத்து தகுந்த ஏற்பாடுகளைச் செய்து பணிவிடை செய்ய தோழியர்களையும் அனுப்பி வைத்தான். பார்வதி தவம் செய்த அந்தச் சிகரம் கவுரி சிகரம் என அழைக்கப்பட்டது.

பார்வதி உடலை மறந்து, மனதை ஒருநிலைப்படுத்தி, சூரியனிடத்தில் பார்வைப் பதித்து தவம் செய்தாள். வெயிலிலும்

மழையிலும் குளிரிலும் அவளது தளிர்மேனி வாடியது. அதைப் பற்றிச் சிறிதும் கவலை கொள்ளாமல் அவள் தவத்தில் ஈடுபட்டாள், அவளது தவத்தின் தீவிரம் பார்த்து முனிவர்களும், ரிஷிகளும், பிரமித்தார்கள். தேவர்கள் ஈசனை அடைந்து, பார்வதி தேவி தங்களை கணவனாகப் பெறுவதற்காக பூலோகத்தில் கடுமையான தவத்தை மேற்கொண்டிருக்கிறாள். தேவியின் விருப்பத்தை நிறைவேற்றி அவளை மணந்து கொண்டு தாருகனை வதம் செய்யும் புத்திரனை உற்பத்தி செய்து தேவர்களைக் காக்க வேண்டும் என்று வேண்டினர்.

நல்லதே நடக்கும், விரைவிலேயே நாம் பார்வதியை மணப்போம், ஆகவே கவலையில்லாமல் செல்லுங்கள் என அவர்களை அனுப்பி வைத்த ஈசன், கிழ அந்தணராக வேடம் மாறி பார்வதி தவம் செய்யும் பர்ணசாலையை அடைந்தார். அவரை முகமலர்ச்சியோடு வரவேற்று உபசரித்த பார்வதி ஐயா, நீங்கள் யார்? எங்கிருந்து வருகிறீர்கள்? என்று விசாரித்தாள்.

நான் ஒரு ஏழை அந்தணன், உற்றார் பெற்றோர் இல்லாதவன். இங்கு பர்ணசாலை அமைத்து அழகான இளம் பெண் தவம் செய்கிறாள் என்று கேள்விப்பட்டேன், அதனால் பார்த்துப் போகலாம் என்று வந்தேன் என்றார். பிறகு அவளைப் பார்த்து நீ எதற்காக இளமையை மறந்து, அழகைத் துறக்கும் தவத்தை மேற்கொண்டிருக்கிறாய்? என்று கவலையோடு கேட்டார்.

கிழவருடைய கேள்விகளுக்குத் தானே பதில் அளிக்க வெட்கப்பட்ட பார்வதி தன் தோழியை நோக்க அவளும் குறிப்பைப் புரிந்து கொண்டு பதில் சொன்னாள்.

அந்தணரே! பினாகம் என்ற வில்லை ஏந்திய சிவபெருமானை அடைவதற்காகத் தான் பார்வதி இத்தனை கடுமையான தவத்தைச் செய்கிறாள் என்றாள். இதைக் கேட்டதும் அந்தக் கிழவர் திடுக்கிட்டார், இது நிஜமா? என்று கேட்டார். பெரியவரே என் தோழி சொல்வது உண்மைதான் என்றாள் பார்வதி.

நீ பார்ப்பதற்கு மிகவும் அழகாக இருக்கிறாய். ஆனால் அந்தச் சிவனோ புலித்தோலை அணிந்து, உடம்பில் பிணத்தின் சாம்பலைப் பூசிக் கொண்டு, கபால மாலையை அணிந்து, சுடுகாட்டில் வாசம் செய்கிறான். அவனை அடைவதற்கு

ஆசைப்படுவது அறிவீனமாகத் தோன்றவில்லை. உன் அழகுக்கும் அறிவுக்கும் தகுந்தாற்போல யாரையாவது திருமணம் செய்து கொண்டு சந்தோஷமாக வாழ்வதை விட்டு இப்படியொரு முடிவை எடுத்துவிட்டாயே?

உலகத்தில் உள்ள ஆடவர்களுக்குள்ள விசேஷமான குணங்களுள் ஒன்றாவது அந்தச் சிவனுக்கு உண்டா? அவன் மாட்டின் மீது சவாரி செய்கிறான், யானைத்தோலை விரும்பி அணிகிறான், சந்தனம் பூசுவதற்குப் பதிலாக சுடுகாட்டுச் சாம்பலைப் பூசிக் கொள்கிறான். வாசனை மிகுந்த மலர்கள் பல இருக்கும் போது எருக்கம்பூவைச் சூடிக் கொள்கிறான். மொத்தத்தில் அவன் பித்தன். அவனுக்குப் பூத பிசாசங்களே படையாக இருக்கிறது. இப்படிப்பட்டவனை மணந்து கொண்டு நீ என்ன சந்தோஷம் அடையப் போகிறாய்? ஆகவே உன் மனதை மாற்றிக் கொள் என்றார் வேதியர்.

பொறுமையில்லாமல் அந்தக் கிழவேதியர் சொன்னவற்றைக் கேட்டுக் கொண்டிருந்த பார்வதி கடுங்கோபம் கொண்டாள். போதும் வேதியரே சிவதூஷணை செய்வதை நிறுத்தும். இந்த பாவத்திற்காக நீர் எத்தனை ஜென்மம் எடுத்து கடுநரகில் அவதிப்படப் போகிறீரோ?

எல்லாம் வல்ல இறைவனாகிய சிவபெருமானின் பெருமை தெரியாமல் பேசிவிட்டீர்கள். அவரது கருணைப் பார்வைக்காக தேவதேவர்கள் எல்லோரும் கைலாயத்தின் வாசலில் காத்து நிற்கிறார்கள். அவரை வெல்வதற்கு ஈரேழு பதினான்கு லோகங்களிலும் ஆண்மகன் இல்லை. அவரிடம் அஷ்டமா சித்துக்களும் நர்த்தனம் செய்கின்றன. அஷ்ட யோகங்களும் அவரிடம் கைகட்டிச் சேவகம் செய்கின்றன.

அவர் உடம்பில் பூசியிருப்பது அசுத்தமான சாம்பல் அல்ல, அது கர்ம வினைகளைப் போக்கவல்லது, பிறவியை அறுப்பது, தேவர்கள் அனைவரும் தமது சிரசின் மீது பூசிக் கொண்டு போற்றுவது. உங்களைப் போன்ற அறிவிலிகளின் அறியாமையைப் போக்கத்தான் அவர் பித்தனைப்போல தோற்றம் அளிக்கிறார். இளமை நிற்காது, செல்வம் நிலைக்காது, வாழ்க்கை நீரில் தோன்றும் கொப்புளம் போன்று எப்போது வேண்டுமானாலும் மறைந்து போகும் என்பதை அறிவுறுத்தவே அப்படி வேடம்

புனைந்து சுடுகாட்டில் நர்த்தனம் புரிகிறார். சகல புவனங்களும், பிரம்மனும், விஷ்ணுவும் கூட அவரைப் போற்றித் தொழுது அவரது கடைக்கண்பார்வைக்காகக் காத்திருக்கும் பெருமை கொண்டவர் ஈசன். அவரை நான் விரும்பியதில் தவறில்லை என்று குமுறிப் பேசிய பார்வதி, தோழியைப் பார்த்து, இவர் பேசும் சிவநிந்தனையைக் கேட்டால் பல ஜென்மங்களுக்குப் பாவம் சூழும், ஆகவே இந்தக் கணமே இவரைச் சீக்கிரம் என் பார்வையில் இருந்து போகச் சொல், என்று கட்டளையிட்டாள்.

கிழவேதியர் புன்னகையோடு என்னைப் பார் என்றார், ஆனால் தேவி அவரைப் பார்க்காமல் திரும்பி நின்றாள். உடனே கிழவேதியர் மறைந்து அங்கே சிவபெருமான் காட்சி அளித்தார். அவரைக் கண்ட தோழிகள் ஆஹா... அற்புதம். பார்வதி இங்கே பார் என்று ஆனந்தக் கூச்சலிட்டனர். பார்வதி அவரைப் பார்த்தாள், நாணத்தோடு தலைகுனிந்து நின்றாள்.

நான் உன்னை விட்டு எங்கே போவேன்? உனக்கு ஈசனின் மீது இருக்கும் பக்தியை அறிவதற்காகவே உன்னிடம் அவ்வாறு பேசினேன். தேவி நீ செய்த தவம் முடிவுக்கு வந்து அதன் பலனை அளித்து விட்டது என்றார்.

இதைக் கேட்டு மகிழ்ந்த பார்வதி, ஐயனே எனது பெற்றோரும் உற்றாரும் மகிழ விரைவில் என்னைத் திருமணம் செய்து கொள்ளுங்கள் என்றாள். அப்படியே ஆகட்டும் ராஜகுமாரியே. நீ, உனது மாளிகைக்குத் திரும்பிச் செல். நான் விரைவில் வந்து நமது திருமணம் குறித்து உனது தந்தையுடன் பேசுகிறேன் என்று சொல்லி அவளுக்குப் பலவிதமான வரங்களை அளித்து ஆசி கூறி ஈசன் மறைந்தார்.

●●●

6

பார்வதி திருமணம்

சிவபெருமான் அங்கிருந்து காசிமாநகர் சென்று, சப்த ரிஷிகளை மனத்தினால் நினைக்க அடுத்த கணமே ரிஷிகளும், அருந்ததியும் அவர் எதிரே வந்து நின்று பணிந்தனர். சப்த ரிஷிகளைப் பார்த்து ஈசன், முனிவர்களே! பார்வதி எம்மை அடையவேண்டி அருந்தவம் செய்து முடித்தாள். ஆகையால் நீங்கள் பர்வதராஜனைச் சந்தித்து, மணம் பேசி முடித்து வாருங்கள் என்றார். அவர்கள் எம்பெருமானைப் பணிந்து அப்படியே என்று சொல்லி, ஆனந்தமாகப் புறப்பட்டனர்.

ஆகாயமார்க்கமாகத் தனது அரண்மனை நோக்கி வரும் சப்தரிஷிகளைக் கண்டு வியப்பினால் வாயடைத்துப் போனான் பர்வதராஜன். அவர்களைப் பலமுறை பணிந்து வரவேற்றான், வந்த காரியம் என்ன என்று கேட்டான்.

சகல ஜீவராசிகளுக்கும் தலைவராகிய சிவபெருமான், உனது மகளை தனது மனைவியாக்கிக் கொள்ள திருவுளம் கொண்டிருக்கிறார். அதற்கு நீயும் உன் மனைவியும் சம்மதித்து அவருக்கு உன் மகளைக் கன்னிகாதானம் செய்து கொடுத்தால் உங்களை விட சிறந்த பாக்கியசாலி யாருமே இல்லை. அதற்கான சம்மதம் பெற்றுவருவதற்காக ஈசன் எங்களை அனுப்பினார் என்றனர்.

கைலாசநாதனை மருமகனாக அடைவது எப்பேற்பட்ட பேறு என்று நான் அறிவேன். பல ஜென்மங்களாக எனது முன்னோர் செய்த புண்ணியத்தின் பலனே இப்போது பலனளிக்கிறது. இதற்கு எனக்குப் பூர்ண சம்மதம், என் மனைவியின் சம்மதத்தை அறிய விரும்புகிறேன் என்று சொன்ன பர்வதராஜன் அருகில் நின்ற மேனையைப் பார்த்தான்.

அவளுக்கு இதில் சம்மதம் இல்லை. பர்வதராஜன் அவளை சம்மதிக்க வைத்து, பார்வதியை அழைத்து சப்த ரிஷிகளை வணங்கச் சொன்னான். அனைவரும் அவளை ஆசீர்வதித்தனர். பிறகு எல்லோருமாகக் கலந்து பேசி, திருமணத்திற்கு ஒரு நல்ல நாளைக் குறித்தனர். சப்த ரிஷிகள் இந்தத் தகவலை ஈசனிடம் தெரிவிக்கப் புறப்பட்டனர். பர்வதராஜன் மகிழ்ச்சியோடு அவர்களை வழியனுப்பி வைத்தான்.

சப்த ரிஷிகளும் அங்கிருந்து காசிக்குச் சென்று கைலாசநாதரை சந்தித்து அரண்மனையில் நடந்தவற்றைத் தெரிவித்தனர். மகிழ்ச்சி அடைந்த ஈசன், முனிவர்களே இவ்வாறே எங்கள் திருமண நிகழ்ச்சியையும் சிறப்பாக நீங்கள் நடத்தித் தர வேண்டும் என்று கேட்டுக் கொண்டார். அவர்கள் மகிழ்ச்சியோடு சம்மதித்தனர்.

ஈசன் அவர்களை அனுப்பிவிட்டு, நாரதரை நினைத்தார், அடுத்த கணமே நாரதர் அங்கே தோன்றி சிவபெருமானை வணங்கி நின்றார். நாரதா! பர்வத ராஜனின் மகளாக பார்வதியை நாம் மணமுடிக்க நிச்சயம் செய்திருக்கிறோம். ஆகவே சகல தேவர்களுக்கும் தகவல் அனுப்பி திருமணத்திற்கு வரவழைக்க வேண்டியது உனது பொறுப்பு. தேவர்கள், முனிவர்கள், ரஷிகள், கின்னரர், கிம்புருடர்கள் ஆகியோரைத் தகுந்த முறையில் அழைத்து அவர்களைத் தக்கபடி கவனித்துக் கொள் என்றார். நாரதரும் சரி என்று மகிழ்ச்சியோடு சொல்லி எம்பெருமானிடம் விடைபெற்றுச் சென்றார்.

பர்வதராஜனின் அரண்மனையில் திருமண ஏற்பாடுகள் மிகுந்த விமரிசையாக நடந்தன. உலகத்தில் உள்ள அத்தனை பர்வதங்களும் மனித ரூபம் எடுத்து வந்து திருமண வைபவத்தில் ஆளுக்கு ஒரு வேலையைப் போட்டி போட்டுக் கொண்டு செய்தனர். நகரம் முழுவதும் அலங்கரிக்கப்பட்டது. எங்கும்

வண்ணப்பொடிகளினால் கோலம் வரையப்பட்டது. ஆண்களும் பெண்களும் விதவிதமான வண்ணங்களினால் பட்டாடை அணிந்து பார்வதி திருமணத்தைத் தங்கள் வீட்டுத் திருமணம் போல எண்ணி மகிழ்வோடு செயல்பட்டனர். இதே நேரத்தில் கைலாயத்தில் அத்தனை தேவர்களும் கூடி ஈசனை மணமகனாக அலங்கரிப்பதில் முனைந்திருந்தனர்.

மங்கல நீராடலுக்குப் பிறகு அவருடைய திருமுடியில் இருந்த பிறைச்சந்திரன் இப்போது மணிமுடியில் ஆபணரமாகத் திகழ்ந்தது. நெற்றிக்கண் அழகான திலகமாகப் பிரகாசித்தது. அவர் இடுப்பில் அணிந்திருந்த புலித்தோலாடை இப்போது பட்டாடையாகப் பளபளத்தது. அவரது காதுகளில் ஆடிய நாகங்கள் இப்போது ரத்தின குண்டலங்களாக மாறின. அவரது உடம்பில் ஊர்ந்த பாம்புகள், அழகான தங்க வைர நகைகளாக மாறி அழகு சேர்த்தன. குறித்த வேளையில் எட்டுத் திசைகளிலும் வேதகோஷங்கள் முழங்க, தேவர்கள் புடைசூழ ஈசன் திருமணம் முடிப்பதற்காக இமவானின் பட்டணம் நோக்கிப் புறப்பட்டார்.

மணமகனை வரவேற்க பர்வதராஜன் அழகான மங்கையர் கூட்டத்தோடு காத்திருந்தான். ஊரும் உலகமும் கொண்டாடும் ஈசனாகிய தன் மருமகனைப் பார்ப்பதற்கு மேனை அரண்மனை உப்பரிகையின் மேலே தோழிகளோடு நின்றிருந்தாள். மிகப்பெரிய ஊர்வலமாக மாப்பிள்ளை வீட்டார் வந்தனர். கந்தர்வர்களும், அப்சரஸ்களும் புடைசூழ அழகாகக் காணப்பட்ட கந்தர்வராஜனைப் பார்த்து இவர்தான் மாப்பிள்ளையா? என்று ஆர்வத்தோடு கேட்டாள் மேனை.

நாரதர், அதைக் கேட்டு சிரித்துவிட்டார், ஏன் சுவாமி சிரிக்கிறீர்கள்? என்றாள் மேனை. இவன் கைலாசநாதனின் சந்நிதியில் கானம் பாடும் கந்தர்வன் இவன் பெயர் விசுவாவசு என்றார் அவர். மேனைக்கு ஆச்சரியமும் ஆனந்ததும் பொங்கியது. ஈசனின் முன்னால் பாடல்களைப் பாடுகிறவனே இத்தனை அழகாக இருக்கிறான் என்றால் அவரது அழகைப் பற்றிக் கேட்கவா வேண்டும் என்று நினைத்துக் கொண்டாள்.

அடுத்தபடியாக யட்சர்கள் புடைசூழ வந்த குபேரனைப் பார்த்து இவரா மாப்பிள்ளை என்றாள் மேனை. இல்லை இவன் நவநதியங்களுக்கும் அதிபதியான குபேரன் என்றார் நாரதர். இவ்வாறு இந்திரன், வருணன், யமதர்மன், விஷ்ணு, பிரம்மா, சந்தின், சூரியன் என்று ஒவ்வொருவரையும் காட்டி இவரா மணமகன்? இவரா மணமகன் என்று அவள் கேட்க நாரதர் இல்லை என்று மறுத்து வந்தார்.

மிகவும் நீண்டு கிடந்த மாப்பிள்ளை ஊர்வலம் இப்போது குறைந்து விட்டது. ரிஷப வாகனத்தில் ஒருவர் வர அவரைச் சுற்றி ஒட்டி உலர்ந்த ரிஷிகள் வேதகோஷம் எழுப்பியபடி வந்ததைக் கவனித்தாள் மேனை. மாப்பிள்ளை தான் பார்க்காமலேயே அரண்மனைக்கு வந்து விட்டாரா என்று ஒரு சந்தேகமும் தோன்றியது.

சுவாமி! சிவபெருமான் எங்கே? அவர் இந்த கோஷ்டியில் வரவில்லையா? தனியாகப் பின்னால் வருகிறாரா? என்று நாரதரிடம் கேட்டாள். அதோ ரிஷப வாகனத்தில் வருகிறாரே அவர்தான் எந்நாட்டவர்க்கும் இறைவனாகிய ஈசன் என்றார் நாரதர். அதிர்ச்சி அடைந்து விட்டாள் மேனை.

ஐந்து முகங்களோடும், பத்துக் கரங்களோடும், சடைமுடி தலையில் இருந்து அவிழ்ந்து தொங்க, இடுப்பிலே தோல் ஆடை துலங்க, கைகளிலும் காதுகளிலும் சர்ப்பங்கள் அணிந்து, உடலெங்கும் சாம்பலைப் பூசிக் கொண்டிருக்கும் இவரா எனது மாப்பிள்ளை? என்று திடுக்கிட்டாள் அவள். இதுவரையில் அவளிடம் குடிகொண்டிருந்த உற்சாகமும், துடிப்பும் இப்போது முற்றிலும் வடிந்து விட்டது. அவளது ஆசைக் கனவுகள் சுக்குநூறாகிப் போனதால் குமுறிக் குமுறி அழ ஆரம்பித்தாள்.

நாரதர் திடுக்கிட்டார், ஏன் அழுகிறாய்? என்று கேட்டார். சுவாமி கைலாசநாதனை மணப்பதால் எங்கள் குடும்ப கௌரவம் வானளாவ உயரும் என்று முனிவர்களும், மற்றவர்களும் சொன்னார்களே! ஆனால் இந்தப் பிச்சாண்டியை, மணப்பதால் என் மகளுக்கு நல்ல வாழ்க்கை அமையுமா? நான் பிறர் வார்த்தையை நம்பி மோசம் போய்விட்டேன், பாம்புகளை அணிந்திருக்கும் இவனுடன் என் மகள் எப்படி பயமின்றி குடும்பம் நடத்துவாள் என்று கதறிக் கண்ணீர் விட்டாள்.

சேடியர் மூலமாக மேனையின் புலம்பலை அறிந்த பர்வதராஜன் அங்கே வந்து அவளுக்கு ஆறுதல் சொன்னான். மூவர்களும், தேவர்களும் அந்த ஈசனின் கண்பார்வைக்காக ஏங்குகிறார்கள். அவருடைய எளிய தோற்றம் உனது அறிவை மறைத்துவிட்டது. ஞானிகள் எத்தனை ஆண்டுகள் கடுமையான தவத்தினை மேற்கொண்டு அவரது உருவத்தைக் காணமுடியாமல் தவிக்கிறார்கள் என்பது உனக்குத் தெரியாதா? என்றான்.

அங்கே வந்த சப்த ரிஷிகளும், தேவர்களும், பிரம்மா விஷ்ணு ஆகியோரும் கூட மேனைக்கு ஆறுதல் சொல்லினர். ஆனால் அவள் மனம் தேறவில்லை. இதனைக் கண்ட நாரதர், நேராக சிவபெருமானிடம் சென்று விஷயத்தைச் சொன்னார். அதைக் கேட்ட ஈசன், கவலை வேண்டாம், மேனையின் உள்ளத்தில் மூடிக்கிடந்த அஞ்ஞானத்தை அகற்றவே நான் அவளுடைய கண்களுக்கு அப்படித் தோற்றம் அளித்தேன். இப்போது நீ சென்று அவளை அழைத்துவா என்றார்.

நாரதர் சென்று மேனையை அழைக்க அவள் மறுத்தாள், அவரும் பலமுறை சொன்னதன் பேரில் விருப்பமில்லாமல் ஈசன் இருக்குமிடம் வந்தாள். அவள் பார்த்தபோது, அழகான ஒரு முகத்தோடும், இளமை கொழிக்கும் கட்டமைந்த உடலோடும், தங்க ஆபரணங்கள் அணிந்து மன்மதனை தோற்றுப் போகச் செய்யும் அழகோடு ஒரு வாலிபனைப் பார்த்தாள். அதோ பார் அவர் தான் ஈசன் என நாரதர் சொல்ல மேனைக்கு ஆனந்தம் தாங்க முடியவில்லை.

அனைத்து தேவர்களும் ஈசனைப் பார்த்து ஹரஹர சங்கரா என்று கோஷம் எழுப்பினர். உணர்ச்சி வேகத்தில் மேனையும் தன்னை மறந்து தன் கரங்களைக் கூப்பி சங்கரனைத் தொழுதாள்.

என்னை மன்னித்து விடுங்கள் என்றாள் அவரிடம் நாணத்தோடு. அங்கே வந்த இமவான், சர்வேசா என் குமாரத்தியை ஏற்றுக் கொண்டு அருள் செய்யுங்கள் என்று கைகூப்பி வணங்கினான்.

ஆகட்டும் என்றார் ஈசன் புன்னகை மாறாமல். திருமண ஏற்பாடுகள் துரிதமாக நடந்தன. கங்கை, யமுனை முதலான புண்ணிய நதிகள் இமவானின் அரண்மனைக்கு வந்து பார்வதியை மங்கல நீராட்டின. புதிய பட்டாடை உடுத்தி பார்வதியை அணிகலன்கள் சூட்டி அழகுபடுத்தி, மகாலட்சுமியும் சரஸ்வதியும் ஆளுக்கு ஒரு பக்கம் பிடித்து வந்து மணமேடையில் அமரவைத்தனர்.

கயிலைநாதரின் அழகும், பார்வதியின் அழகும் ஒன்றுக்கொன்று சளைத்தது அல்ல என்று அனைவரும் கண்கொட்டாமல் பார்த்து தவப்பயன் அடைந்தனர். நான்முகனே புரோகிதராக நின்று வேதம் சொல்ல, துந்துபிகள் முழங்க, மங்கல வாத்தியங்கள் இசைக்க, எம்பெருமான் பார்வதியின் சங்குக் கழுத்தில் திருமாங்கல்யம் சூட்டினார். தேவர்கள் மலர்மாரி பொழிந்தனர், கின்னரர்கள் அமுத கானம் இசைத்தனர்.

இமவான், தனது மனைவி மேனையுடன் திருமணத்திற்கு வந்திருந்தவர்களுக்கு அறுசுவை விருந்தளித்து கவுரவித்தான். நந்தியின் மேற்பார்வையில் விருந்து பரிமாறப்பட்டது. அனைவரும் வயிறார உண்டு, சந்தனம் பூசி, தாம்பூலம் தரித்து விடைபெற்றுச் சென்றனர். தேவர்கள் பார்வதி பரமேஸ்வரரை வலம்வந்து வணங்கி தேவருலகம் சென்றனர். அனைவரையும் அனுப்பிய பிறகு ஈசன், பார்வதியின் கரம் பற்றி, கைலை நோக்கிப் புறப்பட்டார். பர்வதராஜனும், மேனையும் ஆனந்தக் கண்ணீர் பொங்க தங்கள் அன்புக்குரிய மகளைப் புகுந்த வீட்டிற்கு அனுப்பி வைத்தனர். கயிலாயமலைக்குத் திரும்பிய ஈசன், பார்வதியோடு அங்கே இனிமையாகக் காலத்தைக் கழித்தார்.

●●●

7

கந்தன் பிறந்தான், தாருகன் அழிந்தான்

கைலாயத்தில் ஈசனும், பார்வதியும் இன்பமாக பொழுதைக் கழித்தனர். ஆண்டுகள் பல சென்றன. தேவர்கள் சிவகுமாரனின் பிறப்பை எதிர்பார்த்துக் காத்திருந்தனர். எந்தக் காரியத்தை முன்னிட்டு அவர்கள் சிவ பார்வதி திருமணத்தை நடத்தி வைத்தார்களோ அது நிகழவில்லை. இனிமேலும் பொறுத்துக் கொள்ள முடியாது என்ற நிலையில் அவர்கள் அக்கினி தேவனை, ஈசனுக்கு சிவகுமாரனின் அவதாரம் குறித்து நினைவூட்டுமாறு அனுப்பினர். அவன் புறா வடிவம் கொண்டு கைலை மலையை நோக்கிப் பறந்தான்.

அங்கே ஒரு இடத்தில் சிவனும், பார்வதியும் ஏகாந்தமாக இன்பத்தில் மூழ்கிக் கிடந்தபோது, புறா வந்தது. அதைப் பார்த்த சிவபெருமான், யாரடா புறாவின் வடிவில் வந்திருப்பது என்று கோபம் கொண்டு எழுந்தார். அப்போது அவரது வீரியம் வெளிப்பட்டது. அந்தக் கணத்திலேயே அக்கினி தேவன் புறா வடிவத்தில் குமாரக் கடவுளின் அவதாரத்தை நினைவுபடுத்த வந்திருப்பதை அறிந்தார் ஈசன். கோபம் தணிந்தார், சாந்தம் கொண்டார், தனது வீரியத்தை ஏந்திச் சென்று கங்கையில் விடுமாறு அக்கினியைப் பணித்தார்.

அவன் சிவனார் வீரியத்தை வாயில் கவ்விக் கொண்டு பறந்தான்.

ஆனால் நீண்ட தொலைவு தாங்கிப் பறக்க வலுவில்லாமல் போகவே கங்கையில் விட அதுவும் தாங்கிக் கொள்ள முடியாமல் அது தர்ப்பைப் புற்கள் வளர்ந்திருந்த சரவணப் பொய்கையில் விட்டது. அப்பொழுது அழகும் இளமையும் கொண்ட சரவணன் தோன்றினான். அங்கே நீராட வந்த ராஜகன்னியர்கள் ஆறுபேர் இது என் குழந்தை, இது என் குழந்தை என்று போட்டி போட்டுக் கொண்டு குழந்தையைத் தூக்கிக் கொண்டனர். அவர்களிடையே சச்சரவு உண்டாக வேண்டாம் என்று விரும்பிய குமாரன் ஆறு குழந்தையாக மாறினான். அவர்கள் ஆளுக்கொரு குழந்தையை எடுத்தனர், அவர்களது இளமையான முலைகளில் பால் பொங்கியது. அவர்கள் குமாரனுக்கு தாய்ப்பால் கொடுத்தனர். ஆறு முகங்களோடு ஆறு கன்னியரிடம் பால் பருகியதால் அவருக்கு ஷண்மாதுரன் அதாவது ஆறுமுகன் என்று பேர் விளங்கியது.

ஆறு கன்னியர்களும் குழந்தைகளை அன்போடு வளர்த்து வந்தனர். இதனை நாரதர் மூலமாக அறிந்த பார்வதி பாசத்தோடு சென்று கார்த்திகைப் பெண்களிடம் வளரும் குமாரர்களைக் கண்டாள். அவர்கள் அறுவரையும் ஒன்றாகச் சேர்த்து அணைத்தாள். ஆறு குழந்தைகள் ஒரே குழந்தையாக மாறி ஒரு திருமுருகன் நின்றான். அவனுக்குப் பார்வதி மைந்தன், அக்கினி புத்திரன், கங்கா புத்திரன், சரவணபவன், ஷண்மாதுரன் என்று பல திருநாமங்கள் ஏற்பட்டன.

தேவர்கள் இந்தச் சுபச் செய்தியை அறிந்து அங்கே வந்து குமரக்கடவுளைப் பலவாறு தோத்திரங்கள் செய்து வணங்கி, தங்களுடைய சேனைக்கு தலைவராகி, தாருகனை அழிக்க யுத்தத்திற்குப் புறப்படுமாறு வேண்டினர். பரமேஸ்வரன் பலவிதமான அஸ்திரங்களைக் கொடுத்தார். பார்வதி தனது சக்தியை மைந்தனுக்கு அருளினாள். பிரம்மா, விஷ்ணுக்களும் பலவிதமான சக்தி ஆயுதங்களை அவருக்கு அளித்தனர். தேவர்கள் தங்கள் பயத்தை விட்டொழித்து, முருகப் பெருமான் தலைமையில் தாருகனை எதிர்த்து யுத்தம் செய்யப் படைதிரட்டிப் புறப்பட்டனர்.

சோணிதபுர நகருக்கு வெளியே தாருகன் படையும், தேவர்களின் சேனையும் மோதிக் கொண்டன. அசுரன்

பலவிதமான மாயத்தோற்றங்களை எடுத்து சிவமைந்தனுடன் போரிட்டான். அறுமுகன் தனது அஸ்திரங்களினால் அவனது மாயத்தோற்றங்களை அழித்தார். அவன் தோன்றியும் மறைந்தும் அவருடன் தொடர்ந்து போரிட்டான். வெற்றி தோல்வி இல்லாமல் தேவாசுர யுத்தம் பத்து நாட்கள் நடந்தது. யுத்தத்தை மேலும் நீட்டிக்க விரும்பாத குமரக் கடவுள், பெற்றோரை நினைத்து, சக்தி ஆயுதத்தைச் செலுத்த அது தாருகனை வதம் செய்தது. தேவர்கள் பூமாரி பொழிந்து வெற்றியைக் கொண்டாடினர். நிம்மதியோடு அமராவதியை அடைந்தனர். ஆனால் அந்த நிம்மதியும் சந்தோஷமும் நீண்ட நாட்களுக்கு நிலைக்கவில்லை. புதிதாக ஒரு பிரச்சனை முளைத்தது.

●●●

8

முப்புரம் எரித்தான் முக்கண்ணன்

தாருகன் இறந்ததால் கோபம் கொண்ட அவனது மூன்று புதல்வர்களான வித்யுன்மாலி, தாராகாட்சன், கமலாட்சன் ஆகிய மூவரும் தந்தையின் மரணத்திற்குக் காரணமான தேவர்களைப் பழிக்குப்பழி வாங்க முடிவெடுத்தனர். ஆயிரக்கணக்கான வருடங்கள் உடலை வருத்தி பிரம்மனைக் குறித்துக் கோரதவம் செய்தனர். அவர்களது உடலில் இருந்து கிளம்பிய தவக்கனல் தேவர்களை எரித்தது, அமராவதியைச் சுட்டது. தேவர்கள் பிரம்மனிடம் முறையிட அவர் உடனே அன்னவாகனம் ஏறி, அசுரர்கள் தவம் செய்யும் இடத்தை அடைந்து அவர்களுக்குத் தரிசனம் கொடுத்தார்.

என்ன வரம் வேண்டும் என்றார்? மூவரும் ஐயனே நாங்கள் இறவாத வரம் வேண்டும் என்றனர். பிரம்மா அவர்களைப் பார்த்து, பிறந்தவர்கள் இறந்து தான் ஆகவேண்டும் அதை மாற்ற என்னால் முடியாது. ஆகவே வேறு ஏதாவது வரம் கேளுங்கள் என்றார்.

ஐயனே! நினைத்த மாத்திரத்தில் நினைத்த இடத்திற்குப் பறந்து செல்லும் ஆற்றலுடைய மூன்று பட்டணங்கள் வேண்டும். அவை மூன்றும் ஆயிரம் வருடங்களுக்கு ஒருமுறைதான் ஒன்று சேர வேண்டும்.

அவைகள் ஒன்றாக இருக்கும் நேரத்தில் ஒரே பாணத்தினால் அவற்றை அழிக்கக்கூடிய ஒருவனால் மட்டுமே எங்களுக்கு மரணம் சம்பவிக்கவேண்டும் என்று வரம் கேட்டனர். அவர்கள் கேட்ட வரத்தைத் தந்தார் பிரம்மா.

அதோடு தேவதச்சனாகிய விசுவகர்மாவை அழைத்து, சகல வசதிகளோடு பட்டணத்தை நிர்மாணித்து அசுர குமாரர்களிடம் ஒப்படைக்குமாறு கட்டளையிட்டு மறைந்தார். தேவதச்சன் பொன், வெள்ளி, இரும்பு ஆகிய உலோகங்களைக் கொண்டு மூன்று பட்டணங்களைத் தயாரித்தான். தாரகனுக்கு பொன்னாலான காஞ் சனபுரி என்ற பட்டணத்தையும், கமலாட்சனுக்கு வெள்ளியால் ஆன இரசிதபுரி என்பதையும், வித்யுன்மாலிக்கு இரும்பாலான ஆயசபுரி என்பதையும் கொடுத்தான். இதில் காஞ்சனபுரி சொர்க்கத்திலும், இரசிதபுரி வானவெளியிலும், ஆயசபுரி பூமியிலும் சஞ்சரிக்கும் ஆற்றல் பெற்றிருந்தன.

அசுரகுமாரர்கள் தங்கள் பட்டணங்களில் உற்றார் உறவினரோடு குடியேறினர். நான்கு திசைகளிலும் இருந்த அசுரர்கள் அங்கே வந்து சேர்ந்தனர். மூன்று கோட்டைகளில் இரும்புக் கோட்டைக்கு அதிபதியான வித்யுன்மாலி நினைத்த இடத்திற்கு தனது பட்டணத்தை ஆகாயமார்க்கமாகக் கொண்டு சென்று இறக்கினான். பட்டணத்தின் அடியில் சிக்கிக் கொண்ட மக்களும், மாடு கன்றுகளும் உயிரிழந்தன.

எந்தச் சமயத்தில் கோட்டை வந்து இறங்குமோ? என்ற பயத்திலேயே மக்களும் காட்டில் வசித்த முனிவர்களும் திகிலோடு இருந்தனர். இரவில் கூட தூக்கம் கெட்டு தவித்தனர். இதனால் அவர்களால் யாக யக்ஞங்களை சரிவரச் செய்ய முடியவில்லை. பூலோகத்தில் யாககர்மங்கள் நடந்து தங்களுக்குத் தேவையான அவிர்ப்பாகம் கிடைக்காத காரணத்தினால் தேவர்கள் வலிமை இழந்தனர். தேவலோகம் களையிழந்தது. தேவர்களும் கின்னரர்களும் கூட எந்த நேரத்தில் வான மார்க்கமாகப் பறந்து செல்லும் அசுர பட்டணங்கள் தங்கள் மீது விழுமோ என்று அஞ்சி நடுங்கினர்.

இவ்வாறு பல ஆண்டுக்காலம் சென்றது, இறுதியில் தேவர்கள் அனைவரும் பிரம்மாவிடம் அசுரர்களின் துன்பத்தைத் தாங்கமுடியாமல் சென்று முறையிட்டனர். அவர் வரம் கொடுத்தவனே நான் தான், ஆனால் என்னால் அவர்களை

எதுவும் செய்ய முடியாது, வாருங்கள் நாம் மகாவிஷ்ணுவிடம் போகலாம் என்று சொல்லி அவர்களை அழைத்துக் கொண்டு வைகுந்தம் சென்றார். அனைவரும் நாராயணா என்று கைகூப்பி வணங்கி அவரைத் துதித்தனர். ஐயனே மூன்று கோட்டைகளினால் நாங்கள் படும் துன்பத்தில் இருந்து காக்க வேண்டும் என்று வேண்டினர்.

தேவர்களே! அசுரர்களை அழிப்பது அத்தனை எளிதானதல்ல. இது அந்த நெற்றிக்கண்ணனால் மட்டுமே முடியும் என்று சொல்லி சிவபூசை செய்து ஈசனை வழிபட்டனர். பூசையின் முடிவில் கோர சொரூபத்துடன் கூடிய எண்ணற்ற பூத கணங்கள் தோன்றின. நீங்கள் உடனே சென்று மூன்று அசுரர்களையும் அழித்து வாருங்கள் என்று உத்தரவிட்டார் திருமால்.

அவரது கட்டளையைக் கேட்டுவிட்டு சிவகணங்கள் அசையாமல் இருந்தன. ஆச்சரியத்தோடு என்ன காரணம் என்று கேட்டார் மகாவிஷ்ணு. பிரபோ அசுரர்கள் மூன்று காலமும் சிவபூசை செய்து வருகிறார்கள். அந்தப் பட்டணத்தில் இருப்பவர்களும் சிவபூசை செய்யத் தவறுவதில்லை. அவர்கள் எத்தனை கொடுமைகள் செய்த போதிலும் பாவங்கள் அவர்களை அண்டுவதில்லை ஆகவே எங்களால் அவர்களை அழிக்க முடியாது என்று சொல்லி பூதகணங்கள் மறைந்து விட்டன.

பிறகு மகாவிஷ்ணு ஒரு தனியிடத்தில் நிஷ்டையில் அமர்ந்தார். அவரிடமிருந்து ஒரு மாயாபுருஷன் தோன்றினான். மேலும் நான்கு பேரை உண்டாக்கி நீங்கள் இவருக்கு சிஷ்யராக இருங்கள் என்றார். பிறகு அவர்களை நோக்கி, நீங்கள் குருவும் சிஷ்யர்களுமாக வேடம் தாங்கி, அசுரபட்டணம் சென்று அங்குள்ளவர்களை மயக்கி, சிவபூசை செய்யாதவாறும், அவச் செயல்களிலும் ஈடுபடுமாறும் தூண்டுங்கள் என்றார்.

நாரதரும் அவர்களுடன் இணைந்து கொண்டார். அனைவரும் வித்யுன்மாலியைச் சந்தித்தனர். நாரதர் அசுரனைப் பார்த்து, இதோ நிற்பவர் லோககுரு. மற்றவர்கள் அவருடைய சிஷ்யர்கள். இவர் தர்மோபதேசம் செய்வதில் வல்லவர். இவருடைய ஆற்றலைக் கண்டு நானே இவரிடம் குருதீட்சை பெற்றுக் கொண்டேன் என்று சொல்லி அறிமுகம் செய்தார். நாரதரே சொன்னபிறகு வேறு என்ன வேண்டும் ஆகவே அவர்களை வித்யுன்மாலி வரவேற்று உபசரித்தான். தனக்கும் தீட்சை அளிக்க வேண்டும் என்று வேண்டினான்.

மாயாபுருஷன் அசுரனின் மனம் ஏற்குமாறு உபதேசம் செய்தான். அசுர வேந்தனே! நீயே சகல வல்லமை பெற்றவன். ஆகவே இன்னொரு தெய்வத்தை வழிபடுவது தேவையில்லை. அளவற்ற காலம் தவம் செய்து இந்தப் பலன்களை அடைந்த நீ அவைகளை அனுபவிக்க வேண்டாமா? ஆசார அனுஷ்டானங்கள், பூசைகள், விரதங்கள் ஆகிய இவைகள் சாதாரண மானுடர்களுக்குப் பொருந்தும். உனக்கு எதற்காக? என்று சொல்லி அவன் மனம் மாறுகின்ற அளவுக்கு மேலும் பல உதாரணங்கள் சொல்லி விளக்கினான்.

பாவங்கள் பலன் அளிக்க வேண்டிய காலம் நெருங்கிவிட்டதால் அசுரனின் மனம் மாறியது. சிவபூசையினால் எந்தப் பயனும் இல்லை, என்ற முடிவுக்கு வந்தான். ஆகவே சிவபூசை செய்வதை நிறுத்தினான் தன் பட்டணத்து மக்களும் சிவபூசை செய்யத் தேவையில்லை என்று ஆணையிட்டான். அவர்கள் சிவபூசை செய்து வந்து நேரங்களை கேளிக்கை, பொழுதுபோக்கு, களியாட்டங்கள், தகாத உறவு ஆகியவற்றில் செலவழித்தனர். தங்கள் வாழ்க்கையை மாற்றிக் கொண்டனர். பாவம் பெருகியது, அதர்மம் துளிர்விட்டது.

இதே நேரத்தில் தேவர்கள் அனைவரும் சிவபெருமானை அணுகி, திரிபுரங்களின் கொடுமையில் இருந்து தங்களைக் காக்க வேண்டும் என்று முறையிட்டனர். அவர்களைப் பார்த்த ஈசன், கவலை வேண்டாம். மகாவிஷ்ணு அனுப்பிய மாயாபுருஷனால் மக்களும் அசுரனும் சிவபூசை செய்வதை விட்டொழித்தனர். பாவ காரியங்களில் துணிந்து ஈடுபட்டு வருகின்றனர். இதுநாள் வரையில் அவர்களைப் பாதுகாத்த சிவபூசையின் பலன் இப்போது விலகி விட்டது. முப்புரங்கள் ஒன்று சேர நீங்கள் ஆயிரம் வருடங்கள் காத்திருக்க வேண்டியதில்லை.

இப்போதே சென்று அசுரனோடு போர் செய்வதற்கு ஏற்ற விதத்தில் ஒரு ரதத்தை தயார் செய்யுங்கள் என்றார். இதைக் கேட்டு மகிழ்ந்த தேவர்கள் ஈசன் ஏறிச் செல்வதற்கு ஏற்ற ரதமாக தங்களையே அர்ப்பணித்தனர். மந்தரகிரியே தேராகியது. சூரியனும் சந்திரனும் அந்த ரதத்தின் சக்கரங்கள். விந்திய மலை குடையாகியது. தேவர்கள் தேரின் அலங்காரப் பொருட்களாயினர். நான்கு வேதங்களே குதிரைகளாயின, பிரம்மா தேர்ப்பாகனாக, பிரணவமே குதிரைகளைச் செலுத்தும் சாட்டையாகியது.

கோனேரிராஜபுரம்

தஞ்சாவூர் மாடச் சிற்பம்

மேருமலை வில்லாக, வாசுகி அதன் நாணாக மாறியது. விஷ்ணு அம்பாக மாறினார். தேவியும் திரிபுர சம்ஹாரத்தை கண்டு களிக்க ஈசனின் அருகில் தேரில் அமர்ந்தாள். ஹீம் ரதம் புறப்படட்டும் என்று ஈசன் அனுமதி வழங்கினார். தேரில் மணிகளாக விளங்கிய சரஸ்வதி வேத கோஷம் எழுப்பி சப்தம் கொடுத்தாள். தேவர்கள் மலர்மாரி பொழிந்தனர். ரிஷிகளும் யோகிகளும் ஜெய் விஜயீ பவ என்று வாழ்த்தினர். தேர் அசுரப்பட்டணத்தை நெருங்கியது.

அப்போது கைலாயவாசன், தனது வில்லை வளைத்து டங்கார ஓசை எழுப்பினார். அதைக் கேட்டதும் அங்கங்கே சுற்றித் திரிந்த மூன்று பட்டணங்களும் ஒன்றை ஒன்று கவர்ந்து இழுப்பதைப் போல அருகருகே வந்து நின்றன. பிரபுவே இது தான் தருணம் என்றார் பிரம்மா. பாணத்தை நாணிலே பூட்டிய சிவபெருமான் கோபத்தோடு தனது நெற்றிக்கண்ணைத் திறந்தார். அதில் இருந்து புறப்பட்ட தீக்கொழுந்து முப்புரங்களையும் திகுதிகுவென்று எரித்து சாம்பலாக்கியது. அதன் உள்ளே இருந்த அசுரர்களும் எரிந்தனர். ஈசன் பாணத்தை செலுத்த நெருப்பை உமிழ்ந்து கொண்டு புறப்பட்ட பாசுபதாஸ்திரம் வித்யுன்மாலி முதலான மூன்று அசுரர்களையும் அழித்தது. இவ்வாறாக முப்புரங்களும் எரிய அசுரர்கள் அழிந்தனர். தேவர்களும் முனிவர்களும் முக்கண் முதல்வனைப் போற்றித் துதித்து அவரது பாதங்களில் விழுந்து பணிந்தனர். ஈசன் அவர்களுக்கு அநேக வரங்களை அளித்து விட்டு பார்வதியோடு கயிலாயம் திரும்பினார்.

●●●

௭

சிவலிங்க பூசை மகிமை

ஈசனின் மகிமைகளைக் காணவந்த தேவர்கள், எல்லாம் வல்ல இறைவனின் அருட்கடாட்சம் தங்களுக்கு எப்போதும் நிலைத்திருக்க லிங்க ஆராதனை செய்ய விரும்பினர். அவர்கள் மகாவிஷ்ணுவிடம் தங்களுக்கு சிவலிங்கம் கிடைக்கப் பிரார்த்தித்தனர். உடனே மகாவிஷ்ணு தேவதச்சனை அழைத்து, எங்கள் அந்தஸ்துக்கு ஏற்றார் போல ஒவ்வொருவருக்கும் சிவலிங்கங்களைச் செய்து தருக என்று ஆணையிட்டார். அவனும் அவ்வாறே செய்தளித்தான்.

இந்திரனுக்குப் பத்மராகத்தினால் செய்யப்பட்டதும், குபேரனுக்கு சுவர்ணத்தினால் ஆகியதும், யமனுக்கு கோமேதகத்தினால் ஆனதும் ஆன லிங்கத்தைப் பெற்றனர். இந்திர நீலத்தினால் ஆனதை மகாவிஷ்ணுவும், நீலத்தினால் செய்யப்பட்டதை வருணனும், சுவர்ணத்தினால் செய்யப்பட்டதை நான்முகனும், வெள்ளியால் ஆனதை அஷ்ட வசுக்களும், பித்தளை லிங்கத்தை வாயுவும், பார்த்திவ லிங்கத்தை அசுவினி தேவர்களும் அடைந்தனர்.

பிராம்மணர்கள் ஸ்படிக லிங்கத்தையும், துவாதச சித்தர்களும், சோமனும் முத்து லிங்கத்தையும், இலட்சுமி தேவி தாமிர லிங்கத்தையும், அக்கினி வஜ்ர லிங்கத்தையும், மயன் சந்தன லிங்கத்தையும், நாகர்கள் பவள லிங்கத்தையும், அரக்கர்கள் கோமயத்தினால் ஆன லிங்கத்தையும் அடைந்தனர்.

பார்வதிக்கு நவநீத லிங்கமும், பூத பிசாசங்களுக்கு இரும்பு லிங்கமும், நிருதிக்கு மரத்தினால் ஆன லிங்கமும், யோகிகள் பஸ்ம லிங்கத்தையும், சாயாதேவி மாவினால் செய்யப்பட்ட லிங்கத்தையும், சரஸ்வதி ரத்தின லிங்கத்தையும், விசுவகர்மா செய்து கொடுத்தான். அனைத்து தரப்பினரும் அவரவர்களுக்குக் கொடுக்கப்பட்ட லிங்கங்களைப் பயபக்தியோடு வாங்கி ஹர ஹர என்று உணர்ச்சி மேலிட்டு கோஷம் எழுப்பி துதித்தனர். பிறகு அவர்களுக்கு சிவபூசை குறித்து நான்முகன் உபதேசித்தார்.

அரிதரிது மானிடராகப் பிறப்பது அரிது. மானிடராகப் பிறந்தவர்கள் உடல் எடுத்ததன் பயனே கோயிலை வலம் வருவதும் சிவபூசை செய்வதும் தான். அவரவர் தாம் பிறந்த குலத்துக்கு ஏற்ப விதிக்கப்பட்ட கர்மாக்களை விடாமல் செய்து வரவேண்டும். பக்தியிலும் ஞானத்திலும் மூழ்கிய ஒருவன் தனது மனத்தில் சிவலிங்கத்தைக் காணலாம். அது ஸ்தூலமான கண்ணுக்குப் புலப்படுவது பாஹ்யலிங்கம், ஞானக்கண்ணால் மட்டுமே பார்க்கக்கூடியது அந்தர லிங்கம். அஞ்ஞானிகளுக்கு பாஹ்ய லிங்க பூசையே விதிக்கப்பட்டுள்ளது. ஞானிகளுக்கு ஆராதனை தேவையில்லை. ஞானம் இல்லாதவனுக்கு விக்கிரக ஆராதனை அவசியம். உருவ வழிபாடு செய்வதன் மூலமாக தனது பாவங்களைப் போக்கிக் கொண்ட பின்னரே ஒருவன் ஞான மார்க்கத்தில் நுழைய முடியும்.

இல்லறத்தில் இருப்பவர்களுக்கு விக்கிரக வழிபாடே விதிக்கப்பட்டுள்ளது. வேரிலே ஊற்றப்படும் நீர் எப்படி மரம் முழுவதற்கும் சென்று கிளை, இலைகள் ஆகியவற்றை போஷிக்கிறதோ அதேவிதமாக சிவபூசை ஒன்றை செய்வதன் மூலமாகவே அனைத்து தேவர்களும் திருப்தி அடைகின்றனர்.

தினமும் சூரியோதயத்திற்கு முன்னால் எழுந்து தேக சுத்தி செய்து கொண்டு குளிர்ந்த நீரில் குளிக்க வேண்டும். ஞாயிற்றுக்கிழமை, சிரார்த்த தினம், கிரகண தினங்கள், உபவாச தினங்கள் ஆகிய நாட்களில் வெந்நீரில் நீராடுவது கூடாது. அது போலவே எண்ணெய் ஸ்நானத்திற்கும் விதிகள் உள்ளன. ஞாயிற்றுக் கிழமை எண்ணெய் தேய்த்துக் குளித்தால் ரோகம் உண்டாகும். திங்கட் கிழமை தேஜஸ் அளிக்கும், செவ்வாய் ஆயுள் குறையும், புதன் லட்சுமி கடாட்சம் பெருகும்,

வியாழன் தரித்திரம், வெள்ளி தேக ஆரோக்கியம் கெடும் என்று சாஸ்திரங்கள் தெரிவிக்கின்றன.

நீராடலுக்குப் பிறகு சுத்தமான ஆடை உடுத்தி, விபூதி தரித்து பூசைக்கு அமர வேண்டும். முதலில் விநாயரை சிவந்த மலர்களினால் அர்ச்சித்து பிறகு முறைப்படி நந்தி கேசர், துவாரபாலகர்கள், பார்வதி ஆகியோரை வழிபட வேண்டும். இறுதியில் லிங்க ரூபத்தில் இருக்கும் ஈசனை பூஜிக்கத் தொடங்க வேண்டும்.

ஈசனை மந்திரங்கள் சொல்லி லிங்கத்தில் ஆவாகனம் செய்ய வேண்டும், அர்க்கியம் விட்டு, அத்தர், பன்னீர், சந்தனம் முதலான பரிமள திரவியங்களினால் அபிஷேகம் செய்ய வேண்டும். பிறகு சுத்த நீரால் அபிஷேகம் செய்ய வேண்டும்.

வடித்தெடுத்த நீரானது கங்காநீருக்குச் சமமானது. ஆகவே வடித்தெடுத்த நீரில் வாசனைத் திரவியங்களையும், புஷ்பங்களையும் போட்டு திருவருளாகிய ஞானமே நீரெனப் பாவித்து அபிஷேகம் செய்தால் மும்மலங்கள் அற்றுப் போகும்.

★ சந்தனத்தினால் அபிஷேகம் செய்தால் சுகத்தைப் பெறலாம்

★ அரிசி மாவினால் அபிஷேகம் செய்பவர்கள் மலநாசம் அடைவார்கள்

★ ஆமலகத்தினால் அபிஷேகம் செய்பவர்கள் ரோகம் நீங்கப் பெறுவர்

★ மஞ்சள் மாவினால் அபிஷேகம் செய்தால் ராஜ வசியம் ஏற்படும்

★ பஞ்சகவ்யத்தினால் அபிஷேகம் செய்பவர்கள் ஆன்மசுத்தி பெறுவார்கள்

★ ரசபஞ்சாமிர்தம் கொண்டு அபிஷேகம் செய்தால் வெற்றி நிச்சயம்

★ பலபஞ்சாமிர்தம் கொண்டு அபிஷேகம் செய்தால் செல்வம் பெருகும்

★ பாலினால் அபிஷேகம் செய்தால் ஆயுள் விருத்தி உண்டாகும்

★ தயிரினால் அபிஷேகம் செய்தால் மக்கள் பேறு உண்டாகும்

★ நெய்யினால் அபிஷேகம் செய்பவர்கள் மோட்சப் பேறு அடைவர்

★ தேனினால் அபிஷேகம் செய்தவர்கள் சங்கீதவன்மை பெறுவர்

★ கருப்பஞ்சாற்றினால் அபிஷேகம் செய்தவர்கள் நித்யசுகத்தை அடைவர்

★ சர்க்கரையால் அபிஷேகம் செய்தவர்கள் சத்ரு நாசத்தை அடைவர்

★ வாழைப்பழத்தினால் அபிஷேகம் செய்தால் விளைச்சல் பெருகும்

★ பலாப்பழத்தினால் அபிஷேகம் செய்தால் லோக வசியம் ஏற்படும்

★ மாம்பழத்தினால் அபிஷேகம் செய்தால் சகலவிதமான வெற்றி உண்டாகும்

★ மாதுளம்பழத்தினால் அபிஷேகம் செய்தால் பகைநீக்கம் ஏற்படும்

★ கிடாரம்பழம், நாரத்தம் பழம் ஆகியவை நல்ல புத்தியைத் தரும்

★ எலுமிச்சம்பழத்தினால் அபிஷேகம் செய்தால் யமபயம் நீங்கும்.

★ தேங்காய்த் துருவல், அன்னம் ஆகியவை அரசுரிமைகள் தரும்

★ இளநீரால் அபிஷேகம் செய்தால் நல்ல பிள்ளைகள் பிறக்கும்

★ கோரோசனையால் அபிஷேகம் செய்தால் தீர்க்காயுளைப் பெறுவர்

★ பச்சைக்கற்பூர அபிஷேகம் பயநாசத்தை ஏற்படும்

★ கஸ்தூரியால் அபிஷேகம் செய்தால் வெற்றி கிடைக்கும்.

பனிநீரினால் அபிஷேகித்தால் சாலோக்கியம் கிட்டும். சாலோகம் என்பது முக்தியின் நான்கு நிலைகளில் ஒன்று. இது இறைவன் இருக்கும் இடத்தில் இருக்கின்ற நிலை. தேவர்கள் உலகத்தில் வாழ்வது சாலோகம் எனப்படும்.

சந்தனக் குழம்பினால் அபிஷேகம் செய்தால் சாயுச்சியம் அடைவர். இது இறைவனுடன் இரண்டறக் கலக்கின்ற நிலை.

சகஸ்ரதாரா அபிஷேகம் செய்தவர்கள் ஞானத்தை அடைவர்.

பிறகு வாசனை மிகுந்த மலர்களினால் ஈசனை அர்ச்சனை செய்ய வேண்டும்.

வெள்ளெருக்கு, வெள்ளையலரி, பிச்சி, சிறுசண்பகம், மந்தாரை, கொக்கிறகு, புன்னை, நந்தியாவட்டை, மல்லிகை, முல்லை, தும்பை ஆகிய வெள்ளைப் பூக்கள் சத்துவ குணம் கொண்டவை. இவைகளைக் கொண்டு மாலை, நடுநிசி, அதிகாலையாகிய உஷைக்காலம் ஆகிய நேரங்களில் பெருமானை அர்ச்சனை செய்தவர்கள் மோட்சத்தை அடைவார்கள்.

பாதிரி, செந்தாமரை, பட்டி, செவ்வலரி, செங்கடம்பு, என்பவை சிவப்பு நிறப் புஷ்பங்கள். இவைகள் ராஜச குணம் கொண்டவை. இந்தப் பூக்களினால் ராஜச காலமாகிய மத்தியான வேளையில் அர்ச்சனை செய்தவர்கள் ராஜபோக வாழ்க்கையை அடைவார்கள்.

கொன்றை, செண்பகம், பொன்மத்தை ஆகியவை பொன்னிறம் கொண்ட மலர்கள். இவைகள் ராஜச சாத்வீக குணம் கொண்டவை. இந்த பூக்களினால் பிராதக் காலங்களில் அர்ச்சனை செய்தால் போகம், மோட்சம் இரண்டையும் பெறுவர்.

வில்வம், துளசி, இருவேலிவேர், மருக்கொழுந்து, அறுகு, பச்சை, முதலிய தாமச, ராஜச குணம் கொண்ட பச்சை நிற இலைகளைக் கொண்டு அர்ச்சனை செய்பவர்கள் போகத்தையும், மோட்சத்தையும் பெறுவர்.

நீலோற்பலம் தவிர மற்றைய நீலமலர்கள், கருமலர்கள் ஆகியவை பூசைக்குத் தகுதியில்லாத தாமச குணம் கொண்டவை,

ஆகவே அவைகளைக் கொண்டு பெருமானுக்கு அர்ச்சனை செய்வது கூடாது. மீறிச் செய்பவர்கள் பாவம் அடைவர்.

அர்ச்சனை புஷ்பங்கள் தரும் பலன்கள்

அட்சதை சத்ரு பயத்தைப் போக்கி ஜயத்தைத் தரும்

அறுகு சகலவிதமான தோஷங்களையும் போக்கும்

எள்ளுப்பூ பிரமகத்தி தோஷத்தை நீக்கும்

கொன்றைப்பூ மாதாவால் ஏற்பட்ட தோஷத்தை விலக்கும்

வெள்ளெருக்கம்பூ அன்னிய ஸ்திரீகளினால் ஏற்பட்ட தோஷம் போக்கும்

நீலோற்பலம் வாக்கினால் ஏற்பட்ட தோஷங்களைப் போக்கும்

குங்குமப்பூ நவக்கிரகப் பீடைகளை நீக்கும்

வில்வம் பொய் சொன்ன பாவம் போக்கும்.

கோங்கம்பூ கள்ளுண்ட பாவம் போக்கும்

கத்திரப்பத்திரம் குஷ்டரோகம் போக்கும்

நெய்தல் மற்றும் நெல்லி ஆகியவை நோய்களை நீக்கும்

துளசி வறுமை போக்கும்

தும்பைப்பூ பசுவைக் கொன்ற பாவத்தையும்

பலாசம்பூ பொன்திருடிய பாவத்தையும் போக்கும்.

செண்பகம் மற்றும் தாழம்பூ ஆகிய இரண்டு மலர்களும் சிவபூசைக்கு விலக்கப்பட்டவை. அதன் காரணத்தைச் சொல்கிறேன் என்று சூத முனிவர் சொல்ல ஆரம்பித்தார்.

●●●

10

சீதை சமர்ப்பித்த பிண்டம்

ஸ்ரீராமபிரான் சீதையோடு கானகத்தில் பல்குனி நதி தீரத்தில் இருந்தபோது அவருடைய தந்தையின் சிரார்த்த தினம் வந்தது. அரிசி வாழைக்காய் ஆகியவற்றைச் சேகரித்து வருமாறு லட்சுமணனை அனுப்பிய ராமபிரான், வேறு வேலைகளைக் கவனித்தார். வெகுநேரமாகியும் லட்சுமணன் வராமல் போகவே அவனைத் தேடிப் புறப்பட்டார்.

சிரார்த்த காலம் நெருங்கி விட்டது, இருவரும் வரவில்லை. சீதைக்கு சிரார்த்தம் செய்ய முடியாமல் போய்விடுமோ என்ற அச்சம் ஏற்பட்டது. அப்போது அவளுக்கு சிரார்த்த விதி நினைவுக்கு வந்தது. தர்பசம், இங்குதி என்ற பழங்களை வேகவைத்து அவற்றினால் கிடைக்கும் மாவை வைத்து பிண்டம் செய்து பிதுர்களுக்குச் சமர்ப்பித்தால் சிரார்த்தம் செய்த பலன் கிடைக்கும் என்பதே அது.

தவியாய் தவித்த சீதை, அந்தப் பழங்களை தேடி எடுத்து வேகவைத்து பிண்டம் தயாரித்து வைத்தாள். அப்போதும் ராமலட்சுமணர்கள் வரவில்லை. சிரார்த்த நேரத்தில் இந்த பிண்டத்தை வைத்து விடுவோம். அவர்கள் வந்ததும் முறைப்படி செய்து கொள்ளட்டும் என்று நினைத்தாள். அதே நேரத்தில் மிகவும் பிரகாசமான ஒளியில் பிதுர்க்கள் தோன்றினர். சீதே நீ பிண்டத்தை சமர்ப்பிக்கலாம். நாங்கள் பூரணத் திருப்தியோடு ஏற்றுக் கொண்டு ஆசி வழங்குகிறோம் என்றனர்.

இதை என் கணவர் நம்பமாட்டாரே என்ன செய்ய? என்று சொல்லித் தயங்கினாள் சீதை. தகுந்தவர்களைச் சாட்சி வைத்துக் கொண்டு செய் என்றார் மாமனாராகிய தசரத சக்கரவர்த்தி. அவ்வாறே பல்குனிநதி, பசு, அக்கினி, தாழை ஆகிய நான்கையும் சாட்சியாக வைத்துக்கொண்டு சீதை பிதுர்களுக்குப் பிண்டம் சமர்ப்பித்தாள். அதைப் பெற்றுக் கொண்டு பிதுருக்கள் சென்றுவிட்டனர். சிறிது நேரத்தில் ஸ்ரீராமபிரான் திரும்பி வந்தார். சீதே விரைவாக காரியங்களைச் செய், உனது மாமனார் வருவார் என்றார்.

சிரார்த்தம் நடந்து விட்டது; என் கையால் அவர்கள் பிண்டம் வாங்கிக்கொண்டு சென்றுவிட்டனர் என்றாள் சீதை. ராமபிரான் இதைக் கேட்டு ஆச்சரியம் அடைந்தார். நாங்கள் எவ்வளவோ சிரத்தையோடு சாஸ்திரப்படி செய்தால் கூட பிதுருக்கள் நேரில் வருவதில்லை. அப்படியிருக்க உன் கண்ணெதிரில் தோன்றி பிண்டம் வாங்கியதாகச் சொல்கிறாயே? இது உளறல் அல்லவா? என்றார் கோபத்தோடு. பிறகு உனது சமாதானம் எதுவும் வேண்டாம் சீக்கிரமாக சமையலை முடி என்றார். நான்கு பேரை சாட்சி வைத்துக் கொண்டு தான் பிண்டத்தைக் கொடுத்தேன் என்று சொல்வதற்குப் பயந்து சீதை மவுனமாக சமையல் வேலைகளை செய்து முடித்தாள்.

ராமர் நீராடி சங்கல்பம் செய்து கொண்டு, சிரார்த்தத்திற்காக பிராம்மணர்களை ஆவாகனம் செய்தபோது, வானத்தில் இருந்து, மகனே மறுபடியும் ஏன் எங்களை அழைக்கிறாய்? ஜானகி கொடுத்த பிண்டத்தினால் நாங்கள் பரம திருப்தி அடைந்து விட்டோம் என்று ஒரு ஒலி எழுந்தது. அதையும் நம்பாமல் ராமர் நின்றபோது சூரியனே மனித வடிவத்தில் தோன்றி, ராமா நீ ஏன் மறுபடியும் சிரார்த்தம் செய்கிறாய் என்றான்.

சீதையைப் பார்த்து ராமர் மகிழ்ச்சி அடைந்தார், நீயே புண்ணியசாலி என்று பாராட்டினார். நடந்தவைகளைச் சொன்ன சீதை தகுந்த நேரத்தில் சாட்சிகள் நான்கும் பேசாமல் இருந்ததை தெரிவித்தாள். அதனால் கோபம் கொண்ட அவள், பலகுனி நதியே நீ பிரவாகம் இல்லாமல் போகக்கடவது, தாழம்பூவே நீ என்னால் வழிபாடு செய்யப்படும் சிவபெருமானுக்கு விலக்கப்பட்ட மலராவாய். வாய் இருந்தும் சாட்சி சொல்லாத பசுவே உன்

முகத்தில் இருந்த லட்சுமிகரம் இனிமேல் உனது பின்பக்கம் செல்லட்டும், அக்கினியே புனிதமான ஹோமத்திரவியங்களை உண்டுவந்த நீ, இனிமேல் சுத்தம் அசுத்தம் என்ற பாகுபாடு இல்லாமல் எல்லாவற்றையும் தின்று தீர்ப்பாயாக! என்று சாபம் கொடுத்தாள். இதன் காரணமாகத்தான் தாழம்பூவை சிவபெருமான் ஏற்பதில்லை என்று கூறப்படுகிறது.

இவ்வாறே சண்பகப்பூவிற்கும் நாரதரால் ஒரு சாபம் ஏற்பட்டது. சிவபெருமான் கோகர்ணேஸ்வரர் என்ற திருப்பெயரோடு எழுந்தருளியிருந்த தலத்திற்கு நாரதர் அவரைத் தரிசனம் செய்ய வந்தார். வாசலில் செண்பகமரத்தின் அடியில் ஒரு அந்தணன் பாத்திரத்தோடு நிற்பதைப் பார்த்தார். எதற்காக இங்கே நிற்கிறாய் என்றார்.

அவன் சண்பகப் பூக்களைப் பறித்து ஈசனை அர்ச்சனை செய்வதற்காக வந்திருந்தான், ஆனால் அதை மறைத்து பிட்சை ஏற்க வந்திருப்பதாகப் பொய் சொன்னான். நாரதர் அதை நம்பி கோயிலுக்குள் சென்று ஈசனைத் தொழுதுவிட்டு வெளியே வந்தார். அதற்குள் அந்தப் பிராம்மணன் சண்பகப் பூக்களைப் பறித்துக் கொண்டு பாத்திரத்தை நாரதர் பார்க்காமல் மறைத்தபடி எதிரே வந்தான். ஏன் திரும்பி விட்டீர் என்றார் நாரதர். பிட்சை ஒன்றும் கிடைக்காததால் திரும்பிச் செல்கிறேன் என்றான் அவன்.

இதை நம்பாத நாரதர் நேராக சண்பக மரத்திடம் சென்று மரமே அந்த வேதியர் யார்? எதற்காக உன்னிடமிருந்த மலர்களைப் பறித்தார்? என்று கேட்க அந்த மரமோ அவர் யாரோ? நீர் எதற்காக என்னை இந்தக் கேள்விகளைக் கேட்கிறீர்? என்றது.

தனக்கு முன்னால் வந்த பிராம்மணன் சண்பக மலர்கள் கொண்டு ஈசனை அர்ச்சனை செய்து விட்டுப் போய்விட்டதை நாரதர் ஞானதிருஷ்டியினால் அறிந்து கோபம் கொண்டார். அதே நேரத்தில் மற்றொரு அந்தணர் அர்ச்சனை செய்ய மலர்களோடு வந்தார். அவரைப் பார்த்து இங்கே ஏற்கெனவே பூசைகள் நடத்தப்பட்டு இருக்கிறதே அதை யார் செய்தது என்று கேட்டார்.

ஐயனே, நான் மோட்சம்பெறும் பொருட்டு ஈசனை அர்ச்சனை செய்ய வந்தேன். ஆனால் சற்று முன்னால் வந்த வேதியர், அரசனிடம் நல்லமதிப்பு ஏற்படும் என்பதால் தினமும் நூற்றியொரு சண்பக மலர்களைக் கொண்டு ஈசனைப் பூசித்து வருகிறார். அவ்வாறு வழிபட்டு அவர் அந்தணர்களுக்குத் தானம் செய்வதை மேற்பார்வை இடும் உயர்ந்த பதவியில் இருக்கிறார். ஆனால் அந்தணராகப் பிறந்த போதிலும் அவர் செய்யும் பாவங்கள் அளவற்றவை. ஏழை எளியவர்களின் வயிற்றில் அடித்து பொருளைச் சேர்க்கிறார். தானம் தருகின்ற பொருளில் பாதியை அவருக்குக் கொடுத்துவிட வேண்டும். ஒவ்வொருவரும் அவ்வாறே கொடுத்து வருகிறார்கள். இந்த முறையற்ற வழியில் ஏராளமான பொருட்செல்வம் சேர்த்திருக்கிறார்.

நாளுக்கு நாள் அவரது தொல்லைகளைப் பொறுக்க முடியாமல் மக்கள் அவதிப்பட்டு குமுறுகிறார்கள் என்று விளக்கியபோது அங்கே வந்த பெண்மணி, நாரதரைப் பார்த்து ஐயா தங்களைப் பார்த்தால் வேதம் படித்தவராகத் தோன்றுகிறது. என் கஷ்டத்தை உங்களிடம் சொன்னால் மனதுக்கு ஆறுதல் அதனால் சொல்கிறேன். எனது கணவருக்கு காலில் அடிபட்டு நடக்கமுடியாது. அதனால் வருமானத்திற்கு வழியில்லாத நிலையில் அரசன் தரும் தானங்களைப் பெறலாம் என்று அங்கே சென்றோம். இவர் அங்கே கண்காணியாக இருந்து தானம் பெறுகிறவர்களை அடக்கி ஒடுக்கி மிரட்டி எல்லாவற்றையும் பிடுங்கிக் கொள்கிறார். எங்களுக்கு அரசன் கன்றோடு கூடிய பசுமாட்டைத் தானம் அளித்தான்.

எங்களுக்கு அளிக்கப்பட்ட பொருளில் பாதியை வாங்கிக் கொண்ட இவர், இப்போது பசுமாட்டிலும் பங்கு கேட்கிறார். அரசனிடம் இவரைப் பற்றி முறையிடலாம் என்றால் அவரை நெருங்க விடாமல் இவரே எங்களைத் துரத்தி அடிக்கிறார்.

இந்தத் தெய்வம் அந்தத் துராத்மா செய்யும் சண்பகமலர் அர்ச்சனையை ஏற்று அவனுக்கு இன்னும் அருள்பாலிக்கிறார். இதற்கு விடிவுகாலம் எப்போது வருமோ? என்று கண்ணீர் விட்டுப் புலம்பினாள். நாரதரின் உள்ளம் நெகிழ்ந்தது. ஈசனைப் பார்த்து பிரபோ இந்த அக்கிரமத்தை இன்னமும் அனுமதிப்பது ஏன்? என்று கேட்டார். அதற்கு ஈசன், நாரதா! அவன் பெரும் பாவியாக

இருக்கலாம். ஆனாலும் சிவபூசை செய்து சிவபக்தனாக விளங்குகிறான். அதனால் அவன் செய்த பாவங்களின் பலனை முதலில் அனுபவித்து தீர்த்தபிறகு சிவபூசையின் பலன்களை அனுபவிக்கட்டும் என்றார்.

நாரதர் உடனே ஆள் அனுப்பி அந்த துஷ்டனை ஆலயத்திற்கு வரவழைத்தார். அவனைப் பார்த்து மற்றவர்களைச் சுரண்டிப் பிழைத்து, உன் அரசாங்கப் பதவியையும் துஷ்பிரயோகம் செய்து வருகிறாய். இந்த அரக்க குணத்திற்காக நீ அரக்கனாகப் பிறக்கக் கடவாய் என்று சாபமிட்டார். இதைக் கேட்டு பயந்து நடுங்கிய அவன் தனது தவறை உணர்ந்தான், அவரது கால்களில் விழுந்து சாபவிமோசனம் வேண்டினான்.

இரக்கம் கொண்ட நாரதர், வேதியரே நீர் செய்த பாவங்களுக்கான பலனை அனுபவித்துத்தான் ஆக வேண்டும். நீ விராடன் என்ற பெயரில் கானகத்தில் அரக்கனாகத் திரிந்து வருவாய். உனக்கு ராமபிரானின் தரிசனம் கிடைக்கும். அதனால் உனது பாவங்கள் தீரும், சிவபூசை செய்ததன் பலனைப் பெற்று திவ்ய சொரூபம் அடைவாய் என்றார். பிறகு நாரதர் செண்பக மரத்திடம் சென்று ஏ விருட்சமே! நான் கேட்டபோது பதில் கூறாமல் இருந்து துஷ்டனுக்குத் துணை செய்த காரணத்தினால் இன்று முதல் உனது பூக்கள் சிவபூசைக்கு ஏற்றதாக இல்லாமல் போகட்டும் என்று சாபம் கொடுத்தார். நாரதர் கொடுத்த சாபத்தினால் தான் செண்பக மலரை சிவபூசைக்குப் பயன்படுத்துவதில்லை.

இன்னும் சிவபூசையின் மகிமை மற்றும் பெருமைகளை விளக்கிக் கூறிவிட்டு பிரம்மதேவர் தனது சத்தியலோகம் சென்றார். அது முதல் மண்ணக மைந்தரும், விண்ணக தேவர்களும் சிவபூசையில் ஊக்கத்தோடு ஈடுபட ஆரம்பித்தனர்.

●●●

11

கணன் பிறந்தார், யானைத் தலை பெற்றார்

பார்வதி தேவியின் தோழிகள், அம்மா சிவபெருமானுக்குப் பணிவிடை செய்ய நந்திதேவர் இருப்பது போல உங்களுக்கும் ஒரு ஆள் இருந்தால் நன்றாக இருக்கும். உங்களுக்கும் நந்தி தேவரே காவலுக்கு இருக்கிறார். ஆனால் அவர் உங்கள் கட்டளையை ஏற்காமல் எப்போதும் ஈசன் கட்டளைக்கே அதிக முக்கியத்துவம் கொடுக்கிறார் என்று தூபமிட்டனர். அவர்கள் சொல்வது சரியென்றே தேவிக்குத் தோன்றியது. தனக்கும் பிரத்தியேகமாக ஒரு காவலாளி இருப்பது அவசியம் என்ற முடிவுக்கு வந்தாள் தேவி.

ஒருநாள் சிவபெருமான் வெளியே சென்றிருந்த சமயம் பார்வதிதேவி நீராடச் சென்றார். அப்போது தனக்கு காவல்காக்க ஒருவரும் இல்லையென்பதால், தனது நீராட்டுக்காக வைக்கப்பட்டிருந்த சந்தனக் குழம்பை எடுத்து ஒரு உருவம் உருவாக்கி அனுக்கிரகத்தால் அதற்கு உயிரூட்டினார். அவரால் உயிரூட்டப்பட்டதால் அவ்வுருவம் அவரது பிள்ளை ஆகிவிட்டது.

அந்தப் பிள்ளையைப் பார்த்து, என் அனுமதி இல்லாமல் அந்தப்புரத்திற்குள் நீ யாரையும் உள்ளே அனுமதிக்கக்கூடாது. நந்திதேவர் காவலுக்கு இருந்தபோது சிவனாரை அனுமதித்து விட்டார். ஆனால் நீ என்னால் தோற்றுவிக்கப்பட்ட பிரிய மைந்தன். என் சொல்லுக்கு

மட்டுமே கட்டுப்பட்டு நடக்க வேண்டும் புரிகிறதா என்று சொல்லி அவனை உச்சி மோந்தாள்.

கணனும் அவளை வணங்கி தாயே உங்கள் சொற்படியே நடக்கிறேன் என்றான் பணிவோடு. சிலநாட்களுக்குப் பிறகு பார்வதி தேவி, ஒரு நாள் வழக்கப்படி நீராடச் சென்று விட்டார். அச்சமயம் அங்கு வந்த சிவபெருமானைப் பிள்ளையார் உள்ளே செல்ல அனுமதிக்கவில்லை. அடேய் நீ யார் என்னை அனுமதிக்க, நான் யார் தெரியுமா? நான் அவளுடைய கணவன் என்று மிரட்டினார். ஆனால் அம்மாவின் அனுமதி இல்லாமல் யாரையும் அனுமதிக்க மாட்டேன் என்று சொல்லி சிவபெருமானை கணன் தடுத்து நிறுத்தினார்.

சிவபெருமான் தனது பூத கணங்களைப் பார்த்து இவனுக்கு பாடம் புகட்டுங்கள் என்றார். உடனே அவைகள் கணனை நெருங்கி பல விதமான ஆயுதங்களைக் கொண்டு தாக்கின. உடனே கணன் தேவி தனக்கு அளித்த தண்டத்தை கையில் எடுத்து சுழற்றி அந்தப் பூதங்களை விரட்டி அடித்தான். பூத கணங்கள் தோல்வி அடைந்தது கண்டு நந்திதேவர் வந்தார். கணனை அடித்தார். உடனே கணன் அவரை விரட்டிவிட்டான். அவர் சிவபெருமானிடம் சென்று வந்திருப்பது சாதாரண வீரன் அல்ல மிகவும் வலிமை வாய்ந்தவன். நமது பூத கணங்களை புடைத்தெடுக்கிறான் என்று அச்சத்தோடு தெரிவித்தார். அந்த நேரத்தில் நடந்தவைகளைக் கேள்விப்பட்டு விஷ்ணுவும், பிரம்மாவும் கூட கைலாயத்திற்கு வந்து விட்டனர். சிவபெருமான் கடுமையான கோபம் கொண்டார். உடனே பார்வதியைப் பார்க்க விரும்பி புறப்பட்டார், அவருடன் விஷ்ணுவும், நான்முகனும் சென்றனர்.

வாசலில் காவலுக்கு நின்ற கணனைப் பார்த்து சிவகணங்களை இப்படி அடித்துத் துரத்தலாமா? என்று நியாயம் கேட்க பிரம்மா அருகில் வந்தார். அவரது பெரிய மீசையைப் பற்றி இழுத்த கணன் அவரை ஒரு சுற்று சுற்றினான். அவர் ஐயோ என்னை விடு நான் உன்னுடன் சண்டை போட வரவில்லை, வயதான என்னுடன் இப்படி விளையாடலாமா? என்று சொல்லி அடிபடாமல் நழுவினார்.

இதனால் கோபம் கொண்ட இந்திரன், சுப்பிரமணியர் ஆகியோரைத் தலைவராகக் கொண்டு தனது பூத பிசாச சேனைகளை அனுப்பினார். இதே நேரத்தில் அந்தப்புரத்தில் இருந்த பார்வதி வாசலில் நடைபெற்ற சச்சரவு குறித்து சேடியர் மூலமாக அறிந்தாள். தனது பிள்ளை மிகச் சரியாக நடக்கிறான். ஆனால் சிவகணங்கள் அடாத செய்கை செய்கின்றன என்று நினைத்தாள். ஆகவே இரண்டு சக்திகளை சங்கல்பமாத்திரத்தில் தோற்றுவித்தாள். நீங்கள் இருவரும் வாசலுக்குச் சென்று கணனுக்கு உதவுங்கள் என்று ஆணையிட்டு அனுப்பி வைத்தாள்.

அதில் ஒரு சக்தி கரிய மலைபோன்ற மேனியும், முகத்தில் குகை போன்ற திறந்த வாயும், கொண்டவளாக இருந்தாள். அதனால் தன் அருகே வந்த சிவகணங்களை லட்டு போல எடுத்து விழுங்கினாள். மற்றொருத்தி மின்னலைப் போன்ற மேனியும் ஆயிரம் கைகளும் கொண்டிருந்தாள். அவள் தேவர்கள் வீசும் அம்புகளையும் ஆயுதங்களையும் நொடிப்பொழுதில் தடுத்து, அவர்கள் மீதே திரும்ப அடித்தாள். இதே நேரத்தில் கணனாகிய பிள்ளையார் இரும்பு உலக்கை ஒன்றை எடுத்துக் கொண்டு எதிரிகளைத் துவம்சம் செய்தார்.

இவனை அடக்காவிட்டால் மகாபிரளயம் வரும் என்று சொல்லி விட்டு போருக்கு வந்தவர்கள் சிவனைப் பணிந்து நின்றனர். மகாவிஷ்ணு இவனைத் தந்திரத்தினால் அடக்க வேண்டும் அவனை நான் மோகம் கொள்ளச் செய்கிறேன் நீங்கள் அடியுங்கள் என்று சொல்லி எதிரே சென்றார். அவரைப் பார்த்த பிள்ளையார் வாரும் கபடவேடதாரியே என்று சொல்லி கதாயுதத்தினால் அவரை ஒரு அறைவிட்டார். விஷ்ணு எதிரே நிற்கமுடியாமல் ஓடிப்போனார். தன் சக்கரத்தை கணன் மீது ஏவ

முயற்சி செய்தார். இதை அறிந்த கணன், தன் கையில் இருந்த பாரிச ஆயுதத்தை சக்தியை நினைத்து ஏவ, அது விஷ்ணு சக்கரத்தைப் பொடிபொடியாக்கிவிட்டது. உடனே ஆத்திரமும் கோபமும் கொண்டு விஷ்ணு மற்றொரு சக்கரத்தை ஏந்தி கணனைத் தாக்க முன்வந்தார். இனிமேல் பொறுக்க முடியாது என்ற நிலையில் ஈசன் தன் கையில் இருந்த திரிசூலத்தை வீச, அது கணன் தலையைக் கொய்து தள்ளியது. பூத கணங்கள் மகிழ்ச்சியில் ஆரவாரம் செய்தன.

ஆரவாரம் கேட்டு, நீராடி முடிந்ததும் தேவியார் வெளியே வந்து பிள்ளையார், தலை இல்லாமல் கிடந்த கோலத்தைக் கண்டு கோபமும், ஆவேசமும் கொண்டார். தான் உருவாக்கிய பிள்ளையாரைச் சிவனே சிதைத்து விட்டதை அறிந்த அவர் காளியாக மாறி உருவம் எடுத்து வெளியேறி மூவுலகிலும் தமது கண்ணில் பட்ட சகலவற்றையும் அழிக்கத் தொடங்கினார்.

நாரதர் உடனே சிவபெருமானை வணங்கி, பிரபோ கணன் இறந்தது கண்டு தேவி கடுங்கோபத்தில் ஆயிரக்கணக்கான காளி ரூபங்களை சிருஷ்டித்து தேவர்களையும், சிவகணங்களையும் துவம்சம் செய்கிறாள். அவளைச் சாந்தப்படுத்த வேண்டும் என்றார். உடனே ஈசன், அங்கே நின்ற பிரம்மா, விஷ்ணு ஆகியோரை அழைத்து தேவியைச் சாந்தப்படுத்தி வாருங்கள் என்று அனுப்பினார்.

அவர்கள் அங்கே சென்று தேவியை பலவிதமாக போற்றித் துதித்தனர். அவர்களைப் பார்த்த தேவி, என் குமாரனை வஞ் சமாக கூட்டுச் சேர்ந்து கொன்றுவிட்டு இப்போது சமாதானம் பேச வருகிறீர்களே. என் குமாரனை உயிர்ப்பிக்கும் வழி செய்யுங்கள் என்றாள் உக்கிரத்தோடு.

காளியைச் சாந்தப்படுத்துவதற்கு முடிவு செய்த சிவன், தனது கணங்களை அழைத்து வட திசையாகச் சென்று முதலில் தென்படுகின்ற ஜீவராசியின் தலையைக் வெட்டி வருமாறு பணித்தார். அதன்படி கணங்கள் வடதிசை நோக்கிச் சென்ற பொழுது அவர்களுக்கு ஒரு யானையே முதலில் தென்பட்டது. அவர்கள் அதன் தலையை வெட்டி எடுத்துச் சென்று இறைவனிடம் கொடுத்தனர். அவர் அத்தலையை வெட்டுண்டு கிடந்த பிள்ளையாரின் முண்டத்தில் வைத்து உயிரூட்டி விட்டார். இதைக்

கண்டு சாந்தமடைந்த தேவியார் அகமகிழ்ந்து பிள்ளையாரைக் கட்டி அணைத்துக் கொண்டார்.

சக்திகளால் உயிரிழந்த தேவர்களும், சிவகணங்களும் மீண்டும் உயிர் பெறுமாறு அனுக்கிரகித்த ஈசன், குமரா உனது வலிமையையும் ஆற்றலையும் உலகுக்கு உணர்த்தவே இந்த விளையாடல் நிகழ்ந்தது என்று ஆறுதல் சொன்னார்.

பிறகு சிவன் அந்தப் பிள்ளையாருக்கு 'கணேசன்' என நாமம் சூட்டித் தமது கணங்களுக்குத் தலைவராக நியமித்தார். பாத்திரபத மாதத்தில் சுக்கில பட்ச சந்திரோதய சமயத்தில் பார்வதி தேவி விக்னேஷ்வரனை நியமித்ததால் அந்தச் சமயத்தில் அன்றுமுதல் விரதம் இருந்து, மறுவருஷம் அந்த தினம் வரையில் ஒவ்வொரு சதுர்த்தியிலும் விரதத்தை பக்தியோடு கடைப்பிடித்து கணபதியை பூசித்து வருவோருக்கு சகல சௌபாக்கியமும் கிடைக்கும் என்று சிவபெருமான் கூறி ஆசி வழங்கினார்.

இந்த விருத்தாந்தங்களைச் சொன்ன சூதமுனிவரை நோக்கி நைமிசாரண்ய முனிவர்கள், ஆஹா கணநாதருடைய பிறப்பையும் அவரது பராக்கிரமத்தையும், அவருக்கு யானைத்தலை வந்த அதிசய நிகழ்ச்சியையும் தெரிந்து கொண்டோம். மாதவமுனிவரே, கஜானனருடைய திவ்விய சரிதங்களைக் கேட்க மேலும் ஆவல் கொண்டுள்ளோம் என்று கேட்க சூதமுனிவர் சொல்ல ஆரம்பித்தார்.

●●●

12

விநாயகரின் திருமணம்

ஒருநாள் கைலாயத்தில் பார்வதி பரமேஸ்வரர்கள் இருவரும் தங்கள் பிள்ளைகளான கணபதிக்கும், சுப்பிரமணியருக்கும் விவாகம் செய்ய வேண்டும் என்பதைப் பற்றி பேசிக் கொண்டிருந்தனர். அவர்கள் இருவருமே தனக்கே முதலில் திருமணம் செய்து வைக்க வேண்டும் என்று போட்டி போட்டனர். இதைக் கண்ட ஈசன், உங்களில் யார் இந்த உலகத்தை முதலில் சுற்றி வருகிறார்களோ அவர்களுக்கே முதலில் திருமணம் என்று ஒரு போட்டியைத் தெரிவித்தார்.

இதை இருவரும் ஒப்புக் கொண்டனர், அடுத்த கணமே முருகப்பெருமான் தனது மயில் மீது ஏறிக் கொண்டு உலகை வலம் வருவதற்காகப் புறப்பட்டுச் சென்றார். ஆனால் விநாயகரோ தன் பெற்றோர் இருவரையும் அருகருகே உட்கார வைத்து பாதபூசை செய்தார். அவர்களை ஏழுமுறை வலம் வந்து வணங்கி நின்றார். பிறகு ஈசனைப் பார்த்து தந்தையே நீங்கள் வைத்த போட்டியில் நானே ஜெயித்தேன்; அதனால் எனக்கே முதலில் மணமுடிக்க வேண்டும் என்றார்.

இதைக்கேட்டு ஆச்சரியம் அடைந்த அவர்கள் நீ உலகை வலம்வர வில்லையே? இங்கே தானே இருக்கிறாய்? என்றனர். அவர்களைப் பார்த்து எவன் ஒருவன் தாய்தந்தையரை பக்தியோடு வணங்கி வலம் வருகிறானோ அவன் உலகை வலம் வந்ததற்கு சமம் என சாஸ்திரங்கள் தெரிவிக்கின்றன. அந்த வகையில்

நான் உலகை ஏழுமுறை வலம் வந்திருக்கிறேன் என்று சொன்னார். பெற்றோர் அதை மறுத்தால் சாஸ்திரத்தை மறுத்தது போலாகும்; ஆகவே ஒப்புக் கொண்டனர்.

கணேசா உன் அறிவுத்திறமை எங்களை வியக்க வைக்கிறது, உனது சத்தியான வார்த்தைகளை நான் ஏற்றுக் கொண்டேன். உன் விருப்பத்தை இப்போதே நிறைவேற்றி வைக்கிறேன் என்றார் ஈசன் மகிழ்ச்சியோடு. விஸ்வரூபனின் புத்திரிகளான சித்தி, புத்தி ஆகிய இருவரையும் விநாயகருக்குத் திருமணம் செய்து வைக்க நிச்சயம் செய்யப்பட்டது. தேவர்கள் அனைவரையும் அழைத்து விநாயகருக்கு மிகச் சிறப்பான முறையில் திருமணம் நடத்தினர். விநாயகரும் அவருடைய இரண்டு மனைவிகளும் இன்பமாக வாழ்ந்தனர். அதன் பயனாக சித்தி என்ற மனைவியிடம் லட்சன் என்ற பிள்ளையும், புத்தி என்பவளிடம் லாபன் என்ற பிள்ளையும் ஆனைமுகனுக்குப் பிறந்தனர்.

இந்த சமயத்தில் உலகை வலம் வந்த குமரக்கடவுள் கைலாயத்திற்குத் திரும்பிய வழியில் நாரதர் அவரைச் சந்தித்து, உனது பெற்றோர் போட்டியில் கணேசன் வெற்றி பெற்றதாகக் கூறி அவனுக்கு முதலில் திருமணம் செய்து வைத்து விட்டனர் என்ற செய்தியைத் தெரிவித்தார். இதனால் கோபம் கொண்ட குமரக்கடவுளை பார்வதியும், ஈசனும் சமாதானப்படுத்தினர்.

ஆனால் அவரது கோபம் அளவு கடந்தது, என்னை எல்லோரும் கூட்டாகச் சேர்ந்து ஏமாற்றி விட்டீர்கள் என்று குற்றம் சாட்டினார். விநாயகனுக்குத் திருமணம் செய்து விட்டோம் இப்போது உனக்கும் திருமணம் செய்கிறோம்; ஏன் கோபப்படுகிறாய் என்றாள் பார்வதி. ஆனாலும் அவர்களுடன் சேர்ந்து வாழ விரும்பாத குமரன், கோபம்கொண்டு ஆடை ஆபணரங்களைத் துறந்து, கோவணம் உடுத்தி, கிரவுஞ்சகிரிக்கு சென்றுவிட்டார். அங்கேயே தங்கிய குமரக் கடவுளுக்கு கிரவுஞ்ச பிரம்மச்சாரி என்ற பெயர் ஏற்பட்டது.

மகனைப் பிரிந்த மனவருத்தம் தாங்காமல் பார்வதி கைலாயத்திலிருந்து சென்று தன் மகனுடன் கிரவுஞ்ச கிரியில் தங்கி விட்டாள். மல்லிகார்ஜுனர் என்ற பெயரில் ஈசனும், ஜோதிலிங்க ரூபத்தில் கிரவுஞ்ச கிரிக்கு வந்தார். பெற்றோர் அங்கு வந்ததை விரும்பாத குமரன், கோபம் அடங்காமல் தான்

வேறு இடம் போவதற்கு முயற்சி செய்தார். அவரைத் தேவர்களும் முனிவர்களும் தடுத்து நல்ல வார்த்தைகள் சொல்லி தடுத்தனர். குமரனும் அவர்களது கோரிக்கையை ஏற்று மனச் சாந்தியோடு அங்கே தங்கினார்.

அமாவாசை அன்று சிவபெருமானும், பௌர்ணமி அன்று தேவிபார்வதியும் குமரனைப் பார்ப்பதற்காக கிரவுஞ்ச மலைக்கு வந்து செல்கிறார்கள். கார்த்திகை பௌர்ணமி குமரக் கடவுளுக்கு விசேஷமான தினம். அன்று எல்லா முனிவர்களும், தேவர்களும், சித்தர்களும் கிரவுஞ்சமலைக்குச் சென்று ஆறுமுகனைத் தரிசிப்பது வழக்கம் என்று விநாயகரின் திருமண வரலாற்றையும், குமரக்கடவுளின் கோபத்தையும் எடுத்துச் சொன்ன சூத முனிவர், இந்தச் சரிதத்தைக் கேட்டவர்களும், படித்தவர்களும் சகல பாவங்களும் நீங்கப் பெறுவார்கள் என்று ஆசி வழங்கினார். அவர்களுக்கு சூத முனிவர் ருத்திராட்சத்தின் மகிமை, ஜோதிர்லிங்கங்களின் வகைகள் ஆகியவற்றைப் பற்றித் தெரிவித்து விட்டு, நர்மதை நதி தீரத்தில் உள்ள நந்திகேஸ்வரரின் அற்புதத்தைப் பற்றித் தெரிவித்தார்.

●●●

13

பிரம்மஹத்தி தோஷம் போக்கும் தலம்

ஹே முனிவர்களே! பூர்வத்தில் தருமராஜன் நாரத முனிவரிடம் கேட்ட ஒரு விஷயத்தை இப்போது உங்களுக்குச் சொல்கிறேன். நர்மதை நதி தீரத்தில் கர்ணகி என்ற பட்டினத்தில் வேதம் அறிந்த பிராம்மணன் ஒருவன் காசி யாத்திரை செய்ய விரும்பினான். தனது இரண்டு பிள்ளைகளையும் மனைவியிடம் ஒப்படைத்துவிட்டு புறப்பட்டுச் சென்றான். அங்கேயே மரணம் அடைந்தான். பலவருடங்களாக கணவன் திரும்பி வராத நிலையில் குழந்தைகளை அரும்பாடு பட்டு வளர்த்து, பெரியவர்களாக்கி அவர்களுக்குத் திருமணமும் செய்து வைத்தாள் அவனது மனைவி.

பிள்ளைகள் இப்போது மனைவி குழந்தைகளோடு இன்பமாக வாழ்ந்ததைப் பார்த்து பெருமிதம் கொண்டாள் அந்தத் தாய். ஆண்டுகள் சென்றன. அவளுக்கு வயதாகியது, நடமாட்டம் குறைந்தது, ஆகாரம் நின்றது, கண்பார்வை இழந்தது, காது கேட்கவில்லை, படுத்தபடுக்கையாகக் கிடந்தாள். ஆனால் உயிர்மட்டும் போகவில்லை. ஏதோ தீராத ஏக்கம் உன் தாய்க்கு இருக்கிறது, அதனால் தான் உயிர்பிரிய மறுக்கிறது என்று அக்கம்பக்கத்தவர்கள் சொன்னதன் பேரில் பிள்ளைகள் தாயிடம் வந்து இது குறித்து விசாரித்தனர்.

ஆமாம் கண்மணிகளா! உங்கள் தந்தை காசிக்குச் சென்று இறந்து மோட்சத்தை அடைந்திருப்பார். நானும் அவருடன் செல்ல விரும்பினேன், ஆனால் குடும்பபாசம் என்னை இழுத்து இங்கேயே இருக்க வைத்துவிட்டது. என் வாழ்நாளில் நான் காசியைத் தரிசிக்க முடியவில்லை. அந்த ஏக்கம் என்னை வாட்டுகிறது. இனிமேல் இந்தப் பிறவியில் அங்கே போக என்னால் முடியாது. ஆனால் நான் இறந்தபிறகு என் சாம்பலை காசிக்கு எடுத்துச் சென்று கங்கையில் கரைத்து விடுங்கள். அப்போதுதான் என் ஆத்மா சாந்தி அடையும் என்றாள். பிள்ளைகள் அவ்வாறே செய்வதாக உறுதி அளித்ததும் கிழவி இறந்து போனாள்.

மூத்த மகன் சுவேதன் தாய்க்குச் செய்ய வேண்டிய ஈமக்காரியங்களை குறைவில்லாமல் செய்து முடித்தான். அவளது அஸ்தியை எடுத்துக் கொண்டு காசிக்குப் புறப்பட்டான். அவனுடன் ஒரு வேலைக்காரனையும் அழைத்துக் கொண்டான். இருவரும் நீண்ட தொலைவு நடந்து ஒரு கிராமத்தை அடைந்தனர். அங்கே ஒரு அந்தணனின் வீட்டுத் திண்ணையில் தங்கினர்.

அந்தணன் தனது வீட்டில் இருந்த பசுவிடம் பால் கறக்க அதன் கன்றை அவிழ்த்துவிட்டான். அப்போது கன்று அவனது காலை மிதித்துவிட்டது. அதனால் கோபம் கொண்டு தாம்புக்கயிற்றால் அந்தக் கன்றை அடிஅடியென்று அடித்துத் தள்ளினான். அப்போதும் ஆத்திரம் அடங்காமல் தாயிடம் பால் குடிக்கவிடாமல் அந்தக் கன்றை இழுத்துப் பிடித்து வேறொரு இடத்தில் கட்டிவிட்டான். இந்தக் கொடுமைகளை சுவேதனும், தாய்ப்பசுவும் பார்த்தனர்.

அந்தணன் ஏதோ வேலை கருதி வெளியே சென்றான். அடிவாங்கிய கன்று வேதனை தாங்காமல் அழுதது, அதைப் பார்த்த தாய்ப்பசு கதறியது. குழந்தாய் அழாதே, உன்னை அடித்தவனை பழிக்குப் பழி வாங்கும் விதமாக நாளைக் காலை அவன் மகனை என் கொம்பினால் குத்தி சாகடித்து விடுகிறேன். அப்போது தான் என் மனவேதனை அவனுக்குப் புரியும் என்றது பசு.

நாம் ஏற்கெனவே செய்த கர்மவினைக்குத்தான் இப்படி வாயில்லா ஜீவனாகப் பிறந்து அனுபவிக்கிறோம். இப்போது

அந்தப் பிள்ளையைக் கொன்று பிரம்மஹத்தி தோஷத்தையும் ஏன் அம்மா தேடிக் கொள்கிறாய்? வேண்டாம் விட்டுவிடு என்றது கன்று.

உன்னை கண்மண் தெரியாமல் அடித்தவனைப் பழிவாங்க இதுவே தகுந்த சந்தர்ப்பம், பிரம்மஹத்தி தோஷம் பற்றிக் கவலைப்படாதே. அந்த தோஷத்தினால் இப்போது வெள்ளையாக இருக்கும் எனது உடல் கறுப்பாகிவிடும். ஆனால் அதைப் போக்கும் புண்ணியஸ்தலம் எனக்குத் தெரியும் என்றது தாய்ப்பசு. அதற்குப் பிறகு கன்று எதுவும் பேசவில்லை. மிருகபாஷை அறிந்த காரணத்தினால் சுவேதன் அவைகள் பேசியதைக் கேட்டான். பிரம்மஹத்தி தோஷத்தைப் போக்கும். அந்த தலத்தை அறிந்துகொள்ள ஆவல் கொண்டான். ஆகவே விடியற்காலையிலேயே கிளம்ப வேண்டும் என்று நினைத்திருந்த அவன் சிறிது நாழிகைக்குப் பிறகு கிளம்ப முடிவெடுத்தான்.

காலையில் அந்தணன் வெளியே செல்கின்றபோது தன் மகனை அழைத்து கன்றுக்குட்டியை அவிழ்த்துவிடு என்று சொல்லிவிட்டுச் சென்றான். மகனும் அவ்வாறே செய்து பசுவின் அருகில் சென்றபோது முரட்டுப்பசு அவனைத் தன் கொம்பினால் முட்டித் தள்ளியது. சிறுவன் வயிறு கிழிந்து குடல் வெளியே சரிய, ரத்த வெள்ளத்தில் மண்ணில் விழுந்து இறந்தான்.

அவனது அலறலைக் கேட்டு ஓடி வந்த அந்தணன் மனைவி, பிள்ளை இறந்து கிடப்பதை அறிந்து அலறினாள். அந்தணனும் ஓடிவந்தான். வாயிலும் வயிற்றிலும் அடித்துக்கொண்டு புலம்பினான். மூங்கில் கொம்பு ஒன்றை எடுத்து பசுவை விளாசித் தள்ளினான். வீட்டை விட்டு விரட்டி அடித்தான். வெண்ணிறமான அந்தப் பசு தோஷத்தினால் கன்னங்கரேல் என்று ஆகிவிட்டது. அது அங்கிருந்து வாலை சுழற்றிக்கொண்டு ஓடியது. உடனே சுவேதனும் தன் வேலைக்காரனை அழைத்துக் கொண்டு பசுவின் பின்னால் ஓடினான்.

பசு நேராக நர்மதை நதியை அடைந்து, நந்திகேஸ்வரரின் சமீபத்தில் இருந்த புண்ணிய நீரில் மூன்று முறை முழுகி எழுந்தது. அதன் கருநிறம் மாறி வெண்மை நிறம் வந்து விட்டது. இதனை ஆச்சரியத்தோடு பார்த்தான் சுவேதன். அப்போது அவர்கள் எதிரில் அழகே உருவான ஒரு பெண் ஏராளமான தங்க வைர

நகைகளை அணிந்துகொண்டு வந்தாள். அவள் சுவேதனைப் பார்த்து நீயார்? இங்கே என்ன செய்கிறாய் என்று கேட்டாள். அவன் தான் வந்த காரணத்தையும், நடந்த நிகழ்ச்சிகளையும் அவளிடம் ஒளிவுமறைவில்லாமல் தெரிவித்தான்.

அதைக் கேட்ட அந்தப் பெண், ஆமாம் நந்திகேஸ்வரர் இந்த இடத்தில் நீராடியவர்களின் சகலவிதமான பாவங்களையும் போக்கிவிடுகிறார். உன் பிரயாணம் இன்றோடு முடிந்துவிட்டதாக நினைத்துக் கொள். ஏன் என்றால் நீ காசிக்குச் சென்று, உன் தாயின் அஸ்தியை கங்கையில் கரைப்பதற்குப் பதிலாக இங்கேயே கரைத்தாலும் அவள் திவ்வியதேகம் அடைந்து சுவர்க்கத்தை அடைவாள். ஒவ்வொரு ஆண்டும் வைகாச சுத்த சப்தமியில் கங்காதேவி இவ்விடம் வருவாள். இன்று அந்தப் புண்ணியதினம், நானே கங்கை; நான் அங்கேதான் போகிறேன் என்று சொல்லி மறைந்து விட்டாள்.

அவனும் தன் தாயின் அஸ்தியை நர்மதையில் நந்திகேஸ்வரத்தின் அருகே கரைத்தபோது அவனது தாய் திவ்விய ரூபம் பெற்று வானத்தில் தோன்றினாள். மைந்தா எனது நீண்டநாள் ஆசையை நிறைவேற்றினாய், உனக்கு சர்வ மங்களங்களும் உண்டாகட்டும், உனது புண்ணிய கர்மத்தினால் நான் சொர்க்கலோகம் செல்கிறேன் என்று சொல்லி ஆசி வழங்கி மறைந்தாள். சுவேதன் காசி யாத்திரையை நர்மதை நதிதீரத்திலேயே முடித்துக் கொண்டு, நந்திகேஸ்வரரை வணங்கி தனது ஊருக்குத் திரும்பி வந்தான்.

●●●

14

அனுசூயா தேவியும் அத்திரீஸ்வர லிங்கமும்

இந்தியாவின் தென்பகுதியில் உலகத்தவர் நன்மை அடையும் பொருட்டு அத்திரி முனிவரும், அவருடைய தர்மபத்தினியாகிய அனுசூயாதேவியும் ஒரு பஞ்ச காலத்தில் அன்னதானம் செய்ய சபதம் எடுத்தனர். அதனை நிறைவேற்றியதற்குச் சாட்சியாக இன்றும் அத்திரீஸ்வர லிங்கம் சாட்சியாக இருக்கிறது. அந்த விருத்தாந்தத்தைக் கூறுகிறேன், கவனமாகக் கேளுங்கள் என்ற சூத முனிவர் அந்தப் புண்ணியகதையைக் கூறினார்.

தென்திசையில் காமதம் என்ற வனத்தில் அத்திரி முனிவர் தனது மனைவி அனுசூயாவுடன் இருந்து தவம் செய்துவந்தார். கடுமையான பஞ்சம் ஏற்படுவதற்குக் காரணமாக நூறு வருடங்கள் மழை இல்லை. மக்களும், விலங்குகளும் பசி பஞ்சம் பட்டினியாலும், குடிப்பதற்குக் கூட நீர் இல்லாமலும் வருந்தி இறந்தனர். வேதியர்கள் தினமும் செய்யவேண்டிய நித்யகர்மானுஷ்டானங்களான சந்தியாவந்தனம் ஆகியவற்றைச் செய்வதற்குக்கூட தண்ணீர் இல்லை. எங்கும் வறண்ட காற்று, சூரிய வெப்பம், கொதிக்கும் பூமி, பச்சைப்புல்லே காணப்படாத மண்.

இந்த நெருக்கடியில் அத்திரி முனிவரது சீடர்கள் அவரை விட்டு பசியைப் பொறுத்துக் கொள்ளமுடியாமல் பல இடங்களுக்கும் சென்றுவிட்டனர். ஆனால் மனைவி அனுசூயா மட்டும் அவருக்குத் தேவையான பணிவிடைகள் செய்தாள். அவர் தவம் செய்யும் நேரத்தில் பார்த்திவலிங்கம் ஒன்றைச் செய்து, அதனை தனது கணவரின் முன்னால் நிறுத்தி, இருவருக்கும் பூசை, வழிபாடு, பிரதட்சிணம் ஆகியவற்றை செய்து வழிபட்டு வந்தாள்.

அவளது அழகைக் கண்டு மோகம் கொண்ட வானவர்களும், தானவர்களும் அவளை அடைந்து இன்பம் பெற விரும்பி நெருங்க முயன்றனர். ஆனால் சிவபூசையின் சிறப்பினாலும், பதி விரதா மகிமையினாலும் அவளிடமிருந்து வெளிப்பட்ட அனலின் ஆற்றலினால் யாரும் நெருங்க முடியாமல் தொலைவிலேயே இருந்தனர். அத்திரி முனிவரது தவமும் உச்சத்தில் இருந்தது. அதற்கு இணையாக அனுசூயாவின் சிவலிங்க பூசையும், கணவருக்குப் பணிவிடைகள் செய்வதும் இருந்தது. இருவருடையதுமான அபாரமான பூசை மற்றும் தவத்தினைக் கண்டு தேவர்களும், யட்சர்களும், மகா தபஸ்விகளும் அந்த இடத்திற்கு வந்து அவர்களைத் தரிசித்து சென்றனர்.

அவர்களது தவக்கனலால் ஈர்க்கப்பட்டு சிவபெருமானும், கங்காதேவியும் வந்தனர். கங்காதேவி இவர்களுக்கு ஏதேனும் வரம் கொடுத்துவிட்டுச் செல்ல வேண்டும் என்று முடிவு செய்து அங்கேயே தங்கிவிட்டாள். அனுசூயாதேவி தன் கணவரது நிஷ்டை கலையும் வரையில் சிவபூசையில் இருக்கவேண்டும் என்பதற்காக அன்னம், பானம் ஆகியவற்றை நீக்கி இருந்தாள், இப்படியாக ஐம்பத்து நான்கு ஆண்டுகள் சென்றன.

ஒருநாள் நிஷ்டையில் இருந்து சற்றே கண்விழித்த அத்திரி முனிவர், குடிப்பதற்குத் தண்ணீர் கொண்டுவா என்றார் மனைவியிடம். குடிலில் தண்ணீர் இல்லை ஆகவே அனுசூயா, கமண்டலத்தை எடுத்துக் கொண்டு பல இடங்களில் தண்ணீர் கிடைக்குமா என்று அலைந்தாள். எங்குமே தண்ணீர் இல்லை, பூமி பாளம் பாளமாக வெடித்து வறண்டு கிடந்தது.

அனுசூயா மிகுந்த வருத்தத்தோடு இருந்த அவ்வேளையில் அவள் எதிரே ஒரு பெண் வடிவத்தில் கங்கை தோன்றினாள்.

அனுசூயா உனக்கு வேண்டியதைக் கேள் தருகிறேன் என்றாள். அவளைப் பார்த்த அனுசூயா, பெண்ணே நீ யார் ? இங்கே என்ன செய்கிறாய்? என்று கேட்டாள்.

நான்தான் கங்கை, உனது பதிவிரதா தர்மத்தையும், உன் கணவனையும், சிவலிங்கத்தையும் வழிபட்டு வந்த உறுதிப்பாட்டையும் வியந்து இங்கே தங்கி விட்டேன். உனக்கு என்ன வேண்டுமோ கேள் என்றாள். அவளை வணங்கிய அனுசூயா, தேவி எனக்கு குடிப்பதற்கு தண்ணீர் வேண்டும் என்றாள். ஒரு குச்சியை எடுத்து மண்ணைக் கிளறு, அங்கே நான் ஜலம் கொடுப்பேன் என்றாள் கங்கை. இதைக்கேட்டு மகிழ்ச்சி அடைந்த அனுசூயா, ஒரு குச்சியை எடுத்து மண்ணைத் தோண்ட தண்ணீர் பீறிட்டது. அதைக் கமண்டலத்தில் எடுத்துக் கொண்ட அனுசூயா, கங்காதேவியைப் பார்த்து, உனக்கு என்மீது அன்பு இருக்குமானால் என் கணவர் தவஞ்செய்து முடிக்கும் வரையில் நீ இங்கேயே இருக்க வேண்டும் என்று வேண்டினாள்.

அனுசூயா! உனது கணவருக்குச் செய்த பணிவிடையால் அடைந்த பலனில் ஒருமாத பலனை எனக்குக் கொடுப்பதாக இருந்தால் நான் இருக்கிறேன் என்றாள் கங்கை. அப்படியே தந்தேன் என்று நீர்வார்த்து தத்தம் செய்து கொடுத்தாள் அனுசூயா. பிறகு தண்ணீரைக் கொண்டுவந்து கணவருக்குக் கொடுத்தாள். அதைக் குடித்த அத்திரி முனிவர், இது மிகவும் சுவையோடு இருக்கிறதே, எங்கிருந்து கிடைத்தது என்றார். முதலில் தயங்கிய அனுசூயா அவர் இரண்டு மூன்று முறை தொடர்ந்து கேட்டதும், சுவாமி நான் தங்களுக்குப் பணிவிடை செய்த பயனாலும், சிவபூசை செய்ததாலும் கங்கை இங்கே வந்திருக்கிறாள், அந்த ஜலத்தையே நான் கொண்டுவந்தேன் என்றாள்.

அவள் சொன்னதை அத்திரி முனிவரால் நம்பமுடியவில்லை, எத்தனையோ ரிஷிகளும், முனிவர்களும் எத்தனையோ காலம் தவம் இருந்தும் சாதிக்க முடியாத காரியம் அல்லவா இது? கங்கையை கண்ணெதிரே கண்டால் ஒழிய என்னால் நம்பமுடியாது என்றார். சரி வாருங்கள் என்று சொல்லி அவரை கங்கை இருக்கும் இடத்திற்கு அழைத்துச் சென்றாள் அனுசூயா.

கங்கையைக் கண்டு பணிந்த அத்திரி முனிவர் ஆனந்தம் அடைந்தார். என் தவம் பலித்தது. இந்த வறண்ட காட்டில் கூட கங்கையில் ஸ்நானம் செய்யும் பாக்கியம் உன்னால் கிடைத்தது என்று மகிழ்ந்தார். அவர்களை வாழ்த்திய கங்கை, நான் கிளம்புகிறேன் என்றாள். அத்திரி முனிவர் அவளை இங்கேயே தங்கி இருக்கும்படி வேண்டினார். அனுசூயா தேவியும், தண்ணீர் இல்லாமல் பயிர் பச்சைகள் கருகிவிட்டன, மக்களும் விலங்குகளும் குடிப்பதற்குத் தண்ணீர் இல்லாமல் வருந்தும் போது கங்காமாதா நீ இங்கிருந்து போக நினைக்கலாமா? இங்கே இருப்பதாக என்னிடம் நீ சொன்ன வாக்கு உண்மையானால் போகக்கூடாது என்று துதித்து வேண்டினாள்.

இதைக் கேட்ட கங்கை புன்சிரிப்போடு முன்னர் ஒருமாதப் பயனைக் கொடுத்து என்னை இங்கே இருக்கச் சொன்னாய். இப்போது பல வருடங்களாக நீ செய்த பூசை, கணவருக்குப் பணிவிடை ஆகியவற்றால் கிடைத்த பலனில் ஒரு வருடத்திய பலனை எனக்குத் தந்தால் நான் நிரந்தரமாக இங்கேயே தங்கி விடுவேன். பதிவிரதையைத் தினமும் தரிசித்து வந்தால் அதிகமான பலன் கிடைக்கும், உன்னைப் பார்ப்பதன் மூலமாக அந்தப் புண்ணியத்தையும் நான் அடைவேன் என்றாள். உலகம் நன்மை பெறவேண்டும் என்ற விருப்பத்தினால் அதற்கு அனுசூயா சம்மதித்து, ஒருவருடப் பலனை கங்கைக்கு வழங்கினாள்.

அப்போது சிவபெருமான் இதுநாள்வரையில் அனுசூயா பூசை செய்துவந்த பார்த்திவ லிங்கத்திலிருந்து சதாசிவனாக ஐந்து முகங்களோடு பிரத்தியட்சமாகி, உனது பதிவிரதா தர்மத்திற்கும், நீ செய்த பூசைகளுக்கும் மகிழ்ந்தே தரிசனம் தந்தேன், உனக்கு வேண்டிய வரத்தை கேள் என்றார். அவரைப் போற்றி வணங்கிய தம்பதிகள் இருவரும், ஐயனே நீங்களும் உலகமாதாவாகிய கங்காதேவியும் இங்கேயே எழுந்தருளி உலகம் உய்ய அருள் செய்ய வேண்டும் என்று வேண்டினர். சிவனும் கங்கையும் அவ்வாறே இசைந்தனர். அதுமுதலாக சிவபெருமான் அத்திரீஸ்வரர் என்ற பெயரில் அங்கே கோயில் கொண்டு எழுந்தருளினார். கங்கையும் தனது சகோதரியான பார்வதி தேவியுடன் அங்கேயே ஜலப்பிரவாகமாக இருக்கிறாள்.

இதனால் சகல உயிர்களும் தேவையான தண்ணீரைப் பெற்று வாழ்ந்தன.

அந்த இடத்தில் அமைதியும், தேவையான நீர்வசதியும் இருப்பதால் இதுவே தவத்திற்குத் தகுதியான இடம் என்று அறிந்து தவமுனிவர்கள் பலரும் தங்கள் பத்தினிகளையும், சீடர்களையும் அழைத்துக் கொண்டு அங்கே குடியேறினர். அவர்களது தவத்தினை மெச்சிய சிவபெருமான் சப்த மேகங்களை அழைத்து அங்கே தேவையான தண்ணீரை மழையாகப் பொழிய வைத்தார். இதனால் பயிர் பச்சைகள் விளைந்தன, காய்கறிகள், பழவர்க்கங்கள் தேவையான அளவுக்கு கிடைத்தன.

பல காலமாக வாட்டி வறுத்த பஞ்சம் இந்த வகையில் அத்திரி முனிவராலும் அவரது தர்மபத்தினி அனுசூயாவாலும் தீர்ந்தது. சகலரும் எல்லா நன்மைகளும் அடைந்து இன்பமாகத் தங்கள் பணிகளைச் செய்துவந்தனர். இவ்வாறு சூதபௌராணிகர் சொன்னதும், பாக்கியம் அடைந்தோம், முனிவரே தாருகா வனத்தில் உள்ள நாகேஸ்வர லிங்கத்தின் பெருமைகளை உங்கள் மூலமாகக் கேட்க ஆசைப்படுகிறோம் என்று நைமிசாரண்ய முனிவர்கள் வேண்டினர். சூத முனிவர் அந்த விருத்தாந்தங்களைச் சொல்ல ஆரம்பித்தார்.

●●●

15

பிட்சாடனரும் மயக்க வந்த மோகினியும்

வேதபண்டிதர்கள் ஒருகாலத்தில் கௌதம முனிவர் பசுக் கொலை புரிந்ததாக ஒரு நாடகத்தை ஆடி அவரை ஏமாற்றினர். இதை அறிந்து துடித்து அவர், பசுவைக் கொன்ற தோஷம் தனக்கு ஏற்பட்டுவிட்டதை அறிந்து கோபம் கொண்டார்.

வேதஒழுக்கத்தில் இருந்து நீங்கி, சிவபெருமான் மீதுஅன்பில்லாமல், கொடிய துன்பக்கடலில் விழுந்து உழல்க என்று அவர்களுக்குச் சாபம் கொடுத்தார். அவ்விதமாகவே அவர்கள் ஆணவக்கடலில் விழுந்தனர், தாங்கள் செய்ததே சரி என்று வாதாடினர். சிவபெருமான் மீது பற்று வைக்காமல் வெறும் யாக யக்ஞங்களைச் செய்தாலே போதும். அதுவே பலன்களைக் கொடுத்துவிடும் என்று வாதம் செய்தனர். கடவுளை மறந்து வெறும் சடங்குகளை மட்டுமே கடைப்பிடித்து வாழ்ந்தனர்.

தாருகாவனத்து முனிவர் இந்த விதமாக தங்கள் மனைவியரோடு தங்கி இருந்து பலகாலமாக சிவபெருமானை மறந்து தவத்தில் ஈடுபட்டனர். ஈசனை மறந்து தங்கள் தவமே சிறந்தது, தங்கள் தவ ஆற்றலே உயர்ந்தது என்ற ஆணவத்தோடு நடந்தனர். ஈசன் அவர்களுக்குப் புத்தி புகட்ட திருவுளம் கொண்டார்.

இதற்காக அவர் மகாவிஷ்ணுவை அதிரூப சுந்தரியாக மோகினி வடிவம் ஏற்கச் செய்தார். தாருகாவனத்து முனிவர்களை திருத்திப் பணி கொள்ள பிட்சாடனராகக் கோலம் கொண்டார். அவர் வேதரூபமாகிய கௌபீனத்தையும், சிவஞானமாகிய பூணூலையும், முச்சத்தி வடிவமான சூலத்தையும், பராசத்தி வடிவமாகிய பிட்சை பாத்திரத்தையும், நாத ரூபமான உடுக்கையையும், சிவஞான ரூபமாகிய விதிப்பையையும், தரித்துக் கொண்டு மோகினியுடன் அந்த வனத்துக்குச் சென்றார்.

மோகினி தபோவனத்தை அடைந்ததும் அவளைப் பார்த்த முனிவர்கள் கட்டுக்கடங்காத காமம் கொண்டனர். தங்கள் தவத்தை மறந்தனர், அந்தப் பெண்ணுடன் கலக்க விரும்பினர். வேள்விகளை நிறுத்திவிட்டு அவளையே பார்த்தனர், மந்திரங்களை மறந்தனர், அந்தப் பெண்ணின் மோகவலையில் விழுந்தனர். அவர்கள் கவனம் தன் மீது திரும்பியதை அறிந்த மோகினி அங்கிருந்து நடக்க ஆரம்பித்தாள். உடனே முனிவர்களும் தங்கள் வேள்வி மண்டபத்தை விட்டு வெளியே வந்து அவள் பின்னால் காம இச்சையோடு நடந்தனர்.

இதே நேரத்தில் பிட்சாடனர் முனிபத்தினிகள் இருக்கின்ற வீடுகள் கொண்ட வீதியை அடைந்தார். அவரது பேரெழில் கொஞ்சும் மேனியைக் கண்டு அந்தப் பெண்கள் மோகவசப்பட்டனர். காமத்தோடு வந்து பிச்சைப் பாத்திரத்தில் பிட்சையிட்டனர். அவருக்கு தங்களை பிட்சையாகத் தருவதற்கு முந்தினர்.

பிட்சாடனரின் பார்வை மாத்திரத்திலேயே அவர்களது மோகத்தீ கொழுந்துவிட்டு எரிய, அவரது பார்வையே அவர்களைக் கருப்பமாக்கியது. புருஷ சேர்க்கை இல்லாமல் சிவதரிசனத்தினால் மட்டுமே இந்தப் பூவுலகத்தில் பிறக்கவேண்டும் என்று நினைத்து நீண்ட நெடுங்காலமாக நாற்பதனாயிரம் ரிஷிகள் ஒருகாலத்தில் தவம் செய்தனர். அவர்களது தவம் பலிக்கும் நாள் இந்நாளாக அமைந்தது.

அவர்களது எண்ணப்படி ரிஷிபத்தினிகள் புருஷ சேர்க்கையில்லாமல் சிவதரிசனத்தினாலே கர்ப்பவதியாகி நாற்பதினாயிரம் குழந்தைகளை அப்போதே பெற்று எடுத்தனர். அந்தக் குழந்தைகளும் சிவதரிசனம் பெற்றன, சிவனை முந்தைய பிறவியின் நினைவோடு வணங்கின, எம்பெருமானின் அனுமதி

பெற்று தவஞ்செய்வதற்காக காட்டுக்குச் சென்றன. இது ஒருபுறம் நடக்க, முனிபத்தினிகள் நடந்தது என்னவென்று அறியாமல் அந்த பிட்சாடனரின் மோகவலையில் ஆழங்கால்பட்டு தங்கள் இல்லங்களை விட்டு வெளியே வந்து அவர் பின்னால் திரிந்தனர்.

முனிவர்கள் தங்கள் மனைவிமார்கள் கற்பிழந்தமை கண்டு கொதித்தனர், வேள்விகள் தடைப்பட்டதை அறிந்து ஆத்திரம் அடைந்தனர். மோகவசப்பட்டதற்குக் காரணம் சிவபெருமானும், விஷ்ணுவுமே என்பதை அறிந்து பெருங்கோபம் கொண்டனர். வேள்வியைக் குலைத்த திருமாலை மன்னித்துவிடவும், தங்கள் மனைவிமார்களைக் கற்பிழக்கச் செய்த ருத்திரனைக் கொன்றுவிடவும் திட்டம் தீட்டினர்.

அதற்காக அபிசார வேள்வியையைச் செய்தனர். அந்த ஓமகுண்டத்தில் இருந்து புலி முதலான விலங்குகள் எழுந்தன. அவற்றை சிவபெருமானைக் கொல்லும்படியாக மந்திரங்களைச் சொல்லி ஏவினர். அவர் புலியை உரித்து அதன் தோலை ஆடையாக உடுத்திக்கொண்டார், மானையும், மழுவையும் கரங்களில் ஏந்தினார், பாம்புகளை ஆபரணமாக அணிந்து கொண்டார்.

ஆணவமலமாக வந்த முயலகனைத் தன் காலில் போட்டு மிதித்தார். பிறகு ஓம குண்டத்தில் இருந்து வந்த அக்கினியைத் தனது கைகளில் ஏந்தினார், அதன் பிறகு வந்த மந்திரசக்தியை உடுக்கையாக்கி கரத்தில் வைத்துக் கொண்டார். இப்படியாக மந்திரங்கள் இறைவனுக்குக் கட்டுப்பட்டவையே தவிர அவைகளே பயனைத் தராது என்பதையும், தாருகாவனத்து முனிவர்கள் அனுசரித்து வந்த வழிமுறைகள் தவறானவை என்றும் உலகுக்குப் புரிய வைத்தார்.

முனிவர்கள் தங்கள் பிழையை மன்னித்து அருளும்படி வேண்டினர், அவரும் அவர்களை மன்னித்தார். அவர்கள் மீது இரக்கம் கொண்டு, தனது மெய்வடிவைக் காட்டினார். நீங்கள் கடவுளே இல்லை என்று கருதியதால் இவ்வாறு பரீட்சை செய்தோம். இனிமேல் நீங்கள் விபூதி, உருத்திராட்சம் ஆகியவற்றைத் தரித்து சிவநிந்தனை செய்யாமல், சிவசிந்தனையோடு இருந்து சிவபூசை செய்து, போகமோட்சங்களை அடையுங்கள் என்று அருளி அங்கே ஒரு லிங்கமாக எழுந்தருளினார். அந்த லிங்கமே தாருகாவன நாகேஸ்வரலிங்கம். அந்த லிங்கத்தைத் தாருகவனத்து ரிஷிகள் காலந்தவறாமல் வழிபட்டு தங்கள் இக பர சௌபாக்கியங்களைப் பெற்று இன்பமாக வாழ்ந்தனர் என்று சூத முனிவர் சொன்னதைக் கேட்ட நைமிசாரண்ய முனிவர்கள், ஐயனே தங்கள் வாய்மொழியாக தாருகாவன நாகேஸ்வரலிங்கத்தின் பெருமையை அறிந்தோம். இப்போது தாங்கள் அந்தகேஸ்வர லிங்கத்தின் மகிமைகளைக் கூறி அருள வேண்டுகிறோம் என்றனர். முனிவர் சொல்ல ஆரம்பித்தார்.

●●●

16

அந்தகாசுரனின் அலாதியான ஆசை

இரண்யாட்சசனின் மகனாகிய அந்தகாசுரன், நான்முகனைக் குறித்துக் கடுந்தவம் செய்து எண்ணற்ற வரபலம் பெற்றான். இதனால் மூவுலகங்களையும் தன் ஆட்சியின் கீழ் கொண்டுவர விரும்பினான். மந்திரமலையில் வாழ்ந்த அவன் தேவர்கள் மீது படையெடுத்தான். அசுரர்களுக்கும் தேவர்களுக்கும் நடந்த போரில் தேவர்கள் கை ஓங்கியது, அசுர சேனை புறமுதுகிட்டு ஓடியது. இனிமேல் மந்திரமலையில் ஆட்சி நடத்த முடியாது என்ற எண்ணத்தில் அவன் நிருதி மலையில் இருந்த ஒரு பெரிய பிலத்துவாரத்தில் தஞ்சம் புகுந்தான். அதைத் தனக்கு ஏற்ற சொர்க்கபுரியாக மாற்றிக் கொண்டு அங்கேயே சில காலம் தங்கிய அவன் வாய்ப்புக் கிடைத்தபோது வெளியே வந்து தேவர்களைத் தாக்குவான். இப்படியாகப் பலமுறை நடந்தது.

அந்தகன் அடிக்கடி பிலத்துவாரத்தில் இருந்து வெளியே வந்து தொல்லை கொடுத்ததால், தேவர்கள் அவன் எப்போது வந்து தாக்குவானோ என்ற பயத்திலேயே நிம்மதி இல்லாமல் வாழ்ந்தனர். இதற்கு ஒரு முடிவு கட்டும்படியாக அவர்கள் சிவபெருமானை வேண்டினர். நீங்கள் படைதிரட்டி வந்தால் நானும் வருகிறேன் என்றார் ஈசன்.

உடனே பெரும்படையோடு சென்று அந்தகாசுரனை எதிர்த்தனர், அவர் பிலத்துவாரத்தை விட்டு வெளியேறிய உடனே ஈசன் அந்த இடத்தில் சென்று அமர்ந்தார். அந்தகாசுரன் வழக்கப்படி தேவர்களை அடித்துத் துன்புறுத்திவிட்டு ஆனால் ஜெயிக்க முடியாத நிலையில் தனது பிலத்துவாரத்திற்குத் திரும்பி வந்தான். அவனை தன் கையில் இருந்த சூலத்தினால் குத்தினார்.

அந்தகன் அவரைக் கண்டு பயப்படவோ, அவரது செயலால் வருத்தப்படவோ செய்யாமல் அவரை வணங்கிப் போற்றித் துதித்தான். அதனால் மனம் மகிழ்ந்த ஈசன் அவனைக் கொல்லாமல், என்ன வரம் வேண்டும் கேள் தருகிறேன் என்றார். சுவாமி என்மீது கருணை கொண்டு, தங்கள் மீது எனக்கு பக்தி உண்டாகும் படியும், அந்த பக்தி நான் எடுக்கின்ற அடுத்தடுத்த பிறவிகளிகூம் மாறாதிருக்கும்படியாகவும் அருளவேண்டும் என்றான் அசுரன்.

அவனுக்குக் கணத்தலைமை கொடுத்த ஈசன், மற்ற அசுரர்களை அழித்து தேவர்களின் துன்பம் துடைத்தார். அந்தகாசுரனால் துதிக்கப்பட்டு அவனுக்கு அருள் செய்த ஈசன் அந்தாசுரர் என்று அழைக்கப்பட்டார். அவரை தரிசித்தவர்கள் இகபர சௌபாக்கியங்களை அடைவார்கள். அது முதலான ஜோதிர்லிங்கங்களை ஆதிசைவர்கள் ஆகம ரீதியாக ஆறுமாதம் பூசை செய்வித்துச் சேவித்தவர்கள் தமது எண்ணம் ஈடேறப் பெறுவார்கள்.

இதைக் கேட்ட முனிவர்கள், சூதமா முனிவரே அந்த ஆதிசைவர்களைப் பற்றியும், அவர்கள் செய்யும் பூசைகளைப் பற்றியும் தெரிவிக்க வேண்டுகிறோம் என்று கேட்க அவர் சொல்லத் தொடங்கினார்.

●●●

17

ஆதிசைவர்களின் பெருமை

முனிவர்களே அநாதிசைவர், ஆதிசைவர், மகாசைவர், அனுசைவர், அவாந்தரசைவர், பிரவரசைவர், அந்யசைவர் என்று ஆதிசைவர் ஏழுவகையாவர். கண்ணுதற்பெருங்கடவுளாகிய ஈசன் அநாதிசைவர். இரண்டாவதான ஆதிசைவர் சிவத்விஜர், மூன்றாவதான மகாசைவர் எனப்படுவோர் சிவதீட்சைபெற்ற வைதீகப் பிராம்மணர்கள். நான்காவதாக அனுசைவர் க்ஷத்திரியர்களும் வைசியரும். ஐந்தாவதான அவாந்தர சைவர் சூத்திரர், ஆறாவது பிரவரசைவர் எனப்படுவோர் சுவர்ணமாம் பஷ்ட மத்யஸ்த குலாலர் ஆகியோர். ஏழாவதான அந்நிய சைவர் எனப்படுவோர் அந்நிய ஜாதிகளைச் சேர்ந்தவர்கள்.

ஆதிசைவர் சிவபெருமானுடைய ஊர்த்துவ முகத்தில் இருந்து தோன்றியவர்கள். அந்தணர்களாகிய அவர்களுக்கு சதாசிவ மூர்த்தியே தீட்சை அளித்து உபதேசித்தார். இவர்கள் சிவபெருமானுடைய புத்திரர் உரிமை பெற்றவர்கள்.

முன்னொரு காலத்தில் ததீசி என்ற முனிவர் இருந்தார். அவர் சிவாகமங்களை ஐயந்திரிபறக் கற்று நித்திய கர்மாக்களை நியமப்படி செய்து வந்தார். அவருக்கு ஒரு மகன் இருந்தான். அவனுக்குச் சிறிய வயதிலேயே சிவ தீட்சை அளித்து பூசை புனஸ்காரங்களைச் செய்துவரும்படி ததீசி முனிவர்

பழக்கி இருந்தார். வாலிப வயதில் அவனுக்குத் திருமணம் செய்து வைத்தனர். அவன் தன்மனைவியின் இளமையிலும் அழகிலும் மயங்கிக்கிடந்தான்.

அவர்களுக்கு நான்கு பிள்ளைகள் பிறந்தன. ஒருநாள் ததீசி முனிவர் அயலூர் செல்லவேண்டிய கட்டாயம் ஏற்பட்டது, ஆகவே அவர் தான் சென்று திரும்பும் வரையில் சிவபூசையை நியதிப்படி செய்ய அவனை நியமித்துவிட்டுச் சென்றார். அவனும் காலம் தவறாமல் சிவபூசை செய்து வந்தான்.

ததீசி முனிவர் இன்னும் திரும்பவில்லை, ஒருநாள் சிவராத்திரி வந்தது. அவனும் உபவாசம் இருந்து அன்று இரவு காலம்தோறும் பூசை செய்து வந்தான். மூன்றாம்கால பூசை முடிந்த பிறகு அவனுடைய மனைவி தாளாத மோகம் கொண்டு அவனை உறவுக்கு அழைத்தாள். அவனும் சபலப்பட்டான். மனைவியின் இளமையினால் கவரப்பட்டு மனம் களங்கப்பட்ட அவன் நான்காவது கால பூசையை நடத்தினான். அவனது செய்கையினால் கோபம் அடைந்த சிவபெருமான் அவனது சித்தம் கலங்கவைத்தார். அவனுக்குப் பைத்தியம் பிடிக்கவே அவனது நான்கு பிள்ளைகளில் மூத்த பிள்ளையே அதுமுதல் சிவபூசை செய்ய ஆரம்பித்தான்.

ஊரில் இருந்து திரும்பிய ததீசி முனிவர் நடந்தவைகளை அறிந்து வருந்தினார், இருந்தாலும் சிவபூசையைத் தவறாமல் செய்து வந்தார். ஒருநாள் சிவபெருமான் அவருடைய குமாரனின் நடப்பை உணர்த்தினார். அதை அறிந்ததும் ஐயோ எங்கள் பரம்பரைக்கே அவனால் களங்கம் ஏற்பட்டதே என்று வருந்தினார். சில நாட்களில் அவரது மருமகளும் இறந்து போனாள். அவளுக்காக அவர் மிகவும் வருந்தினார், தன் பிள்ளை செய்த பாவம் போக பிராயசித்தம் செய்ய ஆர்வம் கொண்டார். ஆகவே நியதிப்படி சிவனுக்கும் பார்வதிக்கும் நித்ய பூசை செய்து வந்தார்.

இதனால் மனம் மகிழ்ச்சி அடைந்த பார்வதி அவருக்குத்தரிசனம் தந்து, ததீசி முனிவரே வருத்தம் வேண்டாம்.ஆதிசைவர்களாகிய நீங்கள் எனது குமாரர்கள். ஆகவே உனது பிள்ளையின் தவற்றை மன்னித்தருள ஈசனிடம் நான் சிபாரிசு செய்கிறேன் என்று சொல்லி மறைந்தாள். ஈசனும் அதற்கு இசைந்தார்.

ததீசி புத்திரனை நெய்யால் ஸ்நானம் செய்வித்து, யக்ஞோபவீதம் தன் கையால் அணிவித்து, சிவகாயத்திரி மந்திரத்தையும், பஞ்சாக்கர மந்திரத்தையும் அவனுக்கு இறைவனே உபதேசித்தார். பதினாறு முறை அவற்றை ஜெபித்த உடனே அவனது பாவங்கள் மறைய அவன் புத்தி தெளிவடைந்தான். ஈசன் அவர்களுக்கு அநேக வரங்களை அருளியதோடு, தம்மைப் பூஜிக்கும் உரிமையையும் கொடுத்தார். ஆதிசைவரைப் பூசிப்பவர்கள் சிவபெருமானையே பூசித்த பலனை அடைவார்கள் என்றும் ஆசி கூறி மறைந்தார்.

●●●

18

சந்திரன் சாபம் தீர்த்த சந்திரசேகரன்

தட்சனுக்குப் பிறந்தவர்கள் அஸ்வினி முதல் ரேவதி வரையிலான இருபத்தியேழு பெண்கள். அவர்களை அவன் சந்திரனுக்கு மணம் செய்துக் கொடுத்தான். ஆரம்பத்தில் சந்திரன் தனது மனைவி அனைவரோடும் இன்பமாகவே பழகி வந்தான். நாளடைவில் ரோகிணியிடம் மட்டுமே அதிக அன்பு செலுத்தி மற்றவர்களை உதாசீனப்படுத்தினான். இந்த விஷயத்தை பெண்கள் தங்கள் தந்தையிடம் சென்று முறையிட்டனர்.

தட்சன், சந்திரனை அழைத்து நயமாக அறிவுரை கூறி அனைத்துப் பெண்களிடமும் அன்பாகப் பழகிவருமாறு அறிவுரை சொல்லி அனுப்பி வைத்தான். பிறகு மறுபடியும் அதே புகாருடன் பெண்கள் அழுதுகொண்டே பிறந்த வீட்டுக்கு வந்தனர். இதனால் கோபம் அடைந்த தட்சன், உன் கலைகள் நாள்தோறும் குறையட்டும் என சாபம் கொடுத்தான். அவ்வாறே சந்திரனின் கலைகள் குறைய அவன் அழகு குறைந்தது, பிரகாசம் குறைந்தது. அவன் தேவர்களிடம் தன் குறையைத் தீர்க்குமாறு முறையிட்டான்.

தேவர்களும் முனிவர்களும் பிரம்மனிடம் சென்று சந்திரன் சாபத்தை நீக்க வழி கேட்டனர். இவன் ஏற்கெனவே ஒருமுறை பிரகஸ்பதியின் மனைவியிடம்

தவறாக நடந்து கொண்டு சாபம் பெற்றவன். இவனுக்கு இதுவே வழக்கமாக ஆகிவிட்டது என்றார். உடனே தேவர்கள் சந்திரனுடைய பிரகாசம் குறைவதால் மண்ணுலக மக்கள் கஷ்டப்படுவார்கள், பயிர்பச்சைகள் சரியாக வளராது. ஆகவே அவனை மன்னித்து சாபவிமோசனம் தருமாறு வேண்டினர்.

புண்ணிய க்ஷேத்திரமான பிரபாசத்திற்குச் சென்று மிருத்யுஞ் ஜய மந்திரத்தினால் சிவபெருமானை ஆராதனை செய்தால் சிவபெருமான் அவனுக்கு ஏற்பட்ட தேகநலிவை நீக்குவார் என்றார். உடனே தேவர்கள் சந்திரனை பிரபாச க்ஷேத்திரம் சென்று அங்கே ஒரு தீர்த்தத்தை உருவாக்கி அதில் மற்ற தீர்த்தங்களை ஆவாகனம் செய்து, அங்கே பார்த்திவ லிங்கத்தை பிரதிஷ்டை செய்து சிவபூசை முறைகளை சந்திரனுக்குச் சொல்லிக் கொடுத்தனர்.

அவனும் பக்தியோடு ஆறுமாத காலம் சிவனை பூசை செய்து மந்திரத்தை பத்துகோடி முறைகள் ஜெபித்தான். அவனது பக்திக்கு மெச்சி சிவன் காட்சி தந்தார். சந்திரன் அவரிடம் பிரபோ என் கலைகள் குறையாதிருக்கவும், பழைய பிரகாசத்தை மீண்டும் பெறவும் அனுக்கிரகிக்க வேண்டும் என்று வேண்டினான்.

மகளைப் பெற்ற அந்தணர் கொடுத்த நியாயமான சாபத்தை என்னால் தீர்க்க முடியாது. ஆனால் அதில் ஒரு மாற்றம் தருகிறேன். உனது கலைகள் பதினைந்து தினங்கள் குறைந்து கொண்டே வரும், பின்னர் அடுத்த பதினைந்து தினங்களுக்கு அது வளர்ந்து நிறையும் என்று வரம் தந்தார். அதனால் மகிழ்ச்சி அடைந்த சந்திரன், அவரை நோக்கி ஈசனே, எனக்கு அனுக்கிரகம் செய்த இந்தத் தலத்தில் தாங்கள் சோமேசர் என்ற நாமத்தோடு எப்போதும் எழுந்தருளி பக்தர்களின் துயர் தீர்க்க வேண்டும் என்று வேண்டினான்.

அவரும் அவ்வாறே அந்தத் தலத்தில் எழுந்தருளி அருள்பாலித்து வருகிறார். சந்திரன் நீராடிய தீர்த்தம் சந்திரகுண்டம் என்ற பெயரால் அழைக்கப்பட்டு வருகிறது. இதில் நீராடினால் சகல நோய்களும் நீங்கும். அந்தத் தீர்த்தத்தில் நீராடி இறைவனை வழிபட்டால் சகல பாவங்களும் நீங்கும் என்று அந்தச் சரிதத்தை விளக்கினார் சூத முனிவர்.

●●●

௧௭

உஜ்ஜயினி

மகா காளேஷ்வர் மகிமை

ஷிப்ராநதி தீரத்தில் அவந்திகாபுரி என்ற அழகிய பட்டணம் இருந்தது. அதில் வேதப்பிரியன் என்ற அந்தணன் சிவபெருமான் மீது மிகுந்த பக்தி கொண்டு தினந்தோறும் சிவபூசை செய்து வாழ்ந்து வந்தான். அவனுக்கு தேவப்பிரியன், மேதன், சுவிரதன், தருமவாதி என்ற பெயருடைய நான்கு பிள்ளைகள் இருந்தனர். அவர்களும் தந்தைப்போலவே சிவபூசையில் மனம் மெய் ஒன்றுபட்டு நியமம் தவறாமல் பூசை செய்து வந்தனர்.

அந்த ஊருக்குப் பக்கத்தில் இருந்த ரத்தினமாலா என்ற மலையில் தூஷணன் என்ற பெயருடைய அரக்கன் ஒருவன் இருந்தான். அவன் பிரம்மனைக் குறித்து எண்ணற்ற ஆண்டுகள் தவம் செய்து, அதன்காரணமாக அளவில்லாத வரபலம் பெற்றிருந்தான். அப்படிப்பெற்ற வரத்தை நல்ல முறையில் பயன்படுத்தாமல் மனிதர்களையும், தேவர்களையும், முனிவர்களையும் துன்புறுத்தி வந்தான். காட்டில் தவம் செய்யும் ரிஷிகளையும், ஹோமம் செய்யும் அந்தணர்களையும் தேடிப்பிடித்து இம்சித்து வந்தான்.

இதனால் அவர்கள் தங்கள் சொந்த இடங்களை விட்டு காட்டிலும், ஆள் இல்லாத இடங்களிலும் புகுந்து அவன் கண்களில் படாமல் மறைந்து வாழ்ந்தனர். இதனால்

கோயிலில் பூசைகள் இல்லை, ஹோமங்கள் நிறுத்தப்பட்டன. அவிசுகள் கிடைக்காத காரணத்தினால் தேவர்கள் வருந்தினர், அதனால் நாட்டில் மழை பொய்த்தது. மக்கள் பஞ்சத்தினாலும் பட்டினியாலும் வருந்தினர்.

தூஷணன் ஒருமுறை அவந்திகாபுரிக்கு வந்து அங்கிருந்த வேதியர்களை மிரட்டி நித்ய கர்மங்களைச் செய்யாமல் இருக்கச் செய்தான். அவர்கள் வேதப்பிரியனிடம் சென்று முறையிட்டனர். அவன் எனது பிள்ளைகள் காட்டில் தவம் செய்கின்றனர். அவர்களிடம் சென்று சொல்லுங்கள் என அனுப்பி வைத்தான். வேதியர்கள் அந்தப் பிள்ளைகளிடம் சென்று, அரக்கனிடம் இருந்து எங்களைக் காப்பாற்றுங்கள் என்று சரண் அடைந்து நடந்தவற்றைத் தெரிவித்தனர்.

அதைக் கேட்ட அந்த நான்கு முனிவர்களும், வேதியர்களே நாங்களும் உங்களைப் போல மனிதர்கள். உங்களையும் எங்களையும் ரட்சிக்கும் ஆற்றல் பெற்றவர் சாட்சாத் ஈஸ்வரன் ஒருத்தரே. ஆகையால் அவர் மீது பாரத்தைப் போட்டு நமக்கு விதிக்கப்பட்ட கர்மாக்களைச் செய்து வருவோம் என்று சொல்லி அவர்களையும் சேர்த்துக் கொண்டு யாக யக்ஞங்களை செய்து வந்தனர்.

இப்படியாக அனைவரும் துணிச்சலோடு, பார்த்திப லிங்கத்திற்கு அர்ச்சனை செய்து கொண்டும், பிராணாயாமம் செய்து அவரையே தியானித்துக் கொண்டும் சந்தோஷமாக இருந்தனர். இதைக் கேள்விப்பட்ட தூஷணன் தன் மந்திரிகளோடு அங்கே வந்தான்.

அட்டகாசம் செய்து, ஏய் என்ன காரியம் செய்தீர்கள்? என் கட்டளையை மீறிய உங்களை இப்போதே எமலோகம் அனுப்புகிறேன் பார் என்று கர்ஜித்தான். தவ நிஷ்டையில் இருந்தவர்கள் பயந்து பதறினர், ஆனாலும் பூசையை நிறுத்தாமல் தொடர்ந்தனர். அவன் சிவபூசையைக் கெடுத்து அவர்களை அழிக்க அருகே வந்தான்.

சிவலிங்கம் செய்வதற்காக மண் எடுத்த இடத்தில் தண்ணீர் தேங்கி குளமாக இருந்தது. அந்தக் குளத்தில் இருந்து இடிபோன்ற ஓசையோடு மகாகாளேஷ்வர் தோன்றினார். அவரது ஹுங்கார சப்தம் கேட்ட அந்தக் கணமே அரக்கனும், அவனது படையும், மந்திரிகளும் எரிந்து சாம்பலாகினர். தேவர்கள் மலர்மாரி பொழிந்து வாழ்த்தினர். ஈசன் பயம் வேண்டாம் தொடர்ந்து சிவபூசையில் ஈடுபட்டு சகல சௌபாக்கியமும் பெறுவீர் என்று முனிவர்களுக்கு அருள் செய்தார்.

வேதியர்கள் எம்பெருமானே! நீர் இங்கே எழுந்தருளி அனைத்து மக்களும் நலம் பெற ஆசி வழங்க வேண்டும் என்று வேண்டினர், அதற்கு இணங்க ஈசன் மகாகாளேஷ்வர் என்ற பெயரில் எழுந்தருளி அருள்பாலித்து வருகிறார் என்று விளக்கிய சூதமுனிவர், இப்போது ஓங்காரேஷ்வர் மகிமையைச் சொல்கிறேன் கேளுங்கள் என்று அந்த வரலாற்றைச் சொல்ல ஆரம்பித்தார்.

●●●

20

ஒப்பில்லாத ஓங்காரேஷ்வர் மகிமை

முன்னொரு காலத்தில் நாரத மகரிஷி லோக சஞ்சாரம் செய்து கொண்டு பூலோகத்தில் கோகர்ண க்ஷேத்திரத்திற்கு வந்தார். அங்கே சிவதரிசனம் செய்தபிறகு விந்தியமலையை அடைந்து, விந்திய மன்னனைச் சந்தித்தார். அவன் அவரை மிகுந்த மரியாதையோடு வரவேற்று தகுந்த ஆசனம் அளித்து உபசரித்தான்.

எப்படி இருக்கிறாய் விந்தியா? என்றார் நாரதர். ஒரு குறைவும் இல்லை மிகவும் சௌக்கியமாக எல்லாவகை இன்பங்களையும் அனுபவித்துக் கொண்டு ஆனந்தமாக இருக்கிறேன் என்றான் மிகுந்த கர்வத்தோடு. அவனை கர்வபங்கம் செய்ய விரும்பிய நாரத முனிவர், உன்னிடம் எல்லாம் இருப்பது உண்மைதான் ஆனால் மேரு மலை பெரியதாகவும் இருக்கிறது தேவர்களால் விரும்பப்பட்டு மதிக்கவும் படுகிறது என்று சொல்லிவிட்டு அங்கிருந்து சென்றார்.

அவரது வார்த்தைகள் அவன் மனநிம்மதியை அழித்தது. தானும் மேருமலை அளவுக்கு வளரவேண்டும் என்று ஆசை கொண்டான். ஓங்கார ரூபமாக யந்திரம் வரைந்தான், அதில் மண்ணால் செய்த லிங்கத்தைப் பிரதிஷ்டை செய்தான், பக்தியோடு சிவபூசை செய்ய ஆரம்பித்தான். ஆறு மாதங்கள் அசையாமல் ஒரே இடத்தில் அமர்ந்து அவன் செய்த பூசையை மெச்சி

ஈசன் தரிசனம் தந்தார், என்ன வரம் வேண்டும்? என்று கேட்டார்.

பிரபு! எல்லோரையும் விட உயர்ந்து வளரும் சக்தியை எனக்கு அளிக்க வேண்டும் என்றான். அவன் கேட்ட வரத்தை கொடுத்தால் உலக மக்களுக்கு துன்பமே விளையும் என்பதை அறிந்தார் ஈசன். ஆனாலும் அவன் செய்த பூசையின் பலனைக் கொடுக்காமலிருக்கக்கூடாது. ஆகவே ஒரு கட்டுப்பாடு விதித்தார். விந்தியா நீ கேட்ட வரத்தை அளித்தோம், வளர்க. ஆனால் ஆணவம் கொண்டால் எனது அடியார் ஒருவரால் நீ சிறியதாக அடக்கப்படுவாய் என்றார்.

அப்பொழுது தேவர்கள் அங்கே வந்து மகேஸ்வரரே! விந்தியனுக்கு வரம் கொடுத்த அதே விதத்தில் இந்த தலத்தில் எழுந்தருளி அருள்பாலிக்க வேண்டும் என்று வேண்டினர். இறைவன் அதற்குச் சம்மதித்து, ஓங்கார லிங்கத்தில் சுயம்புலிங்கமாக ஓங்காரேஷ்வராகவும், விந்தியன் பூசித்த பார்த்திப லிங்கத்தில் அமரேசுவரராகவும் எழுந்தருளி அருள்பாலித்து வருகிறார்.

பிரம்மதேவர்களுடைய புத்திரர்களுள் ஒருவர் சுயவாம்புமனு. அவனுடைய பிள்ளை பிரியவரதன். தனது ஏழு பிள்ளைகளுக்கும் இந்தப் பூமியை பிரித்துக் கொடுத்தான். அந்த வம்சத்தில் வந்த ரிஷிபன் என்பவனுக்கு பரதன் மற்றும் நூறு பிள்ளைகள் பிறந்தனர். ரிஷபனுக்குப் பிறகு மூத்த பிள்ளையான பரதன் அரசனானான். அவன் ஆண்ட கண்டமே பரதகண்டம் எனப்பட்டது. அந்த கண்டத்தில் பத்ரிகாசிரமத்தில் உலக நன்மைக்காக மகாவிஷ்ணு நரநாராயணர்களாக அவதாரம் செய்தார்.

அவர்கள் மண்ணால் லிங்கம் பிடித்து சிவபூசையை நியமத்தோடு செய்து வந்தனர். அவர்களது பூசையை ஏற்ற ஈசன் ஒருநாள் தரிசனம் தந்து யாது வரம் வேண்டும் என்று கேட்டார். எங்களுக்குத் தரிசனம் தந்ததன் நினைவாக தாங்கள் இங்கே எழுந்தருளி மக்களுக்கு அருள்பாலிக்க வேண்டும் என்று அவர்கள் வேண்டினர். ஈசனும் அங்கே கேதாரேஸ்வரர் திருநாமத்தோடு எழுந்தருளினார். பத்ரிகாசிரமம் சென்று அவரை தரிசித்தவர்களுக்கு மறுபிறவி கிடையாது என்று சொன்ன சூதமுனிவர் பீமசங்கர லிங்கத்தின் பெருமையைப் பற்றி முனிவர்களுக்கு எடுத்துக் கூறினார்.

●●●

21

பீமசங்கர லிங்கத்தின் பெருமைகள்

முன்னொரு காலத்தில் பீமன் என்ற அசுரன் இருந்தான். அவன் அளவிடமுடியாத ஆற்றல் பெற்றவன். ஒருநாள் தன் தாயான கற்கடியைப் பார்த்த அவன் குழந்தை முதலே நான் என் தந்தையைப் பார்த்தது இல்லை, எனது தந்தை யார்? அவர் எங்கே இருக்கிறார்? என்று கேட்டான்.

அதைக் கேட்ட கற்கடி, மகனே எனது முதல் கணவர் விராதன். அவரை ராமன் கொன்று விட்டான். பிறகு இலங்கை மன்னன் ராவணேஸ்வரின் தம்பியாகிய கும்பகர்ணன் காமரூபத்திற்கு வந்து என்னுடன் கூடினார். அதனால் உன்னைப் பெற்றேன். அவரையும் அந்த ராமனே கொன்றான். இதைக் கேட்டு ஆத்திரமும் கோபமும் அடைந்த பீமன், எனது இரண்டு தந்தைகளையும் கொன்ற ராமனைத் தேடிப்பிடித்து கொல்லாமல் விடமாட்டேன் என்று சூளுரைத்து, தவம் மேற்கொண்டான்.

முதலில் உண்பதை நிறுத்தினான், பிறகு ஒற்றைக்காலில் நின்றான், பிறகு நெருப்பிலும் நீரிலும் நின்று தவம் செய்தான். அவனிடமிருந்து கிளம்பிய யோகாக்கினி தேவர்கள் உலகம் வரை சென்று அவர்களைத் தகித்தது. அவர்கள் அனைவரும் பிரம்மனிடம் சென்று முறையிட்டனர். பிரம்மன் பீமனுக்கு

தரிசனம் தந்து யாது வரம் வேண்டும் என்று கேட்டார். சிருஷ்டிகர்த்தாவே எனக்கு அபரிமிதமான பலத்தைக் கொடுத்து அருளவேண்டும் என்றான் அவன். அந்த வரத்தைக் கொடுத்து மறைந்தார் பிரம்மா.

வரபலம் பெற்ற அசுரன் உடனே காமரூபத்தின் மீது போர்தொடுத்து அந்நாட்டு அரசன் பிரியதர்மனை அவன் மனைவியோடு கைது செய்து சிறையில் அடைத்தான். அரசனும் ராணியும் தங்கள் அபரிமிதமான செல்வம் அரசாட்சி பறிபோனதைக் கண்டு அதிகம் கவலை கொள்ளாமல் சிறையிலேயே இரகசியமாக பார்த்திவ லிங்க பூசையைச் செய்தனர். மானசீகமாக கங்காதேவியைத் தியானம் செய்து கொண்டும் இருந்தனர். மனம் லயப்பட்டு அவர்கள் செய்த பூசைக்கு ஈசன் மிகவும் மகிழ்ச்சி அடைந்தார்.

சகல உலகங்களின் ஏக சக்ராதிபதியாக தன்னை எண்ணிய அசுரன் கொடுங்கோலாட்சி நடத்தினான். தேவர்களும், முனிவர்களும், மனிதர்களும் அடைந்த துன்பத்திற்கு அளவேயில்லை. அவனுக்குத் தெரியாமல் மகாகோச நதி தீரத்தில் மக்கள் சிவபூசையும், சிவத்தியானமும் செய்தனர். இதன் பலனாக ஈசன் தோன்றி என்ன வரம் வேண்டும் என்று கேட்டார்.

அனைவரும் பீமாசுரன் அழிய வேண்டும், காமரூபத்தின் அரசன் பிரியதர்மன் மீண்டும் அரசுரிமை பெறவேண்டும் என்று கேட்டனர். அப்படியே ஆகட்டும் என்று சொல்லி மறைந்தார் ஈசன். இதே நேரத்தில் பிரியதர்மன் சிறையில் ரகசியமாக சிவபூசை செய்துவருவதை ஒற்றர்கள் அசுரனிடம் தெரிவித்தனர். கோபம் கொண்ட அசுரன் உடைவாளைச் சுழற்றிக் கொண்டு சிறைக்குச் சென்று என்ன செய்கிறாய் உண்மையைச் சொல் என்று மிரட்டினான்.

அவனுக்கு அஞ்சாத பிரியதர்மன், பரமதயாளரான சிவனை பூசை செய்கிறேன். அவரை எப்போதும் வணங்குவது எனது இயல்பு. அதை உன்னால் தடுக்க முடியாது என்றார். எனது பெரியப்பாவான ராவணன் உனது சிவபெருமான் வசிக்கும் கைலைமலையை தனது கரங்களினால் தூக்கி இருக்கிறார். அப்படிப்பட்ட பரம்பரையில் வந்த என்னை அந்த சங்கரனால்

என்ன செய்து விட முடியும்? அவன் உன்னைக் காப்பாற்றுவானா என்று கேலி பேசி சிரித்தான்.

அவன் வைத்திருந்த லிங்கத்தைக் கண்ட அசுரன், இந்த மண் லிங்கமா உன்னைக் காப்பாற்றப் போகிறது? பைத்தியக்காரா அதை தூக்கி எறிந்து விட்டு என் கால்களில் விழுந்து சரண் அடை என்றான். இது மண்ணல்ல சர்வ வல்லமை பெற்ற சர்வேஸ்வரன். நான் சிவலிங்க பூசையை விட்டாலும் சிவபெருமான் என்னைக் கைவிட மாட்டார் என்று அழுது கொண்டே சொன்னான் மன்னன்.

இந்த மண்ணல்ல தெய்வம், நானே தெய்வம் என்று கர்ஜனை செய்தான் அசுரன். பிறந்து அழியப்போகும் நீ எப்படி தெய்வமாவாய்? உன்னை தெய்வம் என்று சொல்லமாட்டேன் என்று மறுத்தான் அரசன். இதனால் கோபம் கொண்ட அசுரன் உண்மையில் உனது தெய்வம் இருந்தால் அது உன்னைக் காப்பாற்றட்டும் என்று சொல்லி தனது வாளை எடுத்து அரசனை வெட்டப்போனான். அப்போது பார்த்திவ லிங்கத்திலிருந்து தோன்றிய ஈசன் தனது பினாகம் என்ற வில்லை வளைத்து அம்பு தொடுத்து பீமாசுரனின் வாளை ஒடித்தெறிந்தார்.

அசுரனும் பலவகையான ஆயுதங்களைக் கொண்டு அவரை எதிர்த்தான். அவனுடன் சிறிது நேரம் போர் செய்தார் ஈசன், தேவர்கள் நடுங்கினர், சகல லோகங்களும் நடுங்கின. அதனால் நாரதர் அங்கே வந்து சர்வேசா இது என்ன விளையாட்டு? அசுரனை சம்ஹாரம் செய்து விடுங்கள் என்றார். உடனே ஈசன் ஹூங்காரம் செய்தார், அதுவே அஸ்திரமாகி அசுரனையும், அவனது படைகளையும் நிர்மூலம் செய்துவிட்டது. தேவர்களின் வேண்டுதலை ஏற்று பீமாசங்கரன் என்ற திருநாமத்தோடு அத்தலத்தில் ஈசன் எழுந்தருளி அருள்பாலித்தார்.

●●●

22

கபாலத்தை விழச் செய்த காசி க்ஷேத்திர மகிமை

ஆதியில் சதாசிவனைப் போலவே பிரம்மாவுக்கும் ஐந்து முகங்கள் இருந்தன. சரஸ்வதி கொடுத்த சாபத்தினால் சிவபெருமான் ஒரு தலையை அறுத்தெடுத்தார். சிருஷ்டியில் ஈடுபட்டு பிரம்மா பிரபஞ்சங்களைப் படைத்தபோது அழகிலும் அறிவிலும் இணையற்ற சரஸ்வதி தோன்றினாள். அவளது இளமையின் அழகில் மோகம் கொண்ட பிரம்மா தானே அவளை மனைவியாக்கிக் கொள்ள விரும்பினார். தங்களிடம் இருந்து தோன்றியதால் நான் உங்களுக்கு மகள் முறையாக வேண்டும் என்று சொல்லி அவரைத் தடுத்தாள் சரஸ்வதி. ஆனாலும் காமப்பித்தம் ஏறிய பிரம்மாவின் ஒரு முகம் அவளை அடைய ஆசைப்பட்டு காதல் வார்த்தைகளைப் பேசியது. இதனால் கோபம் அடைந்த சரஸ்வதி, என்னைப் பார்த்து தகாத வார்த்தை பேசும் இந்த தலை சிவபெருமானால் அழியட்டும் என்று சாபம் கொடுத்தாள்.

இதற்குப் பிறகு பிரம்மாவின் சத்தியலோகத்திற்கு சிவபெருமான் வந்தபோது அவரை பிரம்மா வரவேற்று உபசாரம் செய்தார். அவரது நான்கு முகங்களே அன்புகாட்டி தோத்திரம் செய்தன. ஒரு முகம் மட்டும் நானும் உன்னைப்போல ஐந்துமுகக் கடவுள்தானே

என்ற கர்வத்தோடு பேசாமல் இருந்தது.

இதனால் கோபம்கொண்ட சர்வேஸ்வரன் அவரது ஆணவத்தை அடக்க தனது நகத்தினால் பிரம்மனுடைய ஐந்தாவது தலையைக் கிள்ளி எறிந்தார். அப்படி கிள்ளப்பட்ட பிரம்ம கபாலம் மண்ணில் விழாமல் சிவபெருமான் கையிலேயே ஒட்டிக்கொண்டது. என்ன செய்தாலும் போகாமல் பிரம்மஹத்தி தோஷமாக அவருடனேயே வந்தது. பல புண்ணிய தலங்களுக்குச் சென்றபோதிலும் அவரது கையில் ஒட்டிக் கொண்ட கபாலம் விழவேயில்லை. கடைசியாக அவர் காசிக்ஷேத்திரம் அடைந்தபோது பிரம்ம கபாலம் அவரை விட்டு நீங்கியது பிரம்மஹத்தி தோஷமும் அகன்றது. ஈசன் அங்கேயே நித்தியமாகத் தங்கி இருந்து அருள்பாலித்து வருகிறார். பிரம்ம கபாலம் விழுந்த இடம் கபாலமோசன தீர்த்தம் என அழைக்கப்படுகிறது.

காசியின் பெருமை அளவற்றது, குபேரன் அந்தத் தலத்தில் ஈஸ்வரனை வழிபட்டு மிக உயர்ந்த பதவியைப் பெற்றான். சகலவிதமான தேவர்களும் அங்கே வந்து காசியில் கோயில் கொண்டிருக்கும் காசிவிஸ்வநாதரை வணங்க சகல சௌபாக்கியமும் அடைந்தனர். காசியில் கோப்பிரக்ஷக லிங்கம் பிரம்மாவால் பூஜிக்கப்பட்டது. ஒரு காலத்தில் புலியாக உருக்கொண்டு தேவர்களையும், மனிதர்களையும் துன்புறுத்திய அசுரனைக் கொன்று அங்கே வியாக்கிரேஸ்வரர் என்ற பெயரோடு விளங்கும் தலமும் இதுதான்.

பர்வதராஜன் பிரதிஷ்டை செய்து வணங்கிய லிங்கம் சைலேஷ்வர் எனப்படுகிறது. வருணா மற்றும் ஆசி என்ற இரண்டு நதிகளும் கலப்பதால் இந்த க்ஷேத்திரத்திற்கு வாரணாசி என்ற பெயர் ஏற்பட்டது. அந்தச் சங்கமத்தில் பிரம்மா பிரதிஷ்டை செய்த சங்கமேஷ்வரரும், மற்றும் மத்தியமேசுவரர், ஜம்பகேஸ்வர், கிருத்திவாகேஸ்வரர், விருத்தகாளேஸ்வரர் ஆகியோரும் எழுந்தருளி அருள்பாலிக்கின்றனர். சுக்கிரன் பூசித்த சுக்கிரலிங்கமும் அங்கே உண்டு. இதை விடச் சிறந்த புண்ணிய க்ஷேத்திரம் ஈரேழு பதினான்கு லோகங்களிலும் தேடினாலும் கிடைக்காது. அதனால் தான் அங்கே ஈசன் நித்யவாசம் செய்வதோடு, காசியில் மரணிப்பவர்களின் செவிகளில் தாரக

மந்திரத்தை தானே உபதேசம் செய்து அவர்களுக்கு முக்தி அளிக்கிறார். காசி க்ஷேத்திரத்தின் மகிமையை அளவிட்டுக் கூற முடியாது, இந்தக் காசியின் மகத்துவத்தைக் கேட்டவர்களும், படித்தவர்களும் சகலவித ஐஸ்வர்யங்களையும் அடைந்து வாழ்வார்கள் எனத் தெரிவித்த சூத முனிவர் முனிவர்களுக்கு திரியம்பகேஷ்வரின் அற்புதங்களைத் தெரிவித்தார்.

●●●

23

கௌதமரின் தோஷம் போக்கிய திரியம்பகேஸ்வரர்

இரண்யாட்சனின் மகன் அந்தகாசுரன் என்பவன் பூலோகத்தை கொடுங்கோலாட்சி செய்து வந்தான். அதனால் மழை வறண்டது, பயிர்கள் கருகின, மனிதர்களும் விலங்குகளும் குடிக்க நீர் இல்லாமல் இறந்தனர். நிலங்கள் பாளம்பாளமாக வெடித்தன, இந்த நிலையில் பல வருடங்கள் கடந்தன.

தாருகாவனத்தில் உலக க்ஷேமத்தின் பொருட்டு யாகங்களைச் செய்து வந்த வேத பண்டிதர்கள் வறுமை அடைந்தனர். பசியாலும் தாகத்தினாலும் வருந்தினர். தங்களை ரட்சிப்பார் யார்? என்று அங்கும் இங்கும் அலைந்து திரிந்தனர்.

இறுதியாக அவர்களுக்கு கௌதமமுனிவர் தனது ஆசிரமத்தில் இடம் கொடுத்தார், வேண்டும் அளவிற்கு உணவும், நீரும் தந்து உபசரித்தார். அவர்கள் இன்பமாகக் கொஞ்ச காலம் வாழ்ந்தனர். பிறகு சில மாதங்களுக்குப் பிறகு மழை பெய்தது. நீர்நிலைகள் நிரம்பி வழிந்தன, வயல்களில் விளைச்சல் பெருகியது, பஞ்சம் பஞ்சாகப் பறந்து விட்டது.

வேதபண்டிதர்கள் தங்கள் சொந்த இடங்களுக்குச் ச்செல்ல விரும்பினர் ஆனால் கௌதமர் அவர்களை

அனுமதிக்கவில்லை, இங்கேயே தங்கி இருங்கள் என்று நிர்ப்பந்தம் செய்தார். பல வருடங்களாகத் தங்கள் சொந்த ஊரைவிட்டு வெளியூரில் பஞ்சத்தின் பொருட்டு தங்கி இருந்த அவர்களுக்கு பஞ்சம் தீர்ந்த பிறகு கௌதம முனிவரது ஆசிரமத்தில் தங்கியிருப்பதற்குப் பிடிக்கவில்;லை. எனவே ஏதாவது ஒரு தந்திரம் மூலமாக அந்த இடத்தை விட்டுப் போவதற்கு யோசனை செய்தனர்.

விநாயகரை வழிபட்டு அவர் மூலமாக கௌதமருக்கு கொலைப் பழியை ஏற்படுத்தத் திட்டம் வகுத்தனர். ஒருநாள் அவர்கள் ஒரு மாயப்பசுவை உண்டாக்கி அதனை கௌதமுனிவரின் பார்வையில் படுமாறு நிற்க வைத்தனர். அந்தப் பசுவைக் கண்டதும் கௌதமருடைய மனம் இரங்கியது. ஐயோ இந்தப் பசு எலும்பும் தோலுமாக இருக்கிறதே. இத்தனை நாள் இதனிடம் பால் கறந்து கொண்டு பலனை அனுபவித்தவன், அதற்கு நோய் வந்ததும் துரத்தி விட்டானே? இது மிகப்பெரிய பாவம் அல்லவா? பசுவிற்கு சேவை செய்வது அந்த பசுபதியான சிவபெருமானுக்கே செய்யும் சேவை ஆயிற்றே. இனிமேல் இந்த நோய்வாய்ப்பட்ட பசுவை நானே வளர்க்கிறேன் என்று மனதிற்குள் சொல்லிக் கொண்டு அதன் அருகே சென்றார்.

பசு அவரைப் பரிதாபமாகப் பார்த்தது, அவர் ஆறுதலாக அதன் மீது தன் கையை வைத்தார். அடுத்த விநாடியே அந்தப் பசு 'ம்ம்மா' என்று பெருங்குரல் எடுத்து கத்திக்கொண்டே கீழே விழுந்து இறந்து விட்டது.

உடனே வேதபண்டிதர்கள் அங்கே குழுமிவிட்டனர், ஐயோ என்ன காரியம் செய்து வீட்டீர் கௌதமரே? பசுவைக் கொன்ற பாவம் சும்மா விடுமா? பசுவைக் கொன்ற உமது ஆசிரமத்தில் இருப்பதும், உமது உணவை சாப்பிடுவதும் சாஸ்திர விரோதம். அந்த பாவம் எங்களையும் சேரும், ஆகவே நாங்கள் இப்போதே புறப்படுகிறோம் என்றனர். இல்லை முனிவர்களே நீங்கள் புறப்படவேண்டாம் என்றார் கௌதமர்.

பெரும்பாவத்தைச் சம்பாதித்த நீங்கள் நற்காரியம் எதையும் செய்யக்கூடாது, இங்கே தங்கவும் கூடாது என்றனர். அவர் தன் மனைவியுடன் அங்கிருந்து புறப்பட்டு சிறிது தொலைவில் தங்கினார். இந்தப் பாவத்திற்கான பிராயச்சித்தம் சொன்னால்

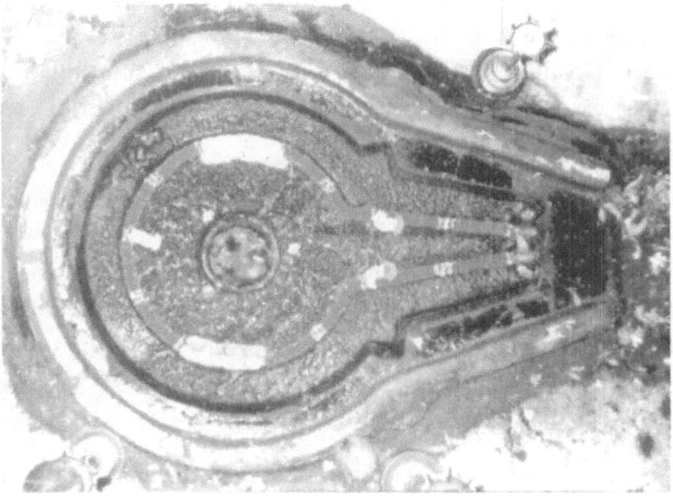

செய்கிறேன் என்றார். இந்த உலகம் முழுவதையும் வலம் வர வேண்டும். அவ்வாறு வலம் வருகின்ற போது பசுவைக் கொன்று பிரம்மஹத்தி தோஷம் சம்பாதித்த எனக்கு பிட்சை இடுங்கள் என்று ஏழு வீடுகளில் கேட்டு ஏழு கவளம் அன்னம் வாங்கி உண்டு வரவேண்டும். பிறகு இந்த இடத்திற்கு வந்து ஒரு மாதகாலம் சாந்திராயண விரதம் அனுஷ்டிக்க வேண்டும்.

அமாவாசை முதலாக சந்திரனின் கலைகள் ஒவ்வொன்றாக வளரும் போது தினமும் ஒரு கவளம் அன்னத்தை அதிகமாக்கிக் கொண்டே வந்து, பிறகு கலைகள் குறையும்போது அன்னத்தைக் குறைத்துக் கொண்டே வந்து விரதம் இருக்க வேண்டும். அதற்குப் பிறகு பிரம்மகிரியை நூற்றியொரு தடவை வலம் வந்தால் நீங்கள் செய்த பாவம் தீரும் என்றனர். இதைத் தவிர மற்றொரு முறையும் இருக்கிறது, பிரம்மகிரியை பதினோரு முறை வலம் வந்து, சத்கும்பாபிஷேகம் செய்து கொண்டால், உங்கள் உடல் புனிதமாகும். அதன் பிறகு கங்கையை வரவழைத்து கோடிலிங்கார்ச்சனை செய்தால் உங்கள் தோஷம் நீங்கும் என்றனர்.

கௌதமர் இரண்டாவது முறையைத் தேர்ந்தெடுத்து, பக்தியோடு பிரம்மகிரியை பதினோரு முறை மனைவியை அழைத்துக் கொண்டு வலம் வந்தார். பிறகு கோடி லிங்கார்ச்சனை

செய்தார். அகல்யாதேவியும் அவருடன் இணைந்து பூசை செய்தாள். பூசையின் முடிவில் ஈசன் பார்வதிதேவியோடு தரிசனம் கொடுத்தார். ஐயனே என்னை சூழ்ந்துள்ள கோஹத்தி தோஷம் நீங்க கங்கையை இங்கே தருவிக்க வேண்டும் என்றார் கௌதமர்.

மகரிஷியே உம்மைப் பிடித்திருந்த தோஷங்கள் அனைத்தும் விலகிவிட்டன. இந்த தோஷம் மற்ற முனிவர்களின் வஞ்சத்தினால் ஏற்படுத்தப்பட்டது என்ற ஈசன் நடந்தவைகளைத் தெரிவித்தார். அவர்கள் மீது ஆத்திரம் கொள்வதற்குப் பதிலாக பிரபோ அவர்கள் செய்த தீமையால் எங்களுக்கு தங்களைத் தரிசிக்கும் பாக்கியம் கிடைத்தது என்ற கௌதமரின் முன் கங்கை ஒரு அழகான பெண்ணாக வடிவம் கொண்டு எதிரே நின்றாள்.

தாயே என்னைப் பரிசுத்தனாக்க வேண்டும் என்று வேண்ட அவளும் அவரைப் புனிதனாக்கி திரும்பிச் செல்ல முயன்றபோது, அவளிடம் சிவபெருமான், தேவி வைவஸ்வத மன்வந்தரம் முடியும்வரையில் நீ இங்கேயே இருந்து பக்தர்களின் தோஷங்களைப் போக்கி, சௌபாக்கியங்களைத் தருக என்றார்.

அதைக் கேட்ட கங்கை, ஐயனே காசியில் இருக்க வேண்டிய என்னை இங்கே இருக்க வைக்கிறீர்களே என்றாள். தேவி நீ இங்கும் அங்கும் இரண்டு இடங்களிலும் இருப்பாய். இங்கே நீராடும் பக்தர்களுக்கு காசியில் கங்கைநதி தீரத்தில் நீராடும் பலன்களைக் கொடுப்பாய் என்றார் ஈசன்.

சர்வேஸ்வரா தாங்கள் பார்வதி தேவியோடு இங்கே எழுந்தருளி இருப்பதானால் நானும் மகிழ்ச்சியாகத் தங்கி இருப்பேன் என்றாள் கங்கை. ஈசன் அதற்கு இணங்கியதால் கோதாவரி என்ற பெயரோடு அவள் அங்கே சாந்நித்தியம் கொண்டாள். சிவபெருமானும் பார்வதியோடு அந்த நதி தீரத்தில் திரியம்பகேஸ்வர லிங்கம் என்ற பெயரில் எழுந்தருளி அருள் பாலித்தார்.

கோதாவரி தோன்றிய இடத்திற்கு கங்காத்துவாரம் என்று பெயர். கௌதமர் தன் மனைவியோடு அங்கே நிதமும் தீர்த்தமாடி சிவபூசை செய்து வந்தார். இதனை அறிந்த முனிவர்கள் தாங்களும் கங்கையில் நீராடிய பலனைப்

பெறுவதற்காக அங்கே வந்தனர். கௌதமரின் அபாண்டமாக பழியைப் போட்ட அவர்களைக் கண்டாலே கோதாவரிக்குப் பிடிக்கவில்லை. கௌதமர் மன்னிக்க விரும்பியபோதிலும் அவள் மறுத்தாள். இவர்கள் எனது புனிதநீரில் நீராடினால் எனக்குப் பாவம் சேரும். அதைக் கழுவிக்கொள்ள நான் எங்கே செல்வது? ஆகவே அவர்களுக்குத் தக்க தண்டனை அளிக்க வேண்டும், அது அவர்களது பிராயசித்தமாக அமைய வேண்டும் என்றாள்.

மனம் இல்லாதபோதும் அதற்கு கௌதமர் ஒப்புக் கொண்டார், உங்களைப் பரிகார நிமித்தம் பிரம்மகிரியை பதினோரு முறை வலம் வரச் சொன்னார்கள் அல்லவா? அதே முறையில் அவர்களும் வலம் வந்து பிராயச்சித்தம் செய்தபிறகு நதியில் நீராடட்டும் என்றாள் கோதாவரி. அங்கு வந்த முனிவர்களும், அவர்களுடைய பத்தினிகளும் தங்கள் தவறுக்கு வருந்தினர், பிரம்மகிரியை பதினோரு முறை வலம் வந்து கோதாவரியில் நீராடிப் புனிதம் அடைந்தார்கள்.

நியமப்படி முனிவர்கள் தர்ப்பையினால் பவித்திரம் அணிந்து வைதீக கர்மங்களைச் செய்து நீராடி இடம் குசாவர்த்தம் எனப்படும். கோதாவரியின் பெருமையை உணர்ந்த ராமபிரான் அந்த நதி தீரத்தில் இருந்த பஞ்சவடியில் ஒரு மாத காலம் தங்கி இருந்தார்.

●●●

24

இராவணன் பெற்ற சாபம்

ஒரு காலத்தில் அளவற்ற பலம் பெறுவதற்கும், திவ்ய ஆயுதங்கள் பெறுவதற்கும் விரும்பிய லங்கேஷ்வரனாகிய இராணவன் சிவபெருமானை நோக்கி கடுந்தவம் புரிந்தான். சிவபெருமான் தரிசனம் தரவில்லை ஆகவே ஹோமத்தில் தனது தலைகளை ஒவ்வொன்றாக அறுத்து அவிசாகக் கொடுத்து தவம் செய்தான். ஒன்பது தலைகளும் இவ்வாறு ஹோமத்தீயில் இடப்பட்டது. மீதி இருக்கின்ற ஒரே ஒரு தலையை அறுப்பதற்காக உடைவாளை ராவணன் உறுவிய சமயத்தில் சிவபெருமான் அவனைத் தடுத்தாட்கொண்டார். என்ன வரம் வேண்டும் என்று கேட்டார்.

ஈசனே ! சத்ருக்கள் யாரும் என்னை வெல்லமுடியாத அளவிற்கு பலசாலி ஆகவேண்டும், அதோடு ஹோமாக்கினியில் இட்ட மற்ற ஒன்பது தலைகளும் மீண்டும் என் உடலில் தோன்ற வேண்டும் என்று கேட்டான். அவரும் அவன் கேட்ட வரத்தை தந்து மறைந்தார். அசாத்தியமான தவம் செய்து அளவற்ற வரபலம் பெற்ற அவனால் இன்னும் என்னென்ன துன்பத்தை அனுபவிக்க வேண்டுமோ என்று தேவர்களும் ரிஷிகளும் அச்சத்தோடு நடுங்கினார்கள். அங்கே வந்த நாரதர் உங்கள் பயத்தைப் போக்க ஒரு வழி செய்கிறேன் என்று சொல்லிவிட்டு ராவணன் வரும் வழியில் சாமகானம் பாடிக்கொண்டிருந்தார்.

ராவணனைப் பார்த்ததும் எப்படி இருக்கிறாய்? உன்னைப் பார்த்தால் யாராலும் சாதிக்கமுடியாத காரியத்தை செய்து முடித்த வெற்றிக்களிப்பில் இருப்பதாகத் தெரிகிறது என்ன சங்கதி? என்று ஏதும் அறியாதவரைப்போல விசாரித்தார். நடந்த அத்தனை விஷயங்களையும் ஒன்றுவிடாமல் சொன்னான் ராவணன் பெருமையாக.

அதைக்கேட்ட நாரதர், சற்று யோசிப்பதைப் போல மவுனமாக இருந்து விட்டு, நீ உனது தலைகளை அறுத்து ஹோமத்தீயில் இட்டு செய்த தவம் வேறு யாராலும் செய்ய முடியாது. ஆனால் அதற்கு ஈசன் கொடுத்துள்ள வரம் இணையானதா என்று பரீட்சை செய்து பார்க்காமல் ஆனந்தப்படுவது சரியல்ல. ஏன் என்றால் சில சமயங்களில் ஈஸ்வரனை நம்புவது சரிப்பட்டு வருவதில்லை என்று சந்தேகத்தோடு இழுத்தார். அவர் தந்த வரபலத்தை சோதனைசெய்து பார்த்துவிடுவது நல்லது தான் என்று ராவணனுக்கும் தோன்றியது. நான் என்ன செய்யட்டும் சொல்லுங்கள் என்றான்.

சிவபெருமான் வாசம் செய்யும் கயிலை மலையை உனது இருபது தோள்களினாலும் பெயர்த்துத் தூக்கிவிடு. எவ்வித சிரமும் இல்லாமல் நீ இதை முடித்தால் ஈசனின் வரத்தின்படி அபரிமிதமான பலத்தை அடைந்திருக்கிறாய் என்பதை அறிந்து கொள்ளலாம் என்றார். அதைப்பற்றி அதிகம் யோசிக்காத ராவணன், உடனே கயிலாயமலையை அடைந்து, அதைத் தனது இருபது கரங்களினாலும் அசைத்துப் பார்க்க ஆரம்பித்தான். மலை குலுங்கியது.

பார்வதி சமேதராக ஈசன் கொலுமண்டபத்தில் வீற்றிருக்க முனிவர்களும், தேவர்களும் அவரைப் போற்றித் துதித்திருக்க, மலை அசைந்ததால் அனைவரும் திடுக்கிட்டனர். மகாவிஷ்ணு பிரம்மா போன்றோர் தங்கள் ஆசனத்தில் இருந்து விழுந்தனர். தேவர்கள் ஒருபக்கமாக சாய்ந்து ஒருவர் மீது ஒருவர் விழுந்து எழுந்தனர். பார்வதி பயங்கொண்டு கயிலைநாதனை அணைத்துக் கொண்டாள்.

ராவணனுக்கு அளவற்ற பலம் கொடுத்ததால் அவன் என்னிடமே அதைப் பிரயோகம் செய்து சோதிக்கிறானா? என்று கோபம் கொண்ட ஈசன், எந்தக் கரங்களைக் கொண்டு

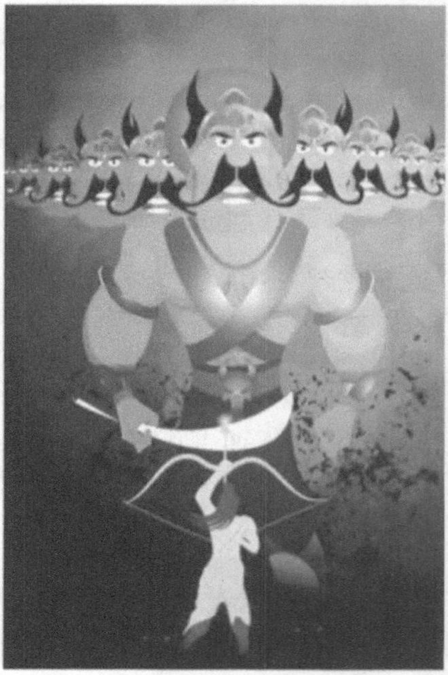

எமது மலையை பெயர்த்து எடுக்க ஆசைப்பட்டாயோ அந்தக் கரங்களை வெட்டி எறிந்து உன்னை அழிக்க ஒரு வீரபுருஷன் தோன்றுவான் என்று சாபமிட்டார். இதைக்கேட்டு தேவர்களும், முனிவர்களும் மகிழ்ச்சி அடைந்தனர். சீக்கிரமாகவே ராவணன் அட்டூழியங்களுக்கு ஒரு முடிவு ஏற்படும் என்று திருப்தி அடைந்தனர்.

இது எதையும் அறியாத ராவணன், தன்னால் கயிலை மலையையே அசைக்க முடிந்தது என்றால் ஈசன் கொடுத்த வரம் உண்மையானது தான் என்று சந்தோஷம் கொண்டு இலங்கைக்குச் சென்றான். இதைச் சொன்ன சூதமுனிவர் போகேஸ்வரராக ஈசன் தாருகையை அழிக்கும் காலம் வரையில் வனத்தில் எழுந்தருளிய கதையைச் சொன்னார். நைமிசாரண்ய முனிவர்கள் ஆவலோடு அவைகளைக் கேட்டு பரவசம் அடைந்தனர். அவர்கள் தணியாத ஆர்வத்தைக் கண்ட சூதமாமுனிவர், சேதுக்கரை ராமேஸ்வரர் விருத்தாந்தங்களைச் சொல்லத் தொடங்கினார்.

●●●

25

ஸ்ரீராமபிரான் வழிபட்ட மணல் லிங்கம்

ராமபிரான் பஞ்சவடியில் இருந்தபோது, ராவணன் வஞ்சகமாக சீதையை அபகரித்துக் கொண்டு சென்று இலங்கையில் அசோகவனத்தில் சிறை வைத்தான். அவளை மீட்க சுக்ரீவனுடைய வானரசேனையோடும், மாருதி, ஜாம்பவான் போன்ற வீரர்களோடும் தென்கரைக்கு வந்த ராமர், கடலைத் தாண்டிச் செல்வதற்காக கரையில் தங்கியிருந்தார்.

ஒருநாள் அவருக்குத் தாகமாக இருந்தது, அருகில் இருந்தவரிடம் குடிப்பதற்கு தண்ணீர் கொண்டு வா என்றார். வானரவீரர்கள் ஓடிச் சென்று பல புண்ணிய தீர்த்தங்களைக் கொண்டுவந்து அவர் முன்னால் வைத்தனர். அதைப் பார்த்த ராமருக்கு இந்த புண்ணிய தீர்த்தம் கொண்டு ஈசனை அபிஷேகம் செய்யலாமே என்ற எண்ணம் தோன்றியது.

தினமும் அவர் சிவபூசை செய்த பிறகே தண்ணீர்கூட அருந்துவார். ஆகவே மணலால் ஒரு பார்த்திவலிங்கத்தைப் பிடித்து அதற்கு ஆவாகனம் முதல் நமஸ்காரம் வரையிலான நியமங்களை கிரமமப்படி செய்து, சிவபெருமானைப் பலவிதமான தோத்திரங்கள் சொல்லித் துதித்தார். அவரது பூசையில் மகிழ்ந்த சிவபெருமான் தரிசனம் தந்தார். அவரிடம்

ராமபிரான், பிரபோ என் மனைவியைக் கவர்ந்து சென்ற ராவணன் உங்கள் பரமபக்தன். இருந்தாலும் அவனை வெற்றி கொள்ள எனக்குப் போதுமான சக்தியைத் தந்தருள வேண்டும் என்று வேண்டினார்.

அவன் என்னுடைய பக்தனாக இருந்தபோதிலும், கயிலாயத்தை எடுக்கத் துணிந்த பாதகன். ஆகையால் அவனது கரங்களை அறுத்து அவனை சம்ஹாரம் செய்ய ஒரு வீரபுருஷன் தோன்றுவான் என சாபம் கொடுத்திருக்கிறேன். அது உன்னால் நிறைவேறும் ஆகையால் உனது விருப்பம் தடையில்லாமல் நிறைவேறும் என்று ஆசி கூறி மறைந்தார். ராமபிரான் பூசை செய்து வழிபட்ட லிங்கத்தில் ஈசன் ராமேஸ்வரர் என்ற பெயரோடு எழுந்தருளி பக்தர்களுக்கு இன்றும் அருள்பாலித்து வருகிறார்.

●●●

26

இறந்த பிள்ளையை மீட்டுத் தந்த குஷ்மேஷ்வர்.

தேவகிரி என்ற மலைக்கு அருகே உள்ள ஒரு ஊரில் பாரத்வாஜ கோத்திரத்தில் பிறந்த அந்தணன் சுதன்மன். அவனுடைய மனைவி சுதேகை. இருவரும் பக்தியும் எளிமையும் கொண்டவர்கள், திருமணமாகி பலவருடங்கள் ஆகியும் குழந்தைகள் இல்லை. இதனால் சுதேகை அக்கம் பக்கத்தில் உள்ள பெண்களின் ஏச்சுக்கும், கேலிக்கும் ஆளாகி துக்கமடைந்தாள். தன் மீது சுமத்தப்பட்ட மலடி என்ற பட்டத்தை இழப்பதற்கும் வீட்டில் ஒரு குழந்தை கொஞ்சி விளையாடுவதற்கும் கணவனுக்கு மறுமணம் செய்து வைக்கத் துணிந்தாள்.

முதலில் அதை மறுத்தான் சுதன்மன், குழந்தைப்பேறு தராத இந்த உடலால் எந்தப்பயனும் இல்லை, ஆகவே நான் இறப்பதே மேல் என்று விரக்தியோடு பேசினாள் அவள். இதனால் அதிர்ச்சி அடைந்த சுதன்மன், அவசரப்பட்டு எந்த முடிவுக்கும் வராதே! இன்று பகவானையே இதற்கு முடிவு கேட்போம் என்றான்.

நீல மலர் ஒன்றையும், சிகப்பு மலர் ஒன்றையும் பொட்டலமாகக் கட்டி அன்று பூசையின் முடிவில் பகவான் பாதங்களில் வைத்து, நீலமலர் வந்தால்

பிள்ளை பிறக்கும், சிகப்பு மலர் வந்தால் குழந்தைப்பேறு இல்லை என்று நினைத்து, கண்களை மூடிக் கொண்டு ஒரு பொட்டலத்தை எடுத்து பிரித்துப் பார்க்க அதில் சிவப்பு மலரே வந்தது. இதனால் மனம் உடைந்த சுதேகை என்னால் உங்கள் வம்சம் அழிய வேண்டாம், ஆகவே மறுக்காமல் எனது தமையனின் பெண்ணை மணம் செய்து கொள்ளுங்கள் என்று வற்புறுத்தி குசுமை என்ற அந்தப் பெண்ணை கணவனுக்கு மணம் செய்து வைத்தாள்.

குசுமை பக்தி நிறைந்தவள், தினமும் ஒவ்வொரு நாளும் புதியமண் கொண்டுவந்து 101 சிவலிங்கம் பிடித்து பூசை செய்து பிறகு முடிவில் அதை அருகில் இருந்த குளத்தில் விடுவாள். இப்படியாக அவள் சிவலிங்க எண்ணிக்கையை அதிகமாக்கி லட்சத்தைத் தொட்டுவிட்டாள். இதனால் மனம் மகிழ்ந்த ஈசன் அவளுக்குத் தரிசனம் தந்து குழந்தைப்பேற்றை அருளினார். குசுமை கருவுற்று, ஆண்மகனைப் பெற்றாள். அவனுக்கு சுப்ரியன் என்று பெயரிட்டு அன்போடும் பாசத்தோடும் வளர்த்தனர். ஆரம்பத்தில் சுதேகை அந்தப் பிள்ளையைத் தன் சொந்தப்பிள்ளையாகவே பாவித்து பாசம் காட்டி வந்தாள்.

ஆனால் நாளடைவில் தன் கணவனும், குசுமையும் அந்தப் பிள்ளையைக் கொஞ்சுவதும், அவனைச் சீராட்டுவதும் அவள் மனத்தில் பொறாமையை வளர்த்தது. இதனால் தன் கணவன் தன்னை அலட்சியப்படுத்துவது போல உணர்ந்தாள். முகத்தைத் தூக்கி வைத்துக் கொண்டு துக்கத்தோடு வீட்டில் இருந்தாள். கணவனும், குசுமையும் எத்தனையோ முறை கேட்டும் அவள் தகுந்த பதில் அளிக்கவில்லை. நாளுக்கு நாள் பொறாமை அதிகமாகியது.

சுப்பிரியன் வளர்ந்து வாலிபனானான். அவனுக்கு அழகும் இளமையும் கொண்ட பெண்ணைத் திருமணம் செய்து வைத்தனர் பெற்றோர். அவர்கள் இருவரும் இன்பமாக இருப்பதைப் பார்க்க சகிக்காமல் அவர்களைக் காரணமே இல்லாமல் வெறுத்தாள் சுதேகை. குசுமை தன் சிவபூசையை விடாமல் தொடர்ந்து செய்து வந்தாள்.

ஒருநாள் இரவு சுப்பிரியன் அறைக்குள் நுழைந்தாள் சுதேகை. தன் மனைவியோடு படுத்து தூங்கிய பிள்ளையை கத்தியால்

குத்திக் கொன்றாள். பிறகு அவனது உடலை பல துண்டுகளாக்கி, எடுத்துச் சென்று தினமும் குசுமை சிவலிங்கத்தை சேர்க்கும் குளத்தில் போட்டுவிட்டாள்.

காலையில் கண்விழித்த மருமகள் அருகே படுத்திருந்த கணவனைக் காணாமலும், ரத்தமும் சதையும் அங்கங்கே சிதறி இருப்பதையும் கண்டு பதைபதைத்து அலறினாள். சுதேகை எதுவும் நடக்காதது போல அமைதியாக சமையல் வேலையில் ஈடுபட்டிருந்தாள். குசுமையும் அவள் கணவனும் சிவபூசையில் இருந்தனர்.

பூசை முடிந்து எழுந்த குசுமை அந்த சர்வேஸ்வரனே பிள்ளையைக் கொடுத்தான், என் குழந்தைக்கு என்ன துன்பம் நேர்ந்திருந்தாலும் அதை எழுப்பித் தருவது அந்த ஈசன் பொறுப்பு என்று தீர்மானமாகச் சொன்னாள். பிறகு தான் மண்ணால் செய்த சிவலிங்கங்களை வழக்கப்படி எடுத்துச் சென்று குளத்தில் கரைத்துவிட்டுத் திரும்பியபோது அம்மா என்ற சுப்பிரியன் குரல் கேட்டது. திரும்பிப் பார்த்தாள், அந்தக் குளத்தில் இருந்து அவன் உயிரோடு எழுந்து அவளிடம் வந்தான்.

இறந்து போன என்னை உனது பூசையின் பலன் உயிரோடு எழுப்பி விட்டது, நானும் உன்னோடு வீட்டுக்கு வருகிறேன் என்று சொன்ன மகனைக் கட்டியணைத்து உச்சிமோந்தாள் தாய். அதே நேரத்தில் குளத்து தண்ணீரில் ஏதோ சத்தம் கேட்டது. கையில் சூலாயுதத்தோடு சிவபெருமான் தண்ணீருக்குள்ளே இருந்து வெளிப்பட்டதை அவர்கள் பார்த்து அதிசயித்தனர். பணிந்து வணங்கினர்.

சுதேகையின் பொறாமையால் அவள் சுப்பிரியனை வெட்டிக் கொலை செய்து குளத்தில் போட்டதைத் தெரிவித்த ஈசன், அவள் செய்த பாவத்தின் தண்டனையாக எனது சூலாயுதத்தினால் அவளை வெட்டி எறியப்போகிறேன் என்றார். அவரைத் தொழுது வணங்கிய குசுமை, அவள் தவறு செய்திருந்தாலும் அந்தச் செய்கையினால் அல்லவா எங்களுக்குத் தங்களைத் தரிசிக்கும் பேறு கிடைத்தது. அவளை மன்னித்து விடுங்கள், தங்களைத் தரிசித்தால் அவளது களங்கம் பாவம் அனைத்தும் எரிந்து அழிந்து போய்விடும் என வேண்டினாள்.

உனது பெருந்தன்மையைப் பாராட்டுகிறேன். வேறு ஏதாவது வரம் வேண்டுமா? என்றார். பிரபோ எனக்குத் தரிசனம் கொடுத்த அதே கோலத்திலேயே இங்கே எழுந்தருளி பக்தர்களின் குறை போக்க வேண்டும் என்று வேண்டினாள் அந்த பக்தை. அவளுடைய வேண்டுகோளை ஏற்ற ஈசன், அந்தக் குளத்தையே ஆலயமாகக் கொண்டு குஷ்மேஷ்வரர் என்ற திருநாமத்தோடு எழுந்தருளி அருள்பாலித்து வருகிறார்.

இறந்த பிள்ளை எழுந்து வந்த அதிசயத்தைக் கண்ட சுதேகை அச்சத்தினால் நடுங்கினாள். தன் பாபச் செயலுக்கு வருந்தினாள். ஆனால் குசுமை அவளுக்கு ஆறுதல் சொல்லி தேற்றினாள். சுதன்மனும் நடந்தவற்றைக் கேட்டு வியப்படைந்தான். அனைவரும் சிவபெருமானின் அருட்பெருங் கருணையை எண்ணி எண்ணி உருகினர். சுதேகை தன் மனத்தில் இதுநாள் வரையில் கொண்டிருந்த பொறாமையை நீக்கி, நல்ல குணங்களைக் கைக் கொண்டு அந்தக் குடும்பத்தில் மகிழ்ச்சியோடு வாழ்ந்து வந்தாள்.

●●●

27

நரசிம்மரை சாந்தப்படுத்திய சரபேஸ்வரர்

வைகுந்த வாசலில் ஜய, விஜய என்ற இரண்டு துவாரபாலகர்கள் காவலுக்கு இருந்தனர். சனகாதி முனிவர்கள் விஷ்ணுவை தரிசனம் செய்ய வந்தபோது வழக்கப்படி அவர்களை ஜய விஜயர் தடுத்தனர். இதனால் கோபம் கொண்ட முனிவர்கள் வைகுந்தப் பதவியை இழந்து இருவரும் பூலோகத்தில் மனிதராகப் பிறக்கும்படி சாபமிட்டனர்.

மகாவிஷ்ணுவின் தலையீட்டால் கோபம் குறைந்த முனிவர்களை காவலர்கள் இருவரும் சாபவிமோசனம் வேண்டிப் பணிந்தனர். நீங்கள் செய்த குற்றத்திற்கு தண்டனையை அனுபவித்துத்தான் ஆகவேண்டும், ஆனால் ஒரு மாற்றம் செய்கிறோம், திருமால் பக்தர்களாக ஏழு ஜென்மம் எடுத்து வைகுந்தம் வரலாம் அல்லது பகவானை எதிர்த்துப் போராடி அவர் கையினால் மாண்டு மூன்று பிறவிகளில் இங்கே வரலாம். இதில் எது விருப்பமோ அவ்வாறே செய்யுங்கள் என்றனர்.

ஜய, விஜயர் இருவரும் ஏழு பிறவிகள் வரையில் நீண்டகாலம் பெருமானை விட்டுப் பிரிந்து இருப்பது இயலாது. ஆகவே நாங்கள் அவரது விரோதியாகப் பிறந்து மூன்று ஜென்மங்களின் முடிவில் அவரை அடைந்து விட ஆசி வழங்குங்கள் என்றனர்.

அவர்களும் அதற்கு இசையவே இருவரும் காசியபர் வமிசத்தில் இரண்யாட்சன், இரண்யகசிபு என்ற பெயரில் அசுரர்களாகப் பிறந்தனர்.

பிரகலாதனின் தந்தையான இரண்யன் தன்னையே கடவுள் என்று பிரகடனம் செய்து கொண்டான். யாரும் நாராயணன் பெயரைச் சொல்லக்கூடாது என்றும், 'இரண்யாயநம' என்றே சொல்ல வேண்டும் என்றும் ஆணையிட்டான். சகல லோகங்களிலும் அவனது ஆட்சியே நடந்தது. ஆகவே மக்களும் தேவர்களும் கூட அவனது ஆணைக்குப் பணிந்து அடங்கி நடந்தனர்.

ஆனால் அவனுக்குப் பிறந்த பிள்ளை பிரகலாதன் மகாவிஷ்ணுவின் பரமபக்தனாக இருந்தான். சதா சர்வகாலமும் நாராயண பஜனை செய்தான். எத்தனை முறை ஆசிரியர்கள் எடுத்துச் சொல்லியும் அந்தப் பஜனையை கைவிட மறுத்தான். இந்த உலகத்தின் ஒரே ரட்சகன் மகாவிஷ்ணு ஒருவரே என் தந்தை அல்ல என்று தெரிவித்தான். தன் பிள்ளையை மனம் திரும்பவைக்க இரண்யன் பலவிதமான முயற்சிகளை மேற்கொண்டான். நயமாகவும், ஆசைகாட்டியும் சொல்லிப் பார்த்தான். பிரகலாதன் தனது நாராயண பக்தியை விடவில்லை. இதனால் ஆத்திரம் கொண்ட தந்தை அரக்க குணத்தைக் காண்பித்தான்.

பெற்ற பிள்ளையைக் கொல்ல விஷம் கொடுத்தான், பாம்புகளை விட்டு கடிக்க வைத்தான், யானையின் கால்களில் இடற வைத்தான், மலை உச்சியில் இருந்து உருட்டினான். அத்தனை முறையும் ஆபத்சகாயனாகிய நாராயணன் வந்து தன் பக்தனை ரட்சித்தான். இதனால் ஆத்திரத்தின் உச்சத்தினை அடைந்த இரண்யன் ஒருநாள் பிரகலாதனை அழைத்து 'எங்கே இருக்கிறான் உன் ஹரி' என்று கேட்டான்.

தந்தையே அவன் எங்கும் இருக்கிறான், நீங்கள் பேசும் பேச்சிலும் இருக்கிறான், நாம் இருக்கின்ற இந்த இடத்திலும் இருக்கிறான் என்றான் உறுதியாக. அப்படியா உன் ஹரி இந்தத் தூணில் இருக்கிறானா என்று கேட்டான் இரண்யன் அருகே நின்ற பெரிய கல்தூணைச் சுட்டிக்காட்டி. இதில் என்ன சந்தேகம்? இந்தத் தூணிலும் துரும்பிலும் நிறைந்திருக்கிறான் என்று பக்தியோடு தெரிவித்தான் பிரகலாதன்.

அவன் இந்தத் தூணில் இருந்தால் வெளியே வரட்டும் என்று சொல்லி தன் இரும்புக் கரங்களினால் அந்தத் தூணை அடித்தான். அது படீர் என்ற சத்தத்தோடு வெடித்துப் பிளந்தது, உள்ளே இருந்து நரசிம்மம் புறப்பட்டது. மனித உடலும் சிங்க முகமும் கொண்ட அந்த விசித்திர உருவம் இரணியனுடன் சிறிது நேரம் விளையாட்டாகப் போரிட்டு தகுந்த வேளை வந்ததும் அவனைத் தனது மடியில் கிடத்திக் கொண்டார். கூர்மையான நகங்களினால் அவனது உடலைக் கிழித்து குடலை மாலையாகப் போட்டுக் கொண்டு ரத்தக் குளியல் நடத்தினார். அப்போதும் பெருமானின் ஆத்திரம் அடங்கவில்லை, இதனைக்கண்ட தேவர்கள் சிவபெருமானிடம் முறையிட்டனர்.

அப்போது எட்டுக் கால்கள் நான்கு கைகள், இரண்டு இறக்கைகள், கூர்மையான நகங்கள், யாளி முகம் ஆகியவை கலந்த உருவமாக சிவபெருமான் தோன்றினார். இதுவே சரபேஸ்வரர் வடிவம். கோபம் கொண்ட சிங்கத்தை அடக்க பாதிப்பறவை, பாதி விலங்கு கொண்ட விசித்திர உருவம் தோன்றியது. எட்டுக்கால்கள் இரண்டு முகங்கள் நான்கு கைகள் கூர்மையான நகங்கள் இருபுறமும் இறக்கைகள், நீண்ட வால் கருடனை போன்ற மூக்கு காளியைப் போன்ற கோரைப்பற்களும் கொண்ட தோற்றம் கொண்ட சரபருக்கு ப்ரத்யங்கிரா, சூலினி என்று இரு தேவிகள்.

நரசிம்மம் சரபத்தைக் கண்டு அதனுடன் மோதியது. ஆனாலும் சிவபெருமானின் ஸ்பரிசத்தினால் தன் நிலையும், சரபமாக வந்திருப்பது ஈஸ்வரனே என்பதையும் அறிந்து மகாவிஷ்ணு சாந்தம் அடைந்தார். நரசிம்மர் தன்னுணர்வு பெற்று சரபரை 18 ஸ்லோகங்களால் துதித்தார். இதுவே சரப அஷ்டோத்திரம். பிறகு சிவபெருமானை வலம் வந்து வணங்கி அவருடன் ஐக்கியமானார். அடுத்த பிறவியில் ஜய, விஜயர் இருவரும் ராவணன் மற்றும் கும்பகர்ணனாகப் பிறந்தனர். மகாவிஷ்ணு ராமராக அவதாரம் எடுத்து அவர்களை அழித்தார். மூன்றாவது பிறவியில் அவர்களே சிசுபாலன், தந்தவக்கிரனாக பிறக்க, ஸ்ரீகிருஷ்ணர் அவர்களைச் சம்ஹரித்தார்.

●●●

28

அசலேஷ்வர் செய்த அற்புதம்

அற்புதம் என்ற மலைக்குப் பக்கத்தில் இருந்த வனத்தில் ஆகுகன் என்ற வேடன் தன் மனைவி ஆகுதி என்பவளோடு வசித்து வந்தான். ஒவ்வொரு நாளும் காட்டில் இருந்த சிவன் கோயிலுக்கு அவன் சென்று சிவபூசை செய்து வழிபடுவான். அவன் மனைவியும் அருகே இருந்த தொண்டு செய்வாள். இப்படி இருந்துவரும் நாளில் அவர்கள் இருக்கும் குடிசையைத் தேடி ஒரு தவயோகி வந்தார்.

தன் குடில் தேடிவரும் முனிவர்களை உபசரித்து, பழங்கள் கொடுத்து அவர்கள் பசியைத் தீர்ப்பது அந்த வேடத்தம்பதிகளின் வழக்கம். அதுபோல அவரையும் உபசரித்தனர். இரவு நேரம் ஆகியதால் அவரைத் தங்கள் குடிசையிலேயே தங்கச் சொன்னார்கள். ஆனால் அந்த குடிசை மிகவும் சிறியது இருவர் மட்டுமே படுத்துறங்க முடியும். ஆகவே ஆகுகன் துறவியை நோக்கி நீங்கள் உள்ளே படுத்துறங்குங்கள் நாங்கள் இருவரும் வெளியே இருக்கிறோம் என்றான்.

உங்களை வெளியே அனுப்பி விட்டு உங்கள் குடிசையில் நான் படுத்துறங்குவதா அது நியாயம் அல்ல, நானே வெளியே படுத்துக் கொள்கிறேன் என்றார். அதனை மறுத்தான் வேடன். மனைவியை குடிசைக்குள் படுக்கச் சொல்லி இரண்டு ஆண்களும் வெளியே இருக்கலாம் என்றால் மிருகங்களின்

தொல்லை, மேலும் குளிர் அதிகமாக இருந்தது. வந்த விருந்தினரை வெளியே தங்கவைப்பது சாஸ்திரவிரோதம் என அதை மறுத்தான் வேடன். இப்படியாக அந்த விவாதம் நீண்டு கொண்டே போக இறுதியாக துறவியும், வேடன் மனைவியும் குடிசைக்குள் படுத்துறங்க, வேடன் வெளியே இருப்பது என முடிவாகியது. அவன் குடிசைக்கு வெளியே கையில் வில்லோடு காவல் இருந்தான்.

ஆனால் துரதிருஷ்ட வசமாக அந்த இரவில் வந்த புலி ஒன்று வேடன் எதிர்பாராத சமயத்தில் அவனை அடித்துக் கொன்றுவிட்டது. காலையில் இதனை அறிந்த வேடன் மனைவி அலறினாள், துறவி அதிர்ச்சி அடைந்தார். தன்னால் அல்லவா வேடன் புலிக்கு இரையாகிவிட்டான் என்று துடித்தார். கணவன் இழந்த துக்கத்தை மறைத்துக் கொண்டு வேடுவச்சி அவரை சமாதானப்படுத்தினாள். பிறகு துறவியின் உதவியோடு கணவனுக்கு ஈமச் சடங்குகள் செய்தாள். துறவி மந்திரம் சொல்ல கணவன் உடலை எரியூட்டினாள், சிதையை மும்முறை வலம் வந்து தானும் உடன்கட்டை ஏற விரும்பி தீயினுள் பாயப் புகுந்தாள். அப்போது சிவபெருமான் அங்கே தரிசனம் தந்து வேடுவச்சியின் கையைப் பிடித்து தடுத்தார்.

ஆகுதி நீ அடுத்த பிறவியில் விதர்ப்ப தேசத்து அரசன் வீமராஜனுக்கு மகளாக தமயந்தி என்ற பெயரில் பிறப்பாய். உன் கணவன் நிடத நாட்டு அரசன் நளமகாராஜனாகப் பிறப்பான். இந்த ஜென்மத்தில் உங்கள் பிரிவுக்குக் காரணமாக இருந்த இந்தத் துறவி அடுத்த ஜென்மத்தில் அன்னப்பறவையாகப் பிறந்து உங்கள் காதலுக்குத் தூது சென்று திருமணத்தை நடத்த உதவுவார் என்று சொல்லி மறைந்தார் ஈசன்.

இதனைக் கேட்ட ஆகுதியும், ஈஸ்வர தரிசனம் பெற்ற துறவியும் அடைந்த மகிழ்ச்சிக்கு அளவேயில்லை. மனத்திருப்தியோடும் மகிழ்ச்சியோடும் வேடுவச்சி தன் கணவனுடன் எரியும் தீயில் புகுந்து உடன்கட்டை ஏறினாள். சிவபெருமான் அவர்களுக்குக் காட்சி அளித்த கோலத்தோடு, அசலேஸ்வர் என்ற திருநாமம் பெற்று அங்கே அருள்பாலிக்கிறார்.

●●●

29

அருச்சுனன் செய்த தவம்

வியாசமுனிவர் ஆலோசனைப்படி அருச்சுனன் பாசுபதாஸ்திரம் பெறுவதற்காக சிவபெருமானை நோக்கி கடுமையான தவத்தினை மேற்கொண்டான். மனத்தில் ருத்திரனை நிலைநிறுத்தினான். உடல் முழுவதும் வெண்ணீற்றினைப் பூசிக் கொண்டான், ஒரு காலில் நின்று, மற்றொரு காலை மடித்து தொடையில் ஊன்றியபடியே இருகைகளையும் சேர்த்து தலைக்கு மேலே தூக்கி கூப்பியபடியே பக்தியோடு சிவபெருமானை அழைத்து மந்திரங்களை ஜெபித்தான். பசி தாகம் மறந்தான், உணவு உடைகளை மறந்தான். சிவபெருமானை மட்டுமே நினைவில் கொண்டான். அவன் உடல் நாளுக்கு நாள் இளைத்து வந்தது, அவனைச் சுற்றி புற்று மண் திரண்டது.

ஒருநாள் இனிமையான பாடல் கேட்டது, இந்திரன் அருச்சுனன் செய்யும் தவத்தை சோதனை செய்ய விரும்பினான். அவனது ஏவலால் தேவலோகத்து மங்கையர்கள் அங்கே வந்து பாடல்களைப் பாடி அவனைச் சுற்றி மோகவலை வீசி நடனம் ஆடினார்கள். ஆனால் அவர்களினால் அருச்சுனன் தவம் கொஞ்சம் கூட பாதிக்கப்படவில்லை. அவன் அவர்களை இச்சிக்கவும் இல்லை. அருச்சுனன் செய்யும் தவத்தைக் குறித்து அம்பிகை ஒருநாள் சிவபெருமானிடம் தெரிவித்து போதும் உங்கள் சோதனை அவனுக்கு அருள் புரியுங்கள் என்று சிபாரிசு செய்தாள்.

அவர் ஒரு வேடனாக உருமாறி வில்லும் அம்பும் கொண்டு அந்தக் காட்டில் நடந்தார். உமாதேவி வேடுவச்சி உருவம் கொண்டாள், அழகு தவழும் பாலசுப்பரமணியக் குழந்தையை இடுப்பில் தூக்கிக் கொண்டாள். நான்கு வேதங்களும் நாய்களாகப் பின் தொடர்ந்தன.

அப்போது மூகாசுரன் என்பவன் பன்றியின் உருவம் கொண்டு அருச்சுனனைத் தாக்க வந்தான். அவனைக் காக்கும் பொருட்டு சிவபெருமான் ஒரு அம்பை எய்தார். அதே நேரத்தில் அருச்சுனன் உடனே தனது வில்லை எடுத்து அம்பு பூட்டி அந்தப் பன்றியின் மீது எய்தான். பன்றி இறந்து விழுந்தது. பன்றியை வீழ்த்தியது யாருடைய அம்பு என்பதில் அருச்சுனனுக்கும் சிவபெருமானுக்கும் சர்ச்சை ஏற்பட்டது. இருவருமே தங்களுடைய அம்பினால் தான் பன்றி இறந்தது என்று வாதிட்டனர்.

சண்டை முற்றியதில் கோபவயப்பட்டவரைப் போல நடித்த எம்பெருமான் விஜயனுடைய வில்லின் நாணை அறுத்துவிட்டார். வில்லுக்கு விஜயன் என்று பேர்பெற்ற அவனுக்கு வேடனுடைய செயல் அவமானமாகப்பட்டது இதனால் ஆத்திரம்கொண்ட அவன் வேடனை அறுந்த வில்கொண்டு அவரது தலையில் அடித்தான். அந்த அடி சகல ஜீவராசிகளின் உடம்பிலும் பட்டது. தேவர்களும் முனிவர்களும், மன்னர்களும் அதிர்ச்சி அடைந்தனர். பகவானை அடித்த அருச்சுனன் மீதும் அந்த அடி விழுந்ததால் அவன் திடுக்கிட்டான்.

உடனே வேடன் அருச்சுனனுக்கு சிவபெருமானாகக் காட்சி அளித்தார். தன்னுடைய செயலுக்கு வருந்தி மன்னிப்பு கேட்டு கண்ணீர் வடித்தான் அருச்சுனன். இது என்னுடைய விளையாட்டு என்ற எம்பெருமான் அவனை ஆசீர்வதித்தார்.

ஐயனே நான் தங்களது அடியவர்களுக்கு எல்லாம் அடியவனாக இருக்க வேண்டும், மகாபாரத யுத்தத்தில் கர்ணனை சம்ஹாரம் செய்ய வேண்டும், எத்தனை பிறவி எடுத்தாலும் உன்னை மறக்காமல் இருக்க வேண்டும் என்று அருச்சுனன் பிரார்த்தனை செய்தான். அப்படியே ஆகட்டும் என்று வரம் அளித்த பெருமான், அவனுக்குப் பாசுபதாஸ்திரம் வழங்கினார். இதனைக் கேட்ட நைமிசாரண்ய முனிவர்கள், ஐயனே ஈஸ்வரன் மகாவிஷ்ணுவுக்கு சக்கராயுதம் வழங்கிய அந்த சரிதத்தைக் கேட்க ஆவலாக இருக்கிறோம் என்று வேண்ட சூத முனிவர் அதைச் சொல்ல ஆரம்பித்தார்.

●●●

30

கண்களை இழந்து பெற்ற சக்கராயுதம்

சர்வேஸ்வரனான சிவபெருமான் சலந்திரன் என்ற அசுரனை ஒரு சக்கராயுதத்தினால் அழித்தார். அந்தச் சக்கரம் தன்னிடம் இருந்தால், பகைவர்களை அழிப்பதற்குப் பயன்படும் என்று நினைத்தார் திருமால். சிவபெருமானிடம் இருந்து அதைப் பெறுவதற்காக தினமும் சிவபூசை செய்து வந்தார். அதுவும் எப்படி? மானச தீர்த்தத்தில் பூத்திருந்த அழகான தாமரை மலர்களில் ஆயிரத்தெட்டு பூக்களைக் கொண்டு வந்து ஈசனின் ஒவ்வொரு பெயருக்கும் ஒரு பூவாக ஆயிரத்தெட்டு பூக்களை எடுத்து அர்ச்சனை செய்தார்.

திருமாலின் பக்தியைச் சோதிக்க விரும்பிய ஈசன் அந்த மலர்களில் ஒன்று குறையுமாறு செய்தார். ஒருநாள், ஒரு பூ குறைந்தது. திடுக்கிட்ட திருமால் பூசையை நிறுத்தாமல் தாமரை மலருக்கு ஈடாக இருப்பது தமது கண்ணே என்று தீர்மானம் செய்தார். சற்றும் யோசிக்காமல் தன் கண்ணை மலராகக் கருதி அதைப் பிடுங்கி லிங்கத்தை அர்ச்சனை செய்ய நினைத்தார். அவரின் மெய்யான பூசையை மெச்சிய சிவபெருமான், அவரது கையைப் பிடித்து தடுத்தார். உமது பக்திக்கு மெச்சினேன், அதை உலகுக்கு

எடுத்துக்காட்டவே ஒரு மலரை குறைய வைத்தேன். வேண்டும் வரம் யாது கேளுங்கள் என்றார்.

சர்வேஸ்வரா உலகத்தில் நாளுக்குநாள் அரக்கர்களின் தொல்லை அதிகமாகிவிட்டது. அவர்களை அழிக்க சக்தி வாய்ந்த ஆயுதமாக சக்கரம் தேவைப்படுகிறது. அதைத் தாங்கள் தான் அளிக்க வேண்டும் என்றார்.

சுதர்சனம் என்ற சக்தி வாய்ந்த அந்த சக்கரத்தைப் பரிசாக ஈசன் அளித்தார். அதைப் பெற்றுக் கொண்ட மகாவிஷ்ணு மகிழ்ச்சி அடைந்து சிவபெருமானை ஆயிரத்தெட்டு நாமங்களைச் சொல்லிப் போற்றினார்.

●●●

31

சிவராத்திரி விரத மகிமை

ஒருநாள் கயிலாய மலையில் சிவபெருமானும், பார்வதியும் வீற்றிருந்தனர். அப்பொழுது பார்வதி தேவி, "உங்களை வழிபடுவதற்கு மிக உகந்த நாள் எது?" என்று ஈசனிடம் கேட்டாள்.

''மாசி மாத தேய்பிறை சதுர்த்தசி நாளே எனக்கு மிகவும் பிரியமானது. அது மகா சிவராத்திரி தினம். அந்த நாளில் உணவருந்தாமல் இருந்து, நான்கு ஜாமங்களிலும், நான்கு கால பூஜை நடத்த வேண்டும். வாசனை மலர், அலங்காரத்தை விடவும், வில்வ அர்ச்சனையே பூஜைக்கு ஏற்றது. இந்த விரதத்தின் பெருமையை வேறு எந்த விரதத்தோடும் ஒப்பிட முடியாது" என்றார்.

சிவராத்திரிக்கு முதல் நாள், ஒரு வேளை மட்டுமே உணவு உண்ண வேண்டும். சிவராத்திரி அன்று அதிகாலையிலேயே எழுந்து குளித்து விட்டு, ஆலயத்திற்குச் சென்று ஈசனை வழிபட வேண்டும். தொடர்ந்து வீட்டில் சிவபூஜை செய்ய வேண்டும். இரவு வீட்டிலேயே நான்கு ஜாமங்களிலும் நான்கு கால பூஜையை முறைப்படி செய்யலாம். அப்படி செய்ய முடியாதவர்கள், சிவாலயங்களில் நடைபெறும் சிவ பூஜையில் கலந்து கொள்ளலாம். வில்வ இலைகளால் அர்ச்சனை செய்வது கூடுதல் பலன் தரும். வீட்டில்

பூஜை செய்பவர்கள், பஞ்சாட்சர மந்திரமான 'நமசிவாய', 'சிவாய நம' வார்த்தைகளை உச்சரித்தபடி இருக்க வேண்டும். நான்கு கால பூஜைக்கு முன்பாக நடராஜரையும், பிரதோஷ நாயகரான நந்தியம்பெருமானையும் வழிபட வேண்டும்.

மகா சிவராத்திரியின் முதல் ஜாமத்தில் சோமாஸ் கந்தரையும், இரண்டாம் ஜாமத்தில் தென்முகக் கடவுளான தட்சிணாமூர்த்தியையும், மூன்றாம் ஜாமத்தில் லிங்கோத்பவரையும், நான்காம் ஜாமத்தில் ரிஷபாரூட மூர்த்தி (சந்திரசேகரர்)யையும் வழிபட வேண்டும். பால், தயிர், தேன், சர்க்கரை ஆகியவற்றால் அபிஷேகம் செய்ய வேண்டும். முதல் ஜாமத்தில் அரிசி, இரண்டாம் ஜாமத்தில் வால்கோதுமை, மூன்றாம் ஜாமத்தில் கோதுமை, நான்காம் ஜாமத்தில் அரிசி, உளுந்து, பயறு, தினை அல்லது ஏழு விதமான தான்யங்களினால் செய்யப்பட்ட அட்சதையைச் சமர்ப்பிக்க வேண்டும்.

இதே போல சதபத்திரம், தாமரை, கரவீரம், வில்வம் ஆகியவற்றால் முதல் ஜாமத்திலும், தாமரை, வில்வம், ஆகியவற்றினால் இரண்டாம் ஜாமத்திலும், ஆத்தி, அறுகு ஆகியவற்றால் மூன்றாம் ஜாமத்திலும், வாசனை மிகுந்த மலர்களினால் நான்காம் ஜாமத்திலும், சிவனை அர்ச்சிக்க வேண்டும்.

முதல் ஜாமத்தில் சுத்த அன்னம், கறி ஆகியவற்றையும், லட்டு முதலான பட்சணங்களை இரண்டாம் ஜாமத்திலும், மாவால் செய்யப்பட்டு நெய் சேர்த்த பலகாரங்களை, பாயசத்தோடு மூன்றாம் ஜாமத்திலும், கோதுமையால் செய்யப்பட்ட பலகாரங்களை நான்காம் ஜாமத்திலும் எம்பெருமானுக்கு நைவேத்தியம் செய்ய வேண்டும். பழவகைகளிலும் இந்த வேறுபாடு சொல்லப்பட்டுள்ளது. முதல் ஜாமத்தில் வில்வப்பழமும், இரண்டாம் ஜாமத்தில் பலாப்பழமும், மூன்றாம் ஜாமத்தில் மாதுளம் பழமும், நான்காம் ஜாமத்தில் எல்லாவிதமான பழங்களையும் சமர்ப்பிக்க வேண்டும். ஒவ்வொரு ஜாம பூசை முடிந்த பிறகு பிராம்மணர்களுக்கு அன்னம் அளித்து, தகுந்த தட்சணை கொடுக்க வேண்டும். பூசை ஆரம்பத்தில் சங்கல்பித்து ஆஹாகனம் செய்த சிவலிங்கத்தைப் பூசை முடிந்ததும் விசர்ஜனம் செய்துவிட வேண்டும்.

பூசை முடிந்ததும் கண் விழித்திருக்கும் பக்தர்கள், பொழுதை வெட்டிக் கதைகள் பேசிக் கழிக்காமல் சிவ புராணம், முதலான பக்தி நூல்களைப் படித்தோ அல்லது படிக்கச் சொல்லி கேட்டோ ஈஸ்வரனை நினைத்திருக்க வேண்டும். பஜனை முதலானவற்றிலும் ஈடுபடலாம். ஞான நூல்களைப் படிப்பது, மிகுந்த புண்ணியம் தரும்.

மறுநாள் அதிகாலையில் நீராடி, முதலில் நவக்கிரக சாந்திக்காக நவக்கிரக ஹோமம் செய்ய வேண்டும். பின்னர் ருத்திர மந்திரம் ஜெபித்து, நெய், பாயசம் இவற்றினால் ஹோமம் செய்ய வேண்டும். முடிவில் பொன்னால் சிவலிங்கத்தையும், வெள்ளியால் பார்வதி தேவியையும் செய்து, சிறிய கட்டிலில் மெத்தை தலையணி இவற்றை இட்டு, அதன் மீது ஏழுவகை தானியங்களையும் பரப்பிவைத்து, சிலைகளை அதன் மீது வைத்து, நான்கு வேதமும் அறிந்த அந்தணருக்குத் தானம் செய்ய வேண்டும். வசதி இருப்பவர்கள் சொர்ணதானம், கன்றுடன் கூடிய கோதானம் ஆகியவற்றைச் செய்யலாம். பூசை முடிந்ததும் பன்னிரண்டு ஏழை பிராம்மணர்களுக்கு போஜனம் செய்விக்க வேண்டும்.

மறுநாள் வரும் அமாவாசை அன்று பிதுர்களுக்கு பிண்டப்பிரதானம் செய்து அதன் பிறகு பிராம்மணர்களுக்கு அன்னம் அளிக்க வேண்டும். இவ்வாறு மகா சிவராத்திரி விரதத்தைக் கடைப்பிடித்து நடந்தால் அவன் மட்டும் அல்ல அவனது சந்ததிகளும் நல்ல அபிவிருத்தி அடைவார்கள், அவன் சகல செளபாக்கியத்தோடு நூறு ஆண்டுகள் வாழ்வான் என்று சிவபெருமான் உபதேசித்ததை நைமிசாரண்ய முனிவர்களுக்கு உரைத்த சூத முனிவர், விரத மகிமையை விளக்கும் கதை ஒன்றையும் சொன்னார்.

●●●

32

வேடன் பெற்ற ஞானம்

மகாசிவராத்திரி தினத்தில் வியாதன் என்ற வேடன் காட்டிற்கு வேட்டையாடச் சென்றான். நாள் முழுவதும் அலைந்தும் ஒரு மிருகமும் அவனுக்குக் கிடைக்கவில்லை. பசியால் வாடும் தனது மனைவி குழந்தைகளை எண்ணி வருத்தம் கொண்டான். எப்பாடுபட்டாவது எதையாவது ஒரு மிருகத்தை வேட்டையாடி வீடு திரும்ப முடிவு செய்தான். அதனால் ஒரு குளத்தின் கரையில் உள்ள மரத்தின் மீது, குடுக்கையில் சிறிது நீரை நிரப்பிக் கொண்டு கிளைகளுக்கு இடையே மறைந்து உட்கார்ந்தான்.

அவனுக்குத் தெரியும் மாலைவேளையில் ஏதாவது மிருகம் அங்கே தண்ணீர் தாகத்தைத் தீர்த்துக் கொள்ள நிச்சயமாக வரும் என்றும், அது வில்வ மரம் என்பதும், அதன்கீழ் ஒரு சிவலிங்கம் இருப்பதும் அவனுக்குத் தெரியாது. வேடன் உறங்காமல் மிருகத்துக்காகக் காத்திருந்தான். சூரியன் மறைந்து இருள் சூழ்ந்தது.

அப்போது ஒரு பெண்மான் நீர்நிலைக்கு வந்தது. அது முதல் சாமம் முடிவடையும் நேரம். மானைக் கண்ட வேடன் வில்லில் ஒரு அம்பைப் பூட்டினான். அவனது அசைவினால் ஒரு வில்வ இலை சிதறி கீழே இருந்த சிவலிங்கத்தின் மீது விழுந்தது, அதே நேரத்தில் குடுக்கையில் இருந்து சிறிது தீர்த்தமும் சிந்தியது. அது சிவலிங்கத்தை அபிஷேகம் செய்து, வில்வார்ச்சனை

செய்தது போலாயிற்று. இதே நேரத்தில் வேடன் தன்னை குறிபார்ப்பதை அறிந்த மான், "வேடனே, என் இளம்குட்டிகள் என்னை எதிர்பார்த்துக் காத்துக் கொண்டிருக்கும். எனக்குக் கொஞ்சம் அவகாசம் தா. அவைகளுக்கு தகுந்த ஏற்பாடு செய்துவிட்டு உன்னிடம் வருகிறேன் என்றது. முதலில் அதை மறுத்த வேடன் மான் சொன்ன தர்மநீதிகளைக் கேட்டு அதன் மீது நம்பிக்கை கொண்டான். ஆகவே அனுமதி அளித்தான், மான் தன் இருப்பிடம் நோக்கி ஓடியது.

அந்த மானை எதிர்பார்த்து தூங்காமல் காத்துக்கொண்டிருந்த போது, மற்றொரு பெண் மான் தண்ணீர் பருக வந்தது. அதைக் கொல்ல அம்பை எடுத்த போது வில்வ இலையும் தண்ணீரும் லிங்கத்தின்மீது விழுந்தன. அது இரண்டாவது சாமம் முடிவடையும் நேரம். ஓசையைக் கேட்டு நிமிர்ந்து பார்த்த மான் வேடன் தன் மீது குறிவைப்பதைக் கண்டு திகைத்து, "வேடனே, என்னைக் கொல்லாதீர்கள்.

என் மூத்தாளைத் தேடி இங்கு வந்தேன். அவள் குட்டிகள் என் பொறுப்பில் இருக்கின்றன. அவற்றை அவளிடம் ஒப்படைத்துவிட்டு வந்துவிடுகிறேன். பிறகு நீங்கள் என்னைக் கொல்லலாம்'' என்றது. ஏற்கெனவே வந்த மான் இப்படித்தான் நீதிபோதனை செய்து சென்றது, அது இன்னும் வரவில்லை, ஆகவே நீயும் என்னை ஏமாற்றத்தான் போகிறாய்; ஆகவே உன் வார்த்தைகளைக் கேட்க மாட்டேன் என்றான் வேடன்.

உடனே அந்தப் பெண்மான், நான் உன்னிடம் திரும்பி வராவிட்டால், பொய் சொன்னவர்கள் செல்லும் நரகத்திற்குப் போவேன். பூமியை அடிக்கடி காலினால் உதைப்பவரும், கற்புள்ள தன் மனைவியைப் பிரிந்து, விலைமகளின் அணைப்பில் இருப்பவரும், சிவநிந்தனை செய்பவர்களும், பெற்ற தாய் தந்தையருக்குத் திதி கொடுக்காதவரும் செல்லும் நரகத்திற்கு நானும் செல்வேன். ஆகையால் என் வார்த்தைகளை நம்பு என்று பரிதாபமாகக் கெஞ்சியது.

வேடன் அதற்கும் அனுமதி தந்தான். மூன்றாம் சாமம் முடியும் வேளையில், இரண்டு பெண்மான்களையும் தேடிக்கொண்டு அவற்றின் கணவனான ஒரு ஆண் மான் நீர் பருக வந்தது. அதைக்கண்ட வேடன் வில்லை எடுத்தபோது, வில்வ இலையும்

சிறிது நீரும் மரத்தின் கீழிருந்த சிவலிங்கத்தின் மீது விழுந்தன. வேடன் தன்னைக் கொல்லப் போவதை அறிந்த ஆண் மான், "ஐயா, என் இரு மனைவிகளையும் குட்டிகளையும் தகுந்தவரிடம் ஒப்படைத்து விட்டு வந்து விடுகிறேன். பிறகு என்னைக் கொல்லுங்கள்" என்று கெஞ்சிக் கேட்டது.

முதலில் மறுத்தான் வேடன், அந்த ஆண்மான், நான் கொடுத்த வாக்கை மீறமாட்டேன். அப்படி மீறினால், பொய்சாட்சி சொன்னவனும்,அடகு வைத்த பொருளை அபகரித்துக் கொண்டவனும், சிவராத்திரியில் விரதம் இல்லாமல் உண்டு களித்தவனும், அடையும் பாவங்களை அடைவேன். ஆகவே என்னை நம்பு என்றது. எனவே ஆண்மானை நம்பி அதற்கும் அனுமதியளித்த வேடன், அந்த மான்கள் ஒன்றின்மீது ஒன்று வைத்திருக்கும் பாசத்தை எண்ணி வியந்தபடி, மான்களை எதிர்பார்த்து உறங்காமல் மரத்தில் அமர்ந்திருந்தான்.

குடும்பத்தில் இருந்த மூன்று மான்களுமே தங்கள் வார்த்தையைக் காப்பாற்ற விரும்பின. ஆகவே மூன்று மான்களுமே விவாதித்தன. இறுதியில் மூவருமே வேடனிடம் செல்வதென்று தீர்மானித்தன. அம்மாவும் அப்பாவும் போனபிறகு நாங்கள் மட்டும் உயிரோடு இருந்து என்ன பிரயோசனம் எனக்கூறி, குட்டி மான்களும் அவற்றைப் பின்தொடர்ந்து சென்றன.

நான்காவது சாமம் முடிவடையும் நேரம். மான்கள் கூட்டமாக வருவதைக் கண்ட வேடன் மகிழ்ந்து வில்லையும் அம்பையும் எடுத்தபோது, சிவலிங்கத்தின்மீது தண்ணீரும் வில்வ இலையும் விழுந்தன. நான்கு சாமங்களிலும் மரத்தின் கீழிருந்த சிவலிங்கத்திற்குப் பூஜை செய்கிறோம் என்றோ, பூஜையின் மகிமை பற்றியோ அறியாமல் வேடன் பூஜை செய்திருக்கிறான்.

பட்டினி கிடந்தும், நித்திரையின்றியும் செய்த இந்தப் பூஜையின் காரணமாக சிவனருள் பெற்ற வேடனுக்கு ஞானம் பிறந்தது. அப்போது சிவபெருமான் அங்கு காட்சியளித்து, "வேடனே, உன்னையறியாமல் செய்திருந்தாலும், சிவராத்திரி விரதமிருந்த பலன் உன்னைச் சேரும். அதன்காரணமாக உனக்குத் தரிசனம் தந்தேன். நீ வேண்டும் வரத்தைக் கேட்கலாம்'' என்றார்.

ஈசனைப் பணிந்த வேடன், "ஐயனே, என் பாவங்களைப் போக்கியருள வேண்டும்'' என்றான். அவ்வாறே அருளிய சிவபெருமான், பல செல்வங்களையும் அவனுக்கு வழங்கி, "வேடனே, இனி உன் பெயர் குகன் என்று வழங்கப்படும். ஸ்ரீமந் நாராயணன் சிறிதுகாலத்தில் இப்பூவுலகில் அவதரிப்பார், அவர் உன்னை சகோதரராக ஏற்றுக்கொள்வார்" என்று ஸ்ரீராமர் அவதாரத்தைக் குறிப்பிட்டுக் கூறி, மேலும் அவனுக்கு சிவராத்திரி விரதத்தின் மகிமையை விவரித்து மறைந்தார்.

சிவ தரிசனம் பெற்ற அந்த மான்களும் மிருக உடலை விடுத்து திவ்ய ரூபம் பெற்று சிவபதவி அடைந்தன. வியாதன் என்ற வேடன் பூஜித்த லிங்கம் வியாதேஸ்வரர் என்று பெயரால் வழங்கிவருகிறது. இதைச் சொன்ன சூதமா முனிவர், பார்வதி தேவியை விரும்பிய அரக்கனைப் பற்றிய கதையைக் கூறினார்.

●●●

33

தாட்சாயணியை விரும்பிய ராட்சதன்

சிவபெருமான் வாக்குப்படி மன்மதன் கிருஷ்ணபரமாத்மாவின் பிள்ளையாக பிரத்தியும்னன் என்ற பெயரில் பிறந்து வளர்ந்தான். ரதிதேவி மயனுக்குப் பெண்ணாக மாயாவதி என்ற பெயரில் பிறந்திருந்தாள். அவளது அழகில் மயங்கிய சம்பரன் என்ற அசுரன் அவளைச் சிறுவயதிலேயே தூக்கிக்கொண்டு வளர்த்து பெரியவளான பிறகு மணந்து கொள்ளத் திட்டம் தீட்டியிருந்தான். விதியின் விளையாட்டினால் அதே சம்பரன் துவாரகையில் இருந்த பிரத்தியும்னனையும் தூக்கி வந்து தனது அரண்மனையில் வைத்திருந்தான்.

தான் மணக்கவிருக்கும் ரதிதேவி அதே அரண்மனையில் வளர்வதை அறிந்த பிரத்தியும்னன் சம்பரனுடன் போரிட்டு அவனை வென்று மாயாவதியை மீட்டுக் கொண்டு துவாரகையை அடைந்தான். ஒரு நாள் அவர்கள் இருவரும் நந்தவனத்தில் ஆனந்தமாக பொழுதைக் கழித்தபோது அங்கு வந்தான் சும்பன் என்ற அசுரன் அவன் பிரத்தியும்னனைப் பார்த்தான். இத்தனை அழகான வாலிபனைத் தனது சகோதரன் நிசும்பனுக்குக் கொடுக்கலாம் என்று நினைத்து அவனை தூக்கிச் சென்றான். அண்ணனிடம் கொடுத்தான். ஆனால் நிசும்பன் அலட்சியமாக பிரத்தயும்னனை தூக்கி பந்துபோல ஆகாசத்தில் எறிந்தான். அவன்

பக்கத்தில் இருந்த நந்தவனத்தில் சும்பனின் மகள் லட்சுமியின் அருகில் போய் விழுந்து மூர்ச்சை அடைந்தான்.

அவனது அழகில் மயங்கிய லட்சுமி, தண்ணீர் தெளித்து மூர்ச்சை தெளிவித்தாள். பெண்ணே நீ யார்? என்று கேட்க அவள் நடந்ததைத் தெரிவித்தாள், காதல் கொண்டு நாணத்தோடு நின்றாள். தாங்கள் யார்? என்று கேட்க, நான் துவாரகையை சேர்ந்தவன் ஸ்ரீ கிருஷ்ணனின் புதல்வன் என்று அவனும் நடந்தவற்றைத் தெரிவித்தான். அவன் மீது மையல் கொண்ட லட்சுமி அவனைக் காந்தர்வ விவாகம் செய்து கொண்டு இன்பம் கண்டாள்.

புதுமணத் தம்பதிகளாக இருந்த அவர்களைக் கண்டான் சும்பன், ஆத்திரம் கொண்டான், நாகாஸ்திரத்தைப் பிரயோகம் செய்து அவர்களைக் கட்டி வைத்தான். குகையில் அடைத்தான். அந்த நிலையில் பிரத்தியும்னன் அம்பாளை மனமுருகி வேண்டினான். அவள் நாகணவாய்ப் பறவையாக வந்து நாகாஸ்திரத்தில் இருந்து அவர்களை விடுவித்தாள். அவர்கள் இருவருக்கும் தன் சுயஉருவைக் காட்டி அருள் செய்தாள்.

இந்த விவரங்களை ஒற்றர்கள் ஓடிச் சென்று சும்ப நிசும்பர்களிடம் தெரிவித்தனர். படை திரட்டி போருக்கு வந்த இரண்டு அசுரர்களும் தேவியின் அங்க லாவண்யத்தில் மெய்மறந்தனர். அவளை அடைய மோகம் கொண்டனர். இருவருமே ஆசைப்படுவதில் அர்த்தம் இல்லை; உங்களுக்குள் ஒரு முடிவுக்கு வாருங்கள் என்று தேவி தூண்டினாள். மோகத்தில் அறிவைப் பறிகொடுத்த அசுரர்கள் தங்களுக்குள் சண்டையிட்டுக் கொண்டு ஒருவரை ஒருவர் தாக்கி அழிந்தனர்.

●●●

34

உஷையின் திருமணம்

மகாபலியின் நூறு பிள்ளைகளில் மூத்தவன் பாணாசுரன். ஆயிரம் கைகளும் அபார வலிமையையும் உள்ள அவன் சிறந்த சிவபக்தன். ஒரு சமயம், சிவபெருமான் கைலையில் ஆனந்தத் தாண்டவம் ஆடிக்கொண்டிருந்தபோது, தன் ஆயிரம் கைகளாலும் ஆயிரம் வகையான இசைக்கருவிகளை வாசித்தான் பாணாசுரன். அதனால் மகிழ்ந்த மகேசன், பாணாசுரா! நீ விரும்பும் வரத்தைக் கேள் என்றார். உலகத்தையே பாதுகாப்பவன் சிவபெருமான். அவனே தன் நகருக்கு பாதுகாவலானாக இருந்ததால், தன்னை எவராலும் வெல்ல முடியாதல்லவா..? எனவே, "என் தலைநகரான சோணிதபுர நாட்டுக் கோட்டையின் பாதுகாவலராக நீங்கள் இருக்க வேண்டும்" என்று கேட்டான் பாணாசுரன். "அப்படியே ஆகட்டும்" என்று வரமளித்தார் ஈசன்.

அவ்வளவுதான். அவனது ஆணவம் எல்லை மீறியது. ஆயிரம் கைகளாலும் ஆயிரமாயிரம் அக்கிரமங்களைச் செய்தான். தட்டிக் கேட்பதற்கு ஆள் இல்லை, எதிர்ப்பவர்களை ருத்திரன் அழித்துவிடுவார். இது போதாதா? விரைவிலேயே அவனை எதிர்ப்பவர் எவரும் இல்லாமல் போனதால், தோள்கள் தினெவெடுத்தன. பாதுகாவலாய் இருந்த பரமனிடம் சென்று கேட்டான். மகேஸ்வரா எவருடனாவது போர் புரிய வேண்டும் என்று என் தோள்கள் துடிக்கின்றன, என்ன செய்வது? விரைவில் உன் ஆசை நிறைவேறும். உனது இரண்டு கரங்களை வெட்டி வீழ்த்தும் வீரன் வருவான் என்றார் ஈசன்.

அதே சமயம், பாணாசுரனின் மாளிகை அந்தப்புரத்தில் ஆழ்ந்து உறங்கி கொண்டிருந்த அவன் மகள் உஷை தூக்கத்தில் சிரித்தாள். காரணம், அவள் கண்ட கனவு. கட்டிளம் காளை ஒருவனுடன் காதல் உறவு கொள்வது போல் வந்த கனவு. இன்ப உணர்வும் வெட்கமும் பின்னிப் பிணைய சட்டென்று விழித்த உஷை தூக்கம் கலைந்த பின்னும் ஏக்கம் கலையாதவளாய் இருந்தாள். கனவில் தனக்கு இன்பம் அளித்த வாலிபனையே எண்ணி ஏங்கினாள்.

அவளது எண்ணத்தைப் புரிந்த அவள் தோழி சித்ரலேகா ஒரு வண்ணத்தைக் குழைத்து இளவரசர்களின் சித்திரத்தை வரைந்து அவளிடம் காட்ட, தன் கனவில் வந்தவன் படத்தை அடையாளம் காட்டினாள் உஷை. அவன் அநிருத்தன், கிருஷ்ணரின் பேரன். சிவபெருமான் சாபப்படியே மன்மதன் கிருஷ்ணனின் மகன் ப்ரத்யும்னனாகப் பிறந்திருந்தான். அவனது மைந்தன்தான் அநிருத்தன்.

உடனே சென்று அவனைக் கவர்ந்து வருவதாகச் சொன்ன சித்ரலேகா, மாய உருவெடுத்து துவாரகை சென்று அங்கே மஞ் சத்தில் தூங்கி கொண்டிருந்த அநிருத்தனை திரிஷ்கரணி என்ற மந்திரத்தால் மயக்கி சோணிதபுரத்துக்குக் கொண்டு வந்தாள். மனம் கவர்ந்தவனைப் பார்த்து மகிழ்ந்தாள் உஷை. மயக்கம் தெளிந்த அநிருத்தன், உஷையின் அழகில் மயங்கினான். இருவரும் காந்தர்வ மணம் செய்து கொண்டு கணவன் மனைவியாக இன்பம் கண்டனர். நாட்கள் வாரங்களாகி மாதங்களாகி நகர்ந்தன.

ஒருநாள் உஷையின் அந்தப்புரத்தில் ஆண்குரல் வருவதைத் தற்செயலாகக் கேட்ட வீரர்கள் அரசன் பாணாசுரனிடம் சொன்னார்கள். அதிர்ச்சியும் ஆவேசமும் கொண்ட அரசன் அதிவேகமாய் அந்தப்புரம் சென்றான். அநிருத்தனை அங்கே கண்டதும் கோபம் கொண்டு, இவனைப் பிடித்து இருட்டு அறையில் அடையுங்கள் என்று வீரர்களுக்கு உத்தரவிட்டான். ஆனால் அவனை யாராலும் வெற்றி கொள்ள முடியவில்லை. இறுதியாக பாணாசுரனே நேரில் வந்து நாகாஸ்திரத்தை ஏவி அநிருத்தனைக் கட்டி சிறையில் அடைத்தான்.

ஒருநாள் துவாரகை வந்த நாரதர் அநிருத்தன் சோணிதபுர சிறையில் அடைபட்டிருப்பதை கிருஷ்ணரிடம் சொன்னார். உடனே பாணாசுரனை எதிர்க்க படை புறப்பட்டது. சோணிதபுரத்தை

நெருங்கியதும் சோதனை ஆரம்பமாகியது அவர்களுக்கு. அசுரனின் கோட்டைக்கு காவலாய் இருந்தார் ஈசன். அசுரனைக் காத்து நிற்கும் ஈசனைத் தாக்க எல்லோரும் தயங்கி நிற்க, கிருஷ்ணர் தாமே முன் வந்து நின்றார்.

எதிர்ப்போர் இன்றி ஏங்கி கிடந்த பாணாசுரன் விரைந்து வந்தான், ஆவேசமாய்ப் போரிட்டான். அவன் தொடுத்த அஸ்திரங்களைப் பயனற்று போகச் செய்தார் கிருஷ்ணன். தனது சக்கராயுதத்தை எடுத்து அவனது இரண்டு கரங்களைத் துண்டித்து எறிந்தார். இந்த நேரத்தில் கொடுத்த வாக்கினை காப்பதற்காக கிருஷ்ணரைத் தடுத்து போரிட்டார் சிவன். யுத்தத்தை ஒரு முடிவுக்கு கொண்டுவர எண்ணிய கிருஷ்ணன், மாயமான ஒரு வேலை செய்தார். அந்த மாயையால் மயங்கி நின்றார் மகாதேவன். இதுவரையில் தங்களைப் பாதுகாக்க பரமன் இருந்த தைரியத்தில் பரபரப்பாகப் போரிட்ட பாணாசுரனும் அவன் வீரர்களும் அரனே மயங்கி நின்றதைக் கண்ட அதிர்ச்சியிலேயே அலறி ஓடிப்போனார்கள். கிருஷ்ணன் தனது சக்கராயுதத்தை ஏவி அசுரனின் தலையைக் கொய்ய முயற்சி செய்தார்.

அந்த நேரத்தில் மாயையில் இருந்து விடுபட்ட சதாசிவன் மகாபலியின் வம்சத்தினரை வதைப்பதில்லை என்று வாக்கு தந்ததை கிருஷ்ணருக்கு நினைவுபடுத்தினார். மேலும் அவன் கர்வத்தை அடக்கி ஆட்கொள்வதற்காகவே உனது இரண்டு கைகளையும் வெட்டித் தள்ளும் வீரன் வருவான் என சாபம் கொடுத்தேன். அதற்காகவே இந்த யுத்தம் ஏற்பட்டது. எனவே பாணாசுரனை மன்னித்துவிடு என்றார் ஈசன். அப்படியே ஆகட்டும் எனச் சொல்லி ஆசிபுரிந்தார் கிருஷ்ணர். அச்சத்தை நீக்கிய அசுரன் அவர் பாதம் பணிந்தான்.

தனக்காக வாதாடிய ஈசனைப் பலவாறு போற்றித் துதித்தான். தன் மகளை அநிருத்தனுக்கு மணம் முடித்து வைத்தான். இந்த வரலாற்றை முனிவர்களுக்குச் சொன்ன சூதமாமுனிவர், அநிருத்தனின் தந்தையான பிரத்தியும்னனும் இதைப்போல ஒரு சூழ்நிலையில் சிக்கிக் கொண்டான் என்று அதனையும் அவர்களுக்குச் சொன்னார். பிறகு பாதாளத்தில் வசித்த அப்சரசுகள் சிவகணங்களைத் தங்கள் கணவர்களாக அடைந்த வரலாற்றை விவரித்தார்.

●●●

35

பாதாளத்தில் வசித்த அப்சரசுகள்

ஒருமுறை துருவாச முனிவர் சிவபூசை செய்து பெற்ற மாலையை தகுதியான ஒருவருக்குக் கொடுக்க விரும்பினார். வரும் வழியில் இந்திரன் தனது பட்டத்து யானையான ஐராவதத்தின் மீது பவனி வருவதைக் கண்டார். சிவனிடமிருந்து பெற்ற மாலையை அணியத் தகுதி படைத்தவன் இவனே என்று முடிவு செய்து, அதை அவனுக்குக் கொடுத்தார்.

அவன் அதைப் பணிவோடு பெற்று தனது சிரசின் மீது வைத்து ஆனந்தக்கூத்தாடுவான் என்று நினைத்தவருக்கு பெரும் ஏமாற்றம் காத்திருந்தது. அவன் யானையை விட்டுக் கீழே இறங்காமல், தனது அங்குசத்தினால் வாங்கி அதைத் தான் அணியாமல் யானையின் மத்தகத்தின் மீது வைத்தான். அந்த யானை அந்த மாலையை எடுத்து தனது காலில் போட்டு மிதித்து விட்டது.

இதனைக் கண்டு கோபம் கொண்ட துர்வாசர், இந்திரனே என்னையும் சிவனையும் அவமதித்த உனது செல்வச்செருக்கு இன்றோடு ஒழியட்டும், உனது அஷ்ட ஐஸ்வர்யங்களும் உன்னை விட்டு நீங்கட்டும் என்று சபித்து விட்டார். இதனால் சுவர்க்கலோகத்தில் உள்ள பஞ்சதருக்கள், கற்பகமரம், காமதேனு, ஐராவதம், பட்டத்து குதிரையான உச்சிஸ்வரசு ஆகிய எல்லாமும் அவனை விட்டு நீங்கி பாற்கடலில் ஒளிந்து கொண்டன.

இதனால் இந்திரனும் தேவர்களும் மிகவும் வாடினார்கள், துன்பத்தில் துவண்டார்கள், தெய்வம் இல்லாத பாழ்பட்ட ஆலயம் போல பெருமை குன்றினார்கள். இதுதான் சரியான தருணம் என்று நினைத்த அசுரர்கள் அவர்கள் மீது போர் தொடுத்தனர். வெற்றிபெற முடியாத தேவர்கள் பிரம்மனிடம் சென்று முறையிட்டனர்.

கலந்தாலோசித்ததில் இழந்த செல்வங்களைத் திரும்பப் பெற பாற்கடலைக் கடைவது தான் ஒரே வழி, அப்போது தான் அமுதம் கிடைக்கும், அதை உண்டால் தான் தேவர்கள் இறவாமல் வாழலாம் என்று முடிவு செய்யப்பட்டது. பாற்கடலை தேவர்களால் மட்டுமே கடைந்து விட முடியாது, அதற்கு அசுரபலம் தேவை. ஆகவே பிரம்மா அசுரர்களை அழைத்துப் பேசினார், அமுதம் கிடைத்தால் அதை உங்களுக்கும் தருகிறேன் என்று ஆசைகாட்டி அவர்களை அந்தப் பணியில் ஈடுபடவைத்தார்.

அனைவரும் திருமாலையும் அழைத்துக்கொண்டு சிவபெருமானை மறந்துவிட்டு பாற்கடலை அடைந்தனர். மந்தார மலையை மத்தாக்கி, வாசுகிப் பாம்பை வடமாக்கி, அசுரர்கள் ஒருபுறமும், தேவர்கள் மற்றொரு புறமும் நின்று பாற்கடலைக் கடைந்தனர். முதலில் அமுதம் என்று எதிர்பார்த்தபோது ஆலகால விஷம் தோன்றியது. அதைக்கண்டு அனைவரும் நடுநடுங்கினர். விலகிச் சென்றனர், பயந்து ஓடினர்.

எல்லோரும் சிவனை அடைந்து தங்களுக்கு ஏற்பட்டிருக்கும் துன்பத்தை ஐயனே தாங்கள் தான் நீக்கி அருளவேண்டும் என்று பிரார்த்தனை செய்தனர். சிவபெருமான் அங்கே நின்ற சுந்தரரைப் பார்த்து புன்னகை செய்ய அவர் பெருமானின் திருக்குறிப்பை உணர்ந்தவராக, பாற்கடலில் தோன்றிய விஷத்தை திரட்டி தனது கையில் எடுத்து, அதைக் கொண்டு வந்து எம்பெருமான் உள்ளங்கையில் வைத்தார்.

எம்பெருமான் இதை நான் என்ன செய்ய வேண்டும்? என்றார் தேவர்களைப் பார்த்து. ஐயனே முதலில் உள்ள பாகம் எல்லாம் தேவரீருக்கே உரியது. ஆகையால் அது விஷமாக இருந்தபோதிலும் அதை தாமே ஏற்க வேண்டும் என்றனர் சுயநலம் கொண்ட தேவர்கள். ஆன்மாக்கள் உய்வடையும் பொருட்டு இதைச் செய்கிறேன் என்று சங்கல்பித்து இறைவன் அந்த நஞ்சை உண்டார், தனது திருக்கண்டத்தில் அடக்கிக் கொண்டார். அவரது கண்டம் விஷத்தின் கடுமையினால்

நீலநிறம் அடைந்தது. அது முதல் திருநீலகண்டர் என்ற திருநாமம் பெற்றார்.

பிறகு அனைவரும் எதிர்பார்த்துக் காத்திருந்த அமுதம் வெளிப்பட்டது. அந்த அமுதக் குடத்தில் இருந்து துளிகள் நாலாபுறமும் சிதறியது. அதில் இருந்து மிக அழகான பெண்கள் ஆயிரக்கணக்கில் தோன்றினர். தேவர்கள் அவர்களது அழகில் மயங்கி நின்றபோது அசுரர்கள் அமுதக்குடத்தைப் பறித்துக் கொண்டு ஓடினர். அவர்களை எதிர்ப்பதற்கு சக்தி இல்லாத தேவர்கள் மகாவிஷ்ணுவிடம் முறையிட்டனர். அவர் மிக அழகான மோகினி வடிவம் எடுத்து அசுரர்களிடம் சென்றார்.

இதே நேரத்தில் அசுரர்களுக்குள் அமுதத்தைப் பங்கிடுவதில் போட்டி எழுந்தது. இந்த வாய்ப்பைப் பயன்படுத்திக் கொண்டு மோகினி அவர்களை மயக்கி அசுரர்களுக்கு அதிகப்பங்கு கொடுப்பதாக உரைத்தார். அதை நம்பிய அசுரர்கள் மோகினியிடம் அமுதக்குடத்தை ஒப்படைக்க, மோகினி அவர்களை ஏமாற்றி தேவர்களுக்கு முழுவதையும் கொடுத்து விட்டார். இதனால் கோபமும் அவமானமும் அடைந்த அசுரர்கள் அமுதில் தோன்றிய அப்சரசுகளை பாதாளலோகத்திற்கு அனுப்பிவிட்டு, தேவர்களோடு போருக்குச் சென்றனர்.

ஆனால் இப்போது தேவர்கள் அமுதம் பருகியதால் புதிய உற்சாகத்தோடும், அளவற்ற ஆற்றலோடும் போர் செய்து அசுரர்களை அழித்தனர். மகாவிஷ்ணுவும் தனது சக்கராயுதத்தினால் அசுரர்களை எமனுலகு அனுப்பினார். உயிர் தப்பிய சில அசுரர்கள் பாதாள லோகத்திற்குச் சென்று பதுங்கினர்.

அவர்களைத் துரத்திச் சென்று அழிப்பதற்காக விஷ்ணுவும் பாதாளலோகம் சென்றார். அனைவரையும் மயக்கிய அவரை மாயை மயக்கி விட்டது. ஆம் அப்சரசுகளின் அழகில் மயங்கிய மாயவன் அங்கேயே தங்கி அவர்களுடன் இன்புற்றுக் களித்தார். இதனால் ஆயிரக்கணக்கான புதல்வர்கள் தோன்றினர். பல வருடங்களாக விஷ்ணு பாதாளலோகத்தில் இருந்து திரும்பாத தகவலை தேவர்கள் அறிந்து வருந்தி சிவபெருமானிடம் முறையிட்டனர். அவர் ஞான திருஷ்டியினால் நடந்தவற்றை அறிந்து ரிஷப வடிவம் தாங்கி வில்லைக் கையில் ஏந்தி

பாதாளலோகம் சென்றார். அவரை விஷ்ணுபுத்திரர்கள் பகைவர் என்று கருதி எதிர்த்தனர்.

ரிஷப வடிவ ஈசன் அவர்களை அழித்தார், தனது புதல்வர்களை ஒரு ரிஷபம் வந்து அழித்தது என்று கேள்விப்பட்ட விஷ்ணு தனது சக்கராயுதத்தைக் கூட கையில் எடுக்காமல் பிள்ளைப்பாசத்தினால் வருந்தி போர்க்களம் வந்தார். அவரைப் பார்த்து ஈசன் சிரித்தார், நீ சிருஷ்டித்த மாயை உன்னையும் மயக்கி விட்டதே நாராயணா என்றார். அந்தக்கணத்தில் மாயை விலகியது, மகாவிஷ்ணு சுயநினைவு அடைந்தார். சிவபெருமானை வணங்கினார். வைகுந்தத்தில் ஏராளமான வேலைகள் காத்திருக்கின்றது உடனே புறப்படு என்றார் ஈசன்.

சற்றுப் பொறுங்கள். என் சக்கராயுதத்தை எடுத்துக் கொண்டு செல்கிறேன் என்றார் விஷ்ணு. அது இங்கேயே இருக்கட்டும் நான் வேறு ஒன்றைத் தருகிறேன் என்ற ஈசன் புதிய சக்கராயுதம் ஒன்றை சிருஷ்டித்துக் கொடுத்தார். அதை எடுத்துக் கொண்டு மகாவிஷ்ணு வைகுந்தம் சென்றார். அவர் மூலமாக பாதாளத்தில் இருக்கும் அப்சரசுகளைப் பற்றிக் கேள்விப்பட்ட தேவர்கள் அவர்களை அடைந்து இன்பம் துய்க்கும் ஆர்வத்துடன் பாதாளலோகம் நோக்கிப் படையெடுத்தனர். இதனை அறிந்த சிவபெருமான் எந்த ஆணும் பாதாளலோகம் போகக்கூடாது என்று தடைவிதித்தார்.

உலக நன்மையை மறந்து பெண் இன்பத்தில் தேவர்கள் மூழ்கி விடக்கூடாது என்ற எண்ணத்தில் ஈசன் விதித்த தடை, பாதாளத்தில் வசித்த அப்சரசுகளுக்கு பெருத்த துன்பத்தை ஏற்படுத்தி விட்டது. அவர்கள் ஆண்வாடையே படாமல் விரகதாபத்தில் துடித்தனர். அவர்கள் பராசக்தியை வேண்டினர்.

பராசக்தியின் சிபாரிசின் பேரில் சிவபெருமான், தேவி நீ சென்று அவர்களுக்குத் தகுந்த ஆறுதல் சொல்லிவிட்டு வா என்று அனுப்பி வைத்தார். பாதாளலோகம் வந்து அப்சரசுகளைச் சந்தித்த தேவியை அவர்கள் மிகுந்த மரியாதையோடு வரவேற்று தங்கள் பிரச்சனையைத் தெரிவித்தனர். கவலைப்பட வேண்டாம் நீங்கள் கைலாயம் வந்து விடுங்கள். அங்கே எங்கள் புத்திரர்கள் சிவகணங்களான இருக்கிறார்கள் அவர்களை மணந்து இல்லற இன்பம் அடையுங்கள் என்று அருளினாள். அவர்களும் அவ்வாறே சிவகணங்களை மணந்து இல்லறவாழ்வு நடத்தி இன்புற்றனர்.

●●●

36

வெல்ல முடியாத மன்மதன்

மகாமாயையைத் தோற்றுவிக்கும் அந்த மாலவனே மாயையின் வசப்பட்டு பாதாளத்தில் அப்சரசுகளுடன் வாழ்ந்தார் என்பதைக் கேள்விப்பட்ட நைமிசாரண்ய முனிவர்கள் காமனை வெல்ல யாராலும் முடியாதா முனிவரே? இதற்கும் சிவனும், பிரம்மனும், விஷ்ணுவும் கூட விதிவிலக்கு இல்லையா? என்று ஆச்சரியத்தோடு கேட்டனர்.

காமத்திற்கு அடிபணியாதவர்கள் யாரும் இல்லை, அதனை வென்றவர்கள் ஒரு சிலரே. முனிவர்களும், ரஷிகளும், எத்தனையோ தேவர்களும் காமத்தின் வயப்பட்டு அல்லலும் அவமானமும் அடைந்திருக்கின்றனர். அவற்றுள் ஒரு சிலவற்றை உங்களுக்குச் சொல்கிறேன் என்ற சூதமுனிவர் அவற்றைச் சொல்ல ஆரம்பித்தார்.

அக்கினித்தேவன் ஒருமுறை சப்த ரிஷிகளின் மனைவியரைக் கண்டு மோகம் கொண்டான், அவர்களை அனுபவிக்கத் துடித்தான். அது முடியாமல் போனது. அவனது நிலையைப் பார்த்து வருந்திய கார்த்திகைப் பெண்கள் அறுவரும் அவனை அடைந்து விரகத்தைப் போக்கினர்.

பிரம்மாவின் புத்திரன் குசன், அவனுடைய பிள்ளை குசநாபன். அவனுக்கு நூறு பெண்கள் பிறந்தனர்.

அவர்களுடைய அழகில் மயங்கிய வாயுபகவான் அவர்களைத் திருமணம் செய்து கொள்ள விரும்பினான். உருவம் இல்லாத உன்னை நாங்கள் திருமணம் செய்து கொள்ளமாட்டோம் என்று அந்தப் பெண்கள் மறுத்தனர். இதனால் கோபம் கொண்ட வாயு, நீங்கள் அழகை இழந்து நோய்வாய்ப்படுங்கள் எனச் சாபமிட்டான். இந்த விஷயத்தை அறிந்த அவர்களது பாட்டனாகிய குசன் தனது தவவலிமையால் தனது பேத்திகளின் இழந்த அழகை மீட்டான். அதோடு அவர்களை வாயுவுக்கே திருமணம் செய்து வைத்தான்.

ஆதிகாலத்தில் சூரியன் துவஷ்டாவின் மகளான சமுஞ்ஞா என்பவளை மணந்து கொண்டு இல்லறம் நடத்தினான். அவனது அளவுக்கு அதிகமான வெப்பத்தை அந்தப் பெண்ணால் தாங்க முடியவில்லை. இதற்காக அவள் ஒரு தந்திரம் செய்தாள், தன்னுடைய நிழலையே சாயாதேவி என்ற பெண்ணாக மாற்றி சூரியனோடு இருக்கச் செய்தாள். தனக்குப் பிறந்த வைவசுதன், யமன், யமுனை ஆகிய மூன்று குழந்தைகளையும் உன் பிள்ளை போலவே பாசம் காட்டி வளர்த்துவருவாய் என்று அவளிடம் கொடுத்துவிட்டு, தன்னுடைய தந்தையின் இருப்பிடத்திற்கு வந்து விட்டாள்.

ஒருநாள் சூரியனுக்கு உண்மை தெரிந்தது. சூரியன் நேராக சாயாதேவியை அழைத்து நடந்தவற்றை விசாரித்தான். சமுக்ஞா சென்று விட்டதை அறிந்தான். அவளைத் தேடிக் கொண்டு அவளது தந்தையின் இல்லத்திற்குச் சென்றான். துவஷ்டா தனது மருமகனை வரவேற்றார், சமுக்ஞா எங்கே? ஏன் என்னை ஏமாற்றினாள் என்று ஆத்திரத்தோடு கேட்டான் சூரியன்.

அமைதியாக இரு நடந்தவற்றை நான் விளக்குகிறேன். ஆதித்தா உன்னுடைய உடலில் இருந்து வெளிப்படும் கடுமையான வெப்பத்தை அவளால் தாங்க முடியவில்லை. அதைக் குறைத்துக் கொண்டால் அவள் உன்னுடன் வாழ்வதற்குத் தயாராக இருக்கிறாள். சம்மதமா? என்று கேட்டார்.

என் மனைவியைப் பார்க்க வேண்டும் என்று துடித்தான். அவர் அவனை அழைத்துக் கொண்டு மலைச்சாரலுக்கு சென்றார். அங்கே புல் மேய்ந்து கொண்டிருந்த அழகான வெள்ளை நிற பெண்குதிரையைக் காட்டினார்.

ஆதித்தா அது தான் உன் மனைவி, சமுக்ஞா. என்றாவது ஒருநாள் நீ அவளைத் தேடிக் கொண்டு வருவாய் என்ற எண்ணத்தில் தான் அவள் பெண்குதிரையாக இங்கே மேய்ந்து கொண்டிருக்கிறாள் என்றார் துவஷ்டா.

நான் அவளுடன் சேரத் துடிக்கிறேன், என்ன செய்ய வேண்டும் என்றான் சூரியன். உனது உடலைக் கடைந்து அதிகப்படியான வெப்பத்தை வெளியேற்றினால் போதும், நீ ஒப்புக் கொண்டால் நான் அந்த வேலையைச் செய்கிறேன். பிறகு அவளுடன் நீ இன்பமாக வாழலாம் என்றார் துவஷ்டா. மனைவி மீது கொண்ட காதல் மிகுதியினால் சம்மதித்தான் ஆதித்தன்.

துவஷ்டா சூரியனைக் கடைந்து அவனது சக்தியைக் குறைத்தார். அப்படிக் கிடைத்த சக்தியானது ஈசனுக்கு சூலாயுதமாகவும், மகாவிஷ்ணுவுக்கு சுதர்சன சக்கரமாகவும், இந்திரனுக்கு வஜ்ராயுதமாகவும் மாறியது. சூரியனுடைய கால்களை மட்டும் துவஷ்டாவினால் குறைக்க முடியவில்லை. ஆகவே சூரியனுக்கு சிலையிலோ அல்லது சித்திரத்திலோ கால்களை வரையக்கூடாது என்றும் அப்படி விதியை மீறி வரைபவர்கள் குஷ்ட ரோகத்தினால் பாதிக்கப்படுவார்கள் என்றும் துவஷ்டா சாபம் கொடுத்தான்.

சக்தியைக் குறைத்துக் கொண்ட பிறகு சூரியன் காம உணர்வோடு தன் மனைவி சமுக்ஞாவை தேடிக் கொண்டு அவள் இருக்கும் இடத்தை அடைந்தான். நடந்தது எதையும் அறியாத அவள் பெண்குதிரை உருவத்தில் புற்களை மேய்ந்து கொண்டிருந்தாள். அவளுடன் சேர வேண்டும் என்ற ஆவலோடு சூரியனும் தன்னை ஒரு ஆண்குதிரையாக மாற்றிக் கொண்டு அவளை நெருங்கினான். அவளுடன் புணரப்போகும் சமயம் பெண்குதிரை திரும்பிவிட்டது. இதனால் சூரியனில் இருந்து வெளிப்பட்ட இந்திரியம் அவளது முகத்தில் பட்டு நாசியில் விழுந்தது. அங்கிருந்து அஸ்வினி தேவர்கள் இருவரும் தோன்றினர். பின்னர் சமுக்ஞாவை அழைத்துக் கொண்டு சூரியன் தனது இருப்பிடம் வந்து சேர்ந்தான்.

மித்ரா, வருணர் ஆகிய இருவரும் தபோவலிமையில் வல்லவர்கள். அவர்கள் ஒருமுறை ஊர்வசி நீராடும் போது கண்டுவிட்டனர். காமம் மிகுந்ததால் அவர்களது இந்திரியம் வெளிப்பட்டது. அதை ஒருவர் கும்பத்திலும் மற்றவர் ஜலத்திலும்

செலுத்தினர். கும்பத்தில் இருந்து அகத்தியரும், ஜலத்தில் இருந்து வசிஷ்டரும் தோன்றினர்.

பட்சிசுவரன் என்ற மகரிஷி தவ ஆற்றல் நிறைந்தவர். இவர் காசியப முனிவருக்கும் விருதைக்கும் பிறந்தவர். ஆற்றில் மீன்கள் ஜோடியாக வலம் வருவதைக் கண்டு அவருக்கும் இல்லற இன்பத்தில் நாட்டம் ஏற்பட்டது. ஆகவே சுதன்மன் என்ற அந்நாட்டு மன்னனிடம் சென்று மன்னா உனது குமாரத்திகளை எனக்கு மணம் செய்து கொடு என்று கேட்டார்.

விகார உருவத்தோடு காணப்படும் இவருக்கு தனது அழகான பெண்களைத் திருமணம் செய்து கொடுக்க அவனுக்கு இஷ்டம் இல்லை. மறுத்தாலோ நிச்சயமாக முனிவர் தன்னை சபிப்பார் என்பதை அறிந்த அவன் தந்திரமாக முனிவரே எனக்கு எந்த ஆட்சேபணையும் இல்லை, நீங்களே நேரில் அந்தப்புரம் சென்று என் பெண்களிடம் கேளுங்கள். அவர்களில் யார் ஒப்புக் கொள்கிறார்களோ அவர்களைத் திருமணம் செய்து தருகிறேன் என்று சொன்னான். இவரை எந்தப் பெண்ணும் விரும்பமாட்டாள் என்ற எண்ணத்தில் அவன் அவ்வாறு சொன்னான்.

ஆனால் விதி வேறுவிதமாகச் செயல்பட்டது, முனிவர் தனது யோக பலத்தினால் அழகான வாலிபனாக உருமாறி அந்தப்புரம் சென்று அந்தப் பெண்களைச் சந்தித்தார். அவரது அழகில் மயங்கிய பதினைந்து பெண்களும் அவரைத் திருமணம் செய்து கொள்ள சம்மதம் தெரிவித்தனர். வேறு வழியில்லாமல் சுதன்மன் தனதுஅத்தனை பெண்களையும் அவருக்கே மணம் செய்து வைத்தான்.

விபாண்டர் என்ற மகிரிஷி ஒருவர் ஒரு சமயம் நீர்த்துறைக்குச் சென்றபோது அங்கே குளித்துக் கொண்டிருந்த இளம்பெண்ணைக் கண்டு மனம் பேதலித்தார். இதனால் அவரது விந்து வெளிப்பட்டு தண்ணீரில் கலந்தது. அங்கு வந்த பெண்மான் நீரோடு அவரது விந்தைப் பருகியது. அதன் வயிற்றில் இருந்து ருஷிய சிங்கர் தோன்றினார்.

கௌதம மகரிஷி ஒருமுறை கடுமையான தவத்தில் ஈடுபட்டிருந்தார். அவரது தவத்தைக் கலைப்பதற்காக இந்திரன் அப்சரசுகளில் ஒருத்தியை அனுப்பி வைத்தான். அவளது இளமையிலும் அழகிலும் மனதைப் பறிகொடுத்த முனிவரின் விந்து வெளிப்பட்டது, அதை அவர் துரோணத்தில் விட்டார்.

துரோணம் என்றால் வில். அதில் இருந்து வில்வித்தையில் ஆசார்யரான துரோணர் தோன்றினார்.

மீன் நாற்றம் அடிக்கும் மச்சகந்தி என்ற பெண் யமுனையில் ஓடம் ஓட்டிக் கொண்டிருந்தாள். அவளது இளமையும், அழகும் பராசர முனிவரை மயக்கியது. அவர் ஓடத்தில் செல்லும் நேரத்தில் ஒரு மங்கையைக் கூடி பிள்ளை பெற்றால் அது ஞானக்களஞ்சியமாகத் திகழும் என்பதை அறிந்த முனிவர் அந்தப் பெண்ணின் சம்மதம் கேட்டார். அவள் இணங்கினாள், முனிவர் அவளது மேனியை தனது தபோபலத்தினால் மாற்ற அவள் சத்தியவதி என்ற பரிமளகந்தியாக மாறினாள். முனிவர் அவளுடன் கூட அவள் கர்ப்பவதி ஆனாள். அவள் பெற்றெடுத்த பிள்ளை தான் வியாசமுனிவர்.

வியாசமுனிவர் ஐம்புலன் அடக்கிய ஞானபுருஷராக இருந்தபோதிலும் தேவர்களுடைய நலனைக் கருத்தில் கொண்டு விசித்திரவீரியன், சித்திராங்கதன் என்பவர்கள் இறந்ததும் அவர்களுடைய மனைவியரைக் கூடி திருதராஷ்டிரன், பாண்டு, விதுரன் என்ற மூன்று மன்னர்களை உற்பத்தி செய்தார்.

கிரசர் என்ற முனிவரின் மகள்தான் வேதவதி. அவளது அழகில் மோகம் கொண்ட ராவணன் ஒருநாள் பலாத்காரமாக அவளை அடைய முயற்சி செய்தான். அவளது கையைத் தீண்டினான், விருப்பம் இல்லாத பெண்ணை தீண்டினால் உன் தலை வெடித்துவிடும் என்று சாபமிட்ட அவள் தீக்குளித்து உயிரை மாய்த்துக் கொண்டாள். அடுத்த பிறவியில் அவளே மிதிலையில் ஜனகரின் மகளான சீதையாகப் பிறந்தாள். ராமனை மணந்தாள், வனவாசத்தில் அவள் மீது ஆசைவைத்து அபகரித்துச் சென்ற ராவணனை, ராமபிரான் அழித்தார்.

இந்த விருத்தாந்தங்களை சொல்லிய சூதமுனிவர், ஒருவன் எத்தனை பெரிய மனிதனாக இருந்தபோதிலும் காமத்திற்கு இடம் கொடுத்துவிட்டால் அவன் வாழ்க்கை மோசமானதாக ஆகிவிடும். அதனால் தான் பகவானை ஒருநிலைப்பட்ட சிந்தையோடு எப்போதும் தியானித்து காமக்கடலை கடக்க வேண்டும் என்று பெரியோர்கள் சொல்லி இருக்கிறார்கள் என்று சொல்லி பிறகு மேலும் சிவபெருமானின் பெருமைகளை எடுத்துரைத்தார்.

●●●

37

சிலாதருக்கு அருளிய சிவன்

பார்வதி தேவியின் சாபத்தினால் நந்திதேவர் பூமியில் சிலாதன் என்ற அந்தணன் ஒருவனுக்குப் பிள்ளையாகப் பிறந்து, தவத்தில் ஈடுபட்டார். சிலாதர் மிகப் பெரிய தபஸ்வி. ஒருநாள் அவர் எமலோகத்தைச் சுற்றிப் பார்க்க வேண்டும் என்று நினைத்தார். அவரது ஆவலைப் புரிந்து கொண்ட எமதர்மன், மகரிஷிக்கு அதற்கான அனுமதியைக் கொடுத்தார். மேலும் அவரை எமலோகத்தின் பல பகுதிகளையும் காண்பிக்கச் சொல்லி, சித்ரகுப்தனையும் துணையாக அனுப்பிவைத்தார். எமதர்மனின் கட்டளை என்பதால், சித்ரகுப்தன் அந்தப் பணியை சிரமேற்கொண்டு ஏற்றுக்கொண்டான். ரிஷியை அழைத்தபடி எமலோகத்தின் ஒவ்வொரு பகுதியையும் காண்பித்து, அது எதற்காக உருவாக்கப்பட்டது? அந்த இடத்தில் நடைபெறும் பணி என்ன? என்ன தவறு செய்தவர்கள் அங்கு வருவார்கள்? நன்மை புரிந்தவர்கள் எவ்விதம் மரியாதைக்குரியவர்களாக நடத்தப்படுகிறார்கள்? என்பதையெல்லாம் பற்றி விளக்கிக் கொண்டிருந்தார்.

எமலோகம் மிகவும் விசித்திர உலகமாக அவருக்குப் பட்டது. அங்கே நடக்கும் ஒவ்வொரு காரியத்துக்கும் உண்டான காரணம், பாகுபாடற்ற, பாரபட்சமன்ற நீதி,

நிலைநிறுத்தப்படும் தர்மம் அனைத்தையும் கண்டு மகரிஷியே ஒரு கணம் ஆச்சரியத்தில் வாயடைத்துத்தான் போனார். தண்டனைகளுக்கான காரணங்களில் அத்தனை துல்லியம். 'இப்படி ஒரு நரகம் இருப்பது தெரிந்தும், ஏன் இந்த மனிதர்கள் பாவங்களைச் செய்கிறார்கள்?' என்று நினைக்கும்போது அவருக்கு கொஞ்சம் வருத்தமாகவும் இருந்தது.

இப்படி ஒவ்வொரு இடமாகப் பார்த்துக் கொண்டிருந்தபோது, வழியில் ஓரிடத்தில் ஐந்து அடி உயரத்தில் கற்பாறை ஒன்று இருந்தது. அதைக் கண்ட முனிவர், 'இது என்ன கற்பாறை?' என்றார். சித்ரகுப்தனோ, 'ஒன்றுமில்லை. மகாமுனி! ஒரு சிறுவன் செய்த பாவம்.. இப்படி வளர்ந்து நிற்கிறது' என்று கூறினார்.

அதைப் பற்றி சொல்லுங்கள் என்று முனிவர் கேட்க சித்ரகுப்தன், பூலோகத்தில் ஒரு முனிவரின் ஆசிரமத்துக்குத் தினமும் பல அதிதிகள் (விருந்தினர்கள்) வந்து செல்வது வழக்கம். அவர்களுக்கெல்லாம், முனிவர் அன்புடன் உபசாரம் செய்து உணவு அளிப்பார். முனிவருக்கு ஒரு மகன் இருந்தான். சிறு பிள்ளையான அவன் ஏதாவது ஒரு குறும்பு செய்து கொண்டே இருப்பான்.

அதிதியாக வருபவர்களுக்கு, முனிவர் அளிக்கும் உணவுகளில் சிறுசிறு கற்களைப் போட்டு, அவர்கள் சாப்பிடும் போது அடையும் கஷ்டத்தைக் கண்டு ரசிப்பான். அப்படி அவன் அதிதிகளுக்குச் செய்த பாவமான அந்த கற்கள்தான், சிறுவன் வளர வளர சிறு பாறையாக இப்படி வளர்ந்து நிற்கிறது. அவனது விதி முடிந்து எமலோகத்துக்கு வரும் போது, இந்தப் பாறையை அவன் உண்ண வேண்டும். இதுதான் அவனுக்கான தண்டனை' என்று சித்ரகுப்தன் விளக்கம் அளித்தார்.

அசந்து போனார் முனிவர். இருவரும் நடந்தார்கள். முனிவருக்கு அந்த சிறுவன் யார் என்று அறிந்துகொள்ள ஆர்வம். இதுபோன்ற ஒரு செயல் எங்கோ நடந்ததாகவும், அவரது மனதுக்குள் ஒரு நிழலாட்டம். சித்ரகுப்தனிடம் கேட்கவும் அவருக்குத் தயக்கமாக இருந்தது. எனவே தன் தவ வலிமையைக் கொண்டு, அந்த சிறுவன் யார் என்று ஞான திருஷ்டியில் பார்த்தார். அந்த சிறுவன் வேறு யாருமல்ல. தற்போது எமலோகத்தை பார்வையிட வந்திருக்கும் தான்தான்

என்பதை முனிவர் உணர்ந்து கொண்டார். நேராக எமதர்மனிடம் சென்றார். நடந்ததைச் சொன்னார்.

‘எமதர்மா! நான் முக்தியடைந்து, இறைவனின் அடியை சேர விரும்புகிறேன். அதற்கு இந்தக் கற்பாறை நிச்சயம் தடையாக இருக்கும். எனவே இந்த ஜென்மத்திலேயே அந்தப் பாவத்தைப் போக்க விரும்புகிறேன். என்ன செய்ய வேண்டும் என்றார். இந்த அளவுள்ள பாறையை சிறுகச் சிறுகக் கரைத்துக் குடித்து விடவேண்டும் என்றான் யமதர்மன். அவரும் அப்படியே செய்து பாவச்சுமையைக் கழித்தார். இதனால் அவருக்கு ‘சிலாதர்’ என்று பெயர் வந்தது. ‘சிலா’ என்றால் கல் என்று பொருள்.

இந்த சிலாதருக்கு நீண்ட வருடமாக குழந்தைப் பாக்கியம் இல்லை. அவர் பஞ்சாட்சர மந்திரம் ஜெபித்து, ஒற்றைக்காலில் நின்று, தவம் செய்தார். சிவபெருமான் தோன்றி உனக்கு அற்ப ஆயுள் கொண்ட சத்புத்திரன் தோன்றுவான் என வரமளித்தார். சிலாதர் பூமியை உழுகின்ற போது மாணிக்கப்பெட்டி ஒன்றில் ஆண்குழந்தையைக் கண்டெடுத்தார். அவரே பார்வதி சாபத்தினால் தோன்றிய நந்திதேவர். அவரை செப்பேஸ்வரன் என்ற பெயரிட்டு பாசத்தோடு வளர்த்தார் சிலாதர். பிள்ளை வளர வளர அவர் உள்ளம் பதைத்தது, வேதனையால் துவண்டார்.

தந்தையின் வருத்தம் கண்ட செப்பேஸ்வரன், தந்தையே வருந்த வேண்டாம். நான் இப்போதே சிவபெருமானை நோக்கி தவம் செய்து நீண்ட ஆயுளைப் பெற்றுவருகிறேன் என்று சொல்லி கானகம் சென்று கோரதவம் செய்தார். அவரது தவத்தை மெச்சிய ஈசன், குறைவற்ற ஆயுளை அளித்தார். அதோடு சுயசை என்ற பெண்ணை மணம் செய்து கொடுத்தார், கைலாயத்தில் சிவகணங்களின் தலைவராக அவரை நியமித்தார். இவ்வாறு நந்திதேவர் தனது முந்தைய பதவியை மீண்டும் பெற்றார்.

●●●

38

சிவனுக்குக் கோயில் எழுப்பினால் அடையும் பலன்கள்

நைமிசாரண்யத்து முனிவர்களைப் பார்த்து சூதமுனிவர், சிவாலயம் எழுப்புவதால் ஒருவன் அடையும் அளவிடமுடியாத நற்பயன்களை விவரித்தார்.

எந்தவொரு பக்தன் தனது ஆயுட்காலத்தில் சிவபெருமானுக்கு ஆலயம் எழுப்புகிறானோ அவன் தினந்தோறும் சிவனை வழிபடுவதால் அடையும் பலனை நிச்சயம் அடைகிறான். அது மட்டும் அல்லாமல் அவன் குலத்தில் உதித்த முன்னோர்களில் சிவபக்தி பூண்டவர்கள் நூறு தலைமுறையினர் சிவலோகம் அடைகின்றனர்.

இறைவனுக்குக் கோயில் எழுப்ப யாரொருத்தர் முயற்சிகளில் ஈடுபடுகிறார்களோ அவர்கள், ஆயிரம் பிறப்புகளில் தான் செய்த பாவங்களிலிருந்து விடுபடுகிறார்கள். கோயில் எழுப்ப வேண்டும் என்று ஒருவன் ஆசைப்பட்டாலோ, தன் மனதில் எண்ணினால்கூட, அவன் நூறு பிறப்புகளில் செய்த பாவங்களில் இருந்து விமோசனம் பெறுகிறான்.

கோயில் எழுப்ப ஒருவன் மேற்கொண்ட முயற்சிகளை, திட்டங்களை எவனொருவன்

ஆதரிக்கிறானோ, அவன் கூட பாவங்களில் இருந்து விடுபடுகிறான். கோயிலை கருங்கற்களினால் கட்டுபவன் ஒவ்வொரு கல்லுக்கும் ஒவ்வோர் ஆயிரம் ஆண்டுகள் சிவலோகம் வாசம் செய்வான். அக்கோயிலின் சிவலிங்கத்தைச் செய்விப்பவன் அறுபதினாயிரம் வருடங்கள் சிவலோகத்தில் இன்பமுறுவான். சிவலிங்கத்தைப் பிரதிஷ்டை செய்கிறவனால் அவனது எட்டுத் தலைமுறையின் முன்னோர் நற்கதி பெறுகின்றனர்.

ஆலயம் தன்னால் கட்ட முடியாத போதிலும் மற்றவர் கட்டுவதைப் பார்த்து நம்மால் முடியவில்லையே என்று வருந்துபவன் கூட முக்தி அடைவது உறுதி. பிரம்ம தேவர் பிரபஞ்ச சிருஷ்டியின் போது யமனை அழைத்து அவனிடம் பாசமும் தண்டமும் கொடுத்து, பாபம் செய்தவர்களைத் தண்டிக்கும் அதிகாரத்தை ஈந்தார். அப்போது அவர் சிவபக்தர்களை யமதூதர்கள் அண்டக்கூடாது என்று எச்சரிக்கை செய்திருக்கிறார். அது போலவே சிவாலயத்தில் கைங்கர்யம் செய்கிறவர்களிடமும், சிவலிங்கப் பிரதிஷ்டை செய்கிறவர்களிடமும் எமதூதர்கள் நெருங்கமாட்டார்கள்.

சிவபெருமானுக்கு தேன், பால், போன்ற திரவியங்களினால் அபிஷேகம் செய்பவன் ஆயிரம் பசுக்களை வேதப்பிராம்மணனுக்கு தானம் செய்த பலனை அடைவான். கிருஷ்ணபட்சத்து சதுர்தசியில் சிவலிங்கத்திற்கு நெய்யினால் அபிஷேகம் செய்தால் பல ஜென்மத்தில் செய்த பாவங்கள் விலகும். பிரதோஷத்தில் நெய்யினால் அபிஷேகம் செய்தால் தெரிந்தோ தெரியாமலோ செய்த பாவங்கள் அழிந்து போகும். பௌர்ணமி, அமாவாசைகளில் சிவலிங்கத்திற்கு அபிஷேக ஆராதனைகள் செய்து வழிபாடு செய்தால் சகல பாவங்களில் இருந்தும் விடுபடலாம். சிவலிங்கத்தைப் பசுவின் பாலினால் அபிஷேகம் செய்தால் சகல ரோகங்களும் விலகும், அவன் மேனி அழகாகும், நவக்கிரகங்களின் அருளைப் பெறுவான்.

இதை விளக்கும் கதை ஒன்றைக் கேளுங்கள், பூமியில் சிவபூசை செய்து வாழ்வாங்கு வாழ்ந்த பூஷணன் தன் மனைவி சுயதி என்பவளோடு மண்ணுலகம் விட்டு சிவலோகம் சென்று இன்பமாக வாழ்ந்தான். அந்தத் தம்பதியர் இருவருடைய உடலும் ஜகஜ்ஜோதியாக பிரகாசித்தது. அதைக்கண்டு வியக்காத

தேவர்களே இல்லை. ஒருநாள் கௌதமி என்ற பெண் சுயதியை அழைத்து உங்கள் இருவருடைய உடலும் இத்தனை அழகும் பிரகாசமும் அடையக் காரணம் என்ன? என்று கேட்டாள்.

அதற்கு சுயதி, என் கணவரின் மூதாதையர்கள் சிவபூசை செய்து வந்தவர்கள். என் கணவரும் அதே முறையில் பலவகையான யாகங்கள் ஜெப தபங்கள் செய்தார். நாங்கள் இருவரும் லிங்கத்திற்கு பால், பன்னீர், இளநீர், தேன், சந்தனம் என்று அபிஷேகம் செய்து வழிபட்டோம். இரத்தினம் பொன்னால் செய்த அணிகலன்களையும் ஆடைகளையும் சூட்டி அழகு பார்த்தோம். அதன் பயனாகவே இருவரும் மனமொத்து வாழ்கிறோம், எங்கள் உடலும் காண்பவர் வியக்கும் வண்ணம் பிரகாசிக்கிறது, இவை எல்லாம் பெருமான் பூசையினால் கிடைத்த அற்புதங்கள் என விளக்கினாள். இதை முனிவர்களிடம் தெரிவித்த சூத முனிவர் மேலும், சிவபூசை முறைகளை விளக்கினார்.

சிவபெருமானை மனத்திற்குப் பிடித்த மலர்களைக் கொண்டு அன்போடு அர்ச்சிக்க வேண்டும். சிவபூசை குறித்த அதிக விவரங்களை இந்த நூலின் சிவலிங்க பூசை மகிமை என்ற ஒன்பதாம் கட்டுரையைப் படித்து அறிந்து கொள்ளவும்.

ஒருவன் முனிவர்களுக்குத் தானம் செய்தால் நூறு வருடங்கள் தானம் செய்த பலன் கிடைக்கும் ஆனால் ஒரு சிவனடியாருக்குச் செய்யும் தானமோ, லட்சம் பிறவி எடுத்து அத்தனை பிறவிகளிலும் செய்த புண்ணியத்தைத் தரும். எவனொருவன் வீட்டைத் தேடி சிவனடியார் வருகிறாரோ அவனுக்கு சகலவிதமான ஐஸ்வர்யங்களும் வீடு தேடிவரும், ஏன் என்றால் சிவபெருமானும் மெய்யான சிவனடியாரும் வேறல்ல.

அடுத்தவர் மனைவியை விரும்புதல், பிறர் பொருளைத் திருட நினைத்தல், தன்னை விரும்பாதவர்களுக்குக் கெடுதல் செய்ய நினைத்தல், பெரியோர் செய்யக்கூடாது என விலக்கிய செயல்களைச் செய்ய ஆசைப்படுதல் ஆகிய நான்கும் மானசீகப் பாபங்களாகும். அர்த்தமில்லாமல் பேசுதல், பொய் பேசுதல், உள்ளொன்று வைத்து புறமொன்று பேசுதல், புறங்கூறுதல் ஆகியவை வாக்கினால் செய்யும் பாவங்கள். சாப்பிடக்கூடாது என்று குலதர்மப்படி விலக்கியவற்றை உண்ணுதல், மற்ற

உயிர்களைத் துன்புறுத்தல், பிறர் பொருளை அபகரித்தல், கீழான காரியங்களைச் செய்தல் ஆகியவை காமிக பாவங்கள் எனப்படும். இந்தப் பன்னிரண்டு பாவங்களும் ஒருவனை நிச்சயமாக நரகத்தில் தள்ளிவிடும்.

பிராம்மணனைக் கொல்லுதல், பொன் திருடுதல், மதுபானம் செய்தல், குருபத்தினியிடம் தகாதமுறையில் நடத்தல் ஆகியவை மகாபாபங்களாகும். வேதியனைக் கொல்ல விரும்புவது, ஆசைவார்த்தைகள் கூறி வேதம் படித்தவனை ஏமாற்றுவது, படித்தவர்களை இறுமாப்பினால் நிந்தனை செய்வது, தன்னைப் பற்றியே எப்போதும் புகழ்ந்து பேசிக்கொள்வது, பிறருடைய மலையளவு நல்லகுணங்களைத் தள்ளிவிட்டு கடுகளவு குறைகளைப் பெரிதாக்கி அவர்கள் புண்படும்படியாகப் பேசுவது, பசி தாகம் என்று வருபவர்களை நிந்தித்து விரட்டுவது, பிறருக்கு அச்சத்தை ஏற்படுத்துவது, பிறருடைய தொழிலைக் கெடுப்பது, தேவபூமி, பிராமணபூமி ஆகியவற்றை பலாத்காரமாகக் கைப்பற்றி அனுபவிப்பது, நிரபராதிகளைக் கொல்வது, பெற்றோர்களைக் கடைசி காலத்தில் துரத்தி விடுவது, பிறர் வீடுகளுக்கு நெருப்பு வைப்பது, ஆகியவை பிரம்மஹத்திக்குச் சமமான பாவங்களாகும்.

தானம் செய்த பிறகு இவ்வளவு கொடுத்து விட்டோமே என வருந்துவது, பதிவிரதைகளைத் தூஷிப்பது, மூத்தவள் இருக்க இளையவளுக்கு மணம் செய்வது, பக்தர்களை வதைப்பது, சிவன் கோயிலில் உள்ள மரங்களை வெட்டி உபயோகப்படுத்துவது, தனக்குத் தானமாகக் கொடுத்த பொருட்களை அதிக விலைக்கு விற்பது, பாவியிடமிருந்து தானம் பெறுவது, குலதர்மத்தை ஆசாரத்தை விடுவது, ஏரி, குளம் ஆகியவற்றின் கரைகளை இடிப்பது ஆகியவை உப பாதகங்களாகும்.

பிறர் வைத்திருக்கும் செல்வம், அவரது நல்வாழ்க்கை ஆகியவற்றைக் கண்டு பொறாமை கொள்வது, பிறர் பாராட்ட வேண்டும் என்பதற்காகவே நல்ல காரியங்களைச் செய்வது, பிறகு அதைப் பற்றி பீற்றிக் கொள்வது, சிவன்கோயில், சத்திரம், பள்ளிக்கூடம், யாகசாலை ஆகிய இடங்களை அசுத்தம் செய்வது, வண்டிமாடு, குதிரை ஆகிய உயிரினங்களுக்கு தகுந்த தீனி கொடுத்து அன்பு செய்யாமல் எப்போதும் வேலை வாங்குவது, பிறரை வெளியே உட்காரவைத்து தான் மட்டும் உண்பது, அடுத்தவருக்கு எந்தவகையில் துன்பம் கொடுக்கலாம் என்ற யோசனையில் எப்போதும் இருப்பது ஆகியவை உபபாதகங்கள் ஆகும்.

இத்தகைய பாவங்களைச் செய்த மனிதன், தனது சரீரத்தை விட்டு யாதனா சரீரம் பெறுகிறான். அதன் மூலமாகஅவன் யமலோகத்தை அடைந்து பாவ பலன்களுக்கு ஏற்றவாறு நரக வேதனைகளை அனுபவிக்கிறான்.

●●●

३७

நரக வேதனையும் தானத்தின் அருமையும்

எமலோகத்தை அடைவதற்கு முன்னதாக வைவஸ்வத பட்டணத்தை ஜீவன் அடையும். அங்கே பலவிதமான கோர உருவம் கொண்ட விசித்திர விலங்குகள் அங்கே காணப்படும். அவைகளைப் பார்த்தால் பிண்ட உருவத்திற்கு நடுக்கம் ஏற்படும். மேலும் அங்கே ஆவி உருவத்தில் இருக்கின்ற கோர உருவங்கள் வானமே கிழியும்படியாக அலறி ஓலமிடுவார்கள். இதைக் கேட்கும் பிண்ட சரீரம் அச்சத்தினால் நடுங்கும். மேலும் பாவம் செய்த மனிதர்களே அவ்வாறு அலறித் துடித்து ஓலமிடுகிறார்கள் என்பதை அறிந்த பிண்டசரீரம் தன் நிலைமை என்ன ஆகுமோ என்ற பயத்தில் துக்கத்தோடு நடக்கும்.

தாகத்தினால் தவிக்கும் பிண்ட சரீரத்திற்கு ஒரு துளி தண்ணீர் கூட அங்கே கிடைக்காது. தண்ணீர் இருந்தாலும் அது வெப்பத்தினால் கொதித்துக் கொண்டிருக்கும், ஆகவே குடிப்பதற்கு உதவாது. அந்த இடத்தில் மேகங்கள் மழை பொழியும், ஆனால் அந்த மழை தண்ணீர் மழை அல்ல. இரத்த மழை. எனவே தண்ணீரைக் குடிக்கலாம் என்ற ஆசையோடு ஓடும் பிண்ட சரீரம் அங்கே தண்ணீருக்குப் பதிலாக சிவந்த இரத்தம் இருப்பதைப் பார்த்து பயத்தினால் அலறும்.

இவ்வாறு அச்சுறுத்தும் நிகழ்ச்சிகளை அடிக்கடி பார்த்துக் கொண்டே செல்லும் பிண்ட சரீரத்திற்கு பசி, தாகத்தோடு களைப்பும் சேர்ந்து கொண்டு வாட்டி எடுக்கும். அது நகர மறுக்கும் போது எமதூதர்கள் முட்கரண்டிகளால் அடித்து பாசக்கயிற்றினால் இழுத்துச் செல்வார்கள்.

அப்போது தான் அந்த ஜீவன் தான் வாழ்ந்த வாழ்க்கையைப் பற்றி நினைத்து மனதிற்குள் வருந்தும். தான் உயிருடன் வாழ்ந்த காலத்தில் இறைவன் மீது பக்தி இல்லாமல் வாழ்ந்து விட்டோமே என்று அலறும். பெரியோர்களை மதிக்காமல் அலட்சியப்படுத்தினேனே என்று புலம்பும். ஐயோ எனக்கு ஏராளமான பணவசதி இருந்தும் கூட ஒரு மனிதருக்குக் கூட ஒருவேளை சாப்பாடு போடாமல், தண்ணீர் கொடுக்காமல் கஞ் சத்தனத்தோடு நடந்து கொண்டேனே. அதனால் தானே எனக்கு இப்போது உணவோ தண்ணீரோ கிடைக்காமல் போகிறது என்று நினைத்து அழும். வாழும் போது செய்யாமல் விட்ட நல்ல காரியங்களுக்காகவும், செய்த பாவங்களுக்காகவும் அந்த ஜீவன் நினைத்து நினைத்து குமுறும்.

அது தன் குறையை யாரிடமும் சொல்ல முடியாது, சொன்னாலும் கேட்பதற்கு அங்கே யாரும் இல்லை. அப்படியே கேட்டாலும் கூட அவர்களால் அந்த ஜீவனின் துன்பத்தை வாங்கிக் கொள்ள முடியாது. இருந்தாலும் கூட அந்தப் பாவப்பட்ட அது தனது நிலைமையை எண்ணி ஓலமிட்டு அழும், ஒப்பாரி வைக்கும், வரமாட்டேன் என்னை விட்டு விடுங்கள் என்று கதறும்.

இவைகளை காதில் வாங்காமல் அந்த எமனின் தூதர்கள் அந்த ஜீவனை எமலோகம் இழுத்துச் செல்வதிலேயே குறியாக இருந்து அடித்து இழுத்துக் கொண்டு போவார்கள். மயங்கி விழுந்தாலும் மூர்ச்சை தெளிவித்து தண்டனையை அனுபவிக்கச் செய்வார்கள். ஆனால் புண்ணியம் செய்தவர்களை அவர் மிகுந்த மரியாதையோடு நடத்துவார்கள். நிழலில் கொண்டு செல்வார்கள், புண்ணிவான்களுக்கு அங்கே பசி தாகம் எடுக்காது.

மனிதப்பிறவி எடுத்து பாவம் செய்தவர்கள் அடையும் இடம் நரகம். இது தொகையால் இருபத்தெட்டு, வகையால் நூற்று நாற்பது, விரிவால் இருபத்தெட்டு கோடியாகச்

சொல்லப்படுகிறது. புராணங்களில் இது நான்கு வகைக்குள் அடக்கிக் காட்டப்படுகிறது.

நரகம் முதல் வகை

முதல்வகை என்பதால் இங்கு அவர்களுக்கு சகல சௌகரியங்களும் செய்து கொடுப்பார்கள் என்று நினைத்துக் கொள்ளக்கூடாது. இங்கு சட்டதிட்டங்கள் மிகக் கடுமையாக இருக்கும், தண்டனை மிகத் தீவிரமாக நிறைவேற்றப்படும்.

1. கோரம்,	2. கோராத்கோரம்
3. அதிகோரம்	4. கோரதரம்
5. கோரரூபம்,	6. தரளதரம்
7. பயாநகம்	8. காளாராத்திரி
9. பயோற்கடம்,	10. சண்டம்
11. மகாசண்டம்	12. சண்டகோலாகலம்
13. சண்டதரம்	14. சரோருஹம்
15. சலசவதி,	16. வீமம்
17. வீமவீடனம்,	18. கரளம்
19. விகரளம்,	20. குலிசம்,
21. முக்கோணம்,	22. ஐங்கோணம்,
23. தீர்க்கதரம்,	24. பரிவர்த்துளம்,
25. எழுநிலம்,	26. எண்ணிலம்,
27. தீர்க்கவொளி,	28. மாயை.

இதைப்போல இரண்டாம் வகை நரகங்கள் இருக்கின்றன. இவற்றைப் பற்றிய விரிவான விளக்கங்களை கருடபுராணத்தின் மூலம் தெரிந்து கொள்ளலாம். இத்தனை ஆயிரம் நரகங்களில் மிகக் கொடியனவாகச் சொல்லப்படுபவை இருபத்தியெட்டு மட்டுமே. அவைகளைப் பற்றிய விளக்கத்தைப் பார்க்கலாம்.

1. தாமிஸ்ரம் என்ற நரகம் பிறருடைய மனைவியை குழந்தையை அபகரித்தவன், பொன் பொருள் முதலியனவற்றை கொள்ளை அடித்தவன் செல்வது.

2. அந்ததாமிஸ்ரம் என்பது கணவனை ஏமாற்றிய மனைவி, மனைவியை ஏமாற்றிய கணவன் ஆகியோர் செல்வது. இது கண்கள் இருள் அடைந்து மூர்ச்சித்து விழுகின்ற இடமாகும்.

3. ரௌரவம் என்பது பிறருடைய வாழ்க்கையைக் கெடுத்து வலுக்கட்டாயமாக அவர்களுடைய பொருளைப் பறித்துக் கொண்டு தான் மட்டும் வாழ்ந்தால் போதும் என்ற சுயநலக்காரர்கள் செல்லும் நரகம்.

4. மகாரௌரம் என்பது ருரு என்னும் பயங்கர மிருகங்களினால் விடாமல் துன்புறுத்தலுக்கு உள்ளாகும் இடம்.

5. கும்பீபாகம் என்ற இடம் தான் வாழ்வதற்காக பிற உயிர்களை வதைத்தவர்களும், நாக்கு சுவைக்காக இரக்கமில்லாமல் பிற உயிர்களைக் கொன்றவர்களும் துன்பப்படும் இடம். கும்பியில் பாகப்பட்ட உணவுப் பொருளைப்போல யமபடர்கள் பாவம் செய்தவர்களை வருத்துவார்கள்.

6. காலசூத்திரம் என்னும் நரகம் பெற்றோர்களையும், பெரியோர்களையும் அவமதித்து வாழ்ந்தவர்களை காலத்தைக் காட்டும் சூரியன் வருத்துவதைப்போல காய்ந்து வருத்தும் நரகம்.

7. அசிபத்திரம் என்ற இடம் தெய்வ நிந்தனை செய்தவர்களும், தருமங்களைக் கடைப்பிடிக்காமல் வாழ்ந்தவர்களும் செல்லும் நரகம். கத்தி போன்ற முட்களும், இலைகளும் கொண்ட மரங்களினால் இவர்கள் துன்புறுத்தப்படுவார்கள்.

8. பன்றிமுகம் என்ற நரகத்தை அநியாயமாக பிறரைத் தண்டித்தவர்கள், ஆணவத்தினால் அநீதி புரிந்தவர்கள், கொடுமை செய்தவர்கள் ஆகியோர் அடையும் இடம். பன்றி போன்ற முகத்தை உடைய நரகம் இது.

9. அந்தகூபம் துரோகம் கொலை போன்ற கொடிய செயல்களைச் செய்தவர்கள் அடையக்கூடிய நரகமாகும். இதில் பல விஷ ஜந்துகளினால் ஆத்மா துன்புற்று கண்தெரியாமல் வருந்துவான்.

10. கிருமி போஜனம் என்ற நரகம் தான் மட்டும் உண்டு பிறரைத் துன்புறுத்திய கிருமிகள் போன்ற ஈவிரக்கம் இல்லாத பாவிகள் அடையும் இடம். இங்கு அவர்கள் பலவிதமான விஷப்பூச்சிகளினால் துன்புறுத்தப்படுவார்கள்.

11. அக்கினி குண்டம் சுயநலக்காரர்களாக பிறருடைய உரிமைகளையும், உடமைகளையும் பலாத்காரமாகப் பறித்த பாவிகள் சேர்வது. இது நெருப்பு பற்றி எரியும் இரும்புக் குண்டம்.

12. வஜ்ரகண்டம் இது தவறான வழியில் ஆணுடன் கட்டித்தழுவி கலந்து உறவாடிய பெண்ணும், ஒழுக்கம் தவறிய ஆணும் ஆகிய மோகவெறியர்கள் கட்டித்தழுவ இருக்கும் இரும்புக்கம்பம்.

13. சான்மலி என்பது தராதரம் இல்லாமல் காமவெறிகொண்டு பலருடனும் உடலுறவு கொண்ட ஆண்களும் பெண்களும் முட்களினால் கொத்துண்ணும் நரகம்.

14. வைதரணி சாஸ்திர தர்மக்கேடு செய்தவர்களைத் தள்ளி வருத்தும் சீழும் இரத்தமும், நாற்றமடிக்கும் பொருட்களும் ஓடும் புழுக்கள் நெளியும் நீர்நிலை.

15. பூயோதம் என்பது கூச்சமில்லாமல் இழி மகளைக் கூடியும் ஒழுங்கில்லாமல் எந்த ஒரு இலட்சியமும் இல்லாமல் விலங்குகளைப்போல புணர்ந்து திரிவோர் தண்டிக்கப்படும் இடம்.

16. பிராணரோதம் என்பது விலங்குகளை இம்சித்தவர்களும், கொலை புரிந்தவர்களும் யமபடர்களால் துன்புறுத்தப்படும் இடம்.

17. விசாசனம் என்பது வீண் ஜம்பத்தின் பொருட்டு யாககாரியங்கள் செய்த பசுவதை புரிந்த பித்தலாட்டக்காரர்களை யமபடர்கள் சாட்டையால் விளாசித்தள்ளி தண்டிக்கும் இடம்.

18. லாலபட்சம் என்ற நரகம் தன்னுடைய மனைவியை போகப்பொருளாக்கி அவளைத் துன்புறுத்தி தீயகாரியங்களைச் செய்த மோகஇச்சைக்காரன் தண்டிக்கப்படும் இடம்.

19. சாரமேயாதனம் என்பது வீடுகளுக்குத் தீ வைத்தோர், பொருட்களைச் சூறையாடியவர்கள், உயிர்வதை செய்தவர்கள், விஷமிட்டவர்கள், மக்களைக் கூட்டமாக வதைத்தவர்கள், பிறர்பொருளை அழித்தவர்கள் ஆகியோரை 700 பலவகைப்பட்ட நாய்களினால் யமபடர்கள் கடிக்க வைத்து தண்டனை அளிக்கும் இடம்.

20. அவீசி என்பது பொய்சாட்சி சொன்னவர்கள், பாவபுத்தி உடையவர்கள் ஆகியோரை நூறு யோசனை உயரமுள்ள மலையுச்சியில் இருந்து யமகிங்கரர்கள் தள்ளிவிட்டு உயிர்போகாமல் வதை செய்யும் இடம்.

21. பரிபாதனம் என்ற இடத்தில் மதுபானம் குடித்தவர்கள், மற்றவர்களைக் குடிக்கச் செய்தவர்கள் ஆகியோரை உருக்கிய இரும்பைக் குடிக்கச் செய்யும் இடம்.

22. ராகர்த்தமம் என்பது தன்னைத்தானே புகழ்பவன் அடையும் நரகம்.

23. ரகேஷாகணம் என்பது வேள்வி என்ற பெயரில் நரபலி கொடுத்தல் மனித மாமிசங்களைச் சாப்பிடுதல், சாதுவான மிருகங்களைக் கொல்லுதல் முதலான தீவினைகள் செய்தவர்களை தண்டிக்கும் இடம். இங்கு அவர்கள் யாரை வதைத்தார்களோ அந்தப் பிராணிகள் ராட்சசர்களாய் மாறி அவர்களை வதைக்கும்.

24. சூலப்ரோத நரகம் நிரபராதிகளைத் தண்டித்தல், தனக்குத் தீமை செய்தவர்களைக் கொடுமைப்படுத்துதல், அவர்களைப் பாவம் பார்க்காமல் கொலை செய்தல், நயவஞ்சகமாகப் பிற உயிர்களைப் பறித்தல், தற்கொலை செய்து கொள்ளுதல், நம்பிக்கைத் துரோகம் செய்தல் ஆகிய பாவம் செய்தவர்கள் அடையும் நரகம் இது. இங்கு இத்தகைய துராத்மாக்கள் சூலத்தில் கோக்கப்பட்டு கழுகு முதலிய பறவைகளினால் துன்புறுத்தப்படுவார்கள்.

25. தந்தசூகம் என்பது நல்லதுக்கு மாறாக தீய செயல்களைச் செய்தவர்கள் விஷப் பிராணிகளினாலும், பலகோரமான முகம் உடைய பிராணிகளினாலும் வதைக்கப்படும் இடம்.

26. வடாரோகம் என்பது மலைகளிலும், மரங்களிலும் வசித்த மிருகங்களுக்கும் பறவைகளுக்கும் துன்பம் செய்தவர்கள் அதேபோல மலை மீதிருந்தும், மரத்தின் மீதிருந்தும் கீழே தள்ளி தண்டிக்கப்படும் நரகம்.

27. பர்யாவர்த்தனகம் என்பது தன்னைத் தேடி வீட்டுக்கு வந்;த விருந்தினரைச் சரியாக உபசரிக்காமல் அவர்கள் பசித்திருக்க தான் மட்டும் உண்ணும் சுயநலக்காரர்கள் தண்டிக்கப்படும் இடம்.

28. சூசிமுகம் என்ற நரகம் பணக்காரன் என்ற ஆணவத்தின் காரணமாக மற்றவர்களை அலட்சியப்படுத்தியதோடு, தான தருமங்கள் செய்யாமல் பணத்தைப் பதுக்கி வைத்திருந்தவர்கள் தண்டிக்கப்படும் இடம்.

புண்ணியம் செய்தவர்கள் வழியில் எந்தவிதமான துன்பமும் இல்லாமல் சொர்க்கத்தை அடைவார்கள். பிராம்மணர்களுக்கு சிரார்த்த காலத்தில் குடை, காலணி ஆகியவற்றைத் தானம் செய்தவன் குதிரை அல்லது யானையில் ஏறி அந்த வழியை கடப்பான். தீபதானம் செய்தவனுக்கு இருட்டில் ஜோதி வழிகாட்டும். பசித்தவர்களுக்கு அன்னதானம் செய்தவன் சோலைகளிலும் தடாகங்களிலும் இளைப்பாறிச் செல்வான் அவனுக்குப் பசியோ தாகமோ வராது. அன்னதானம், பானதானம், கோதானம், வஸ்திரதானம், குடைதானம், படுக்கை தானம், ஆசனதானம், பாதுகை தானம் ஆகிய எட்டும் பிரேத லோகத்தில் மிகச் சிறந்த பலனைக் கொடுக்கவல்லது. தவம் செய்பவன் சுவர்க்கப் பதவிகளும், சிவலோகப் பதவியும் கிடைக்கும்.

இதுவரையில் பாவ புண்ணியங்களையும், நரக வேதனைகளையும், நரகங்களின் வகைகளையும், மற்றும் தானங்களின் பெருமையையும் நைமிசாரண்ய முனிவர்களுக்கு எடுத்துக் கூறிய சூதமுனிவர் இப்போது புராணங்களைப் பக்தியோடு படிப்பதாலும் கேட்பதாலும் ஏற்படும் நன்மைகளை விளக்க ஆரம்பித்தார்.

●●●

40

புராணம் கேட்பதன் பலன்கள்

ஒருநாள் யமலோகத்தில் யமதர்மனைப் பார்ப்பதற்கு பிரம்மா வந்திருந்தார். இருவரும் சிறிது நேரம் அமர்ந்து உரையாடி மகிழ்ந்தபோது பளபளக்கும் விமானம் ஒன்று வந்தது. அதில் இருந்து ஒரு திவ்ய புருஷன் இறங்கினான். அவனைப் பார்த்ததும் யமதருமன் விரைவாக எழுந்தான். விமானத்தின் அருகே சென்று வாருங்கள் நலமா? என்று வரவேற்றான். பிறகு சிறிது நேரம் நீங்கள் இங்கே இளைப்பாறிவிட்டு பிரம்மலோகம் செல்லலாம் என மரியாதையோடு தெரிவித்தான். சிறிதுநேர இடைவெளியில் அங்கே மற்றொரு விமானம் வர அதில் இருந்தும் ஒரு தேவ புருஷன் இறங்கினான். அவனையும் மரியாதையோடு ஆசனத்தில் இருந்து எழுந்து சென்று வரவேற்று உபசரித்தான் யமதருமன்.

இதைப் பார்த்த பிரம்மாவுக்கு, ஆச்சரியம் தாளவில்லை, தர்மராஜனே இவர்கள் யார்? நீ எழுந்து சென்று மரியாதையோடு வரவேற்று உபசரிக்கும் அளவிற்கு என்ன புண்ணியம் செய்தார்கள் என்று கேட்டார்.

அதைக் கேட்ட யமதருமன், ஐயனே முதலில் வந்தவன் தாராபாலன் என்ற அரசன். இவன் பூலோகத்தில் விதஸ்தா, வேத்திரந்தி ஆகிய இரண்டு நதிகளின் சங்கம தீரத்தில் ஒரு சிவாலயம் எழுப்பினான். அங்கே வேதசாஸ்திரம் படித்த பண்டிதனைக் கொண்டு புராணங்களைச் சொல்லவைத்துக் கேட்டான். புராண

பிரசங்கம் கேட்டதன் பயனாக திவ்ய சரீரம் பெற்று, ஆயுள் முடிவில் இங்கே வந்திருக்கிறான். இவனை அடுத்து வந்தவன் புராணம் பிரசங்கம் செய்தவன் என்று யமதருமன் விளக்கினான். ஆக புராணங்களைப் பக்தியோடு படித்தவனும், கேட்டவனும் பிரம்ம லோகத்தினை அடைவார்கள் என்று சொன்ன சூத முனிவர், சொர்ணதானம், பூமி தானம் செய்த பலனைப் பற்றிச் சொல்ல ஆரம்பித்தார்.

சித்திராதன் என்ற மன்னன் வீரம் மிகுந்தவன். அவன் இந்திரனோடு போர் செய்து வெற்றி பெற்று அமரர்பதியைத் தன் அதிகாரத்தின் கீழ் கொண்டு வந்தான். சித்திராதனுக்கு அழகான மனைவியும், பிள்ளைகளும் இருந்தனர். குறைவில்லா செல்வமும் வீரமும் பெற்றிருந்த போதிலும் மனத்தில் ஒரு ஏக்கம் இருந்தது. இத்தனை சௌபாக்கியங்களையும் அடுத்த ஜென்மத்திலும் என்னால் அடைய முடியுமா? அதற்கு வழி என்ன என்பது தான் அது.

அவன் இதுகுறித்து தனது குலக்குருவான வசிஷ்டரிடம் கேட்டான். அவர் நீ போன ஜென்மத்தில் செய்த புண்ணியத்தின் பலனாகத்தான் இந்த சகல போகங்களையும் இப்போது அனுபவித்து வருகிறாய். அதைப்பற்றி சொல்கிறேன் கேள், மன்னா நீ முற்பிறவியில் அவந்தி பட்டணத்தில் தாழ்ந்த குலத்தில் பிறந்தாய். மனைவியோடு தினமும் காட்டுக்குச் சென்று விறகு வெட்டிக் கொண்டு வந்து அதை விற்று கிடைக்கின்ற சொற்ப வருமானத்தில் பிழைத்து வந்தாய். ஆனாலும் போதுமென்ற மனத்தோடு நீங்கள் இருவரும் நிறைவான வாழ்க்கை வாழ்ந்து வந்தீர்கள்.

அந்த நாட்டு அரசன் தர்மபாலன் ஏழை எளியவர்களுக்கு அள்ளிக் கொடுக்கும் கொடைவள்ளல், அப்படியிருந்தும் கூட நீ அவனிடம் ஒருநாள்கூட யாசகம் கேட்டுச் செல்லாமல் கவுரத்தோடு வாழ்ந்தாய். ஒருநாள் விறகுக்கட்டை தலையில் சுமந்து கொண்டு நீயும் உன் மனைவியும் தெருத்தெருவாக சுற்றியும் அவை விலைபோகவில்லை. பசியாலும் தாகத்தினாலும் துடித்த நீங்கள் இறுதியில் ஒரு வைசியன் வீட்டில் வேதியர் யாகம் செய்வதைப் பார்த்து அங்கே நின்றீர்கள். அன்று மாசிமாத பௌர்ணமி சந்திர கிரகணம்.

அவர்கள் ஹோமம் செய்வதை நீயும் மனைவியும் வேடிக்கை பார்த்தபடி நின்றீர்கள், ஹோமத்தின் முடிவில் வேதியன் வைதிக பிராம்மணர்களுக்கு பொற்காசுகளைத் தானமாகக் கொடுத்தான். அப்போது நீ, இந்தப் புண்ணிய காலத்தில் நாமும் சொர்ணதானம் செய்தால் மிக விசேஷமான பலனை அடையலாம். ஆனால் சோற்றுக்கே வழியில்லையே என்று வருந்தினாய். இருந்தாலும் மனத்தில் பலருக்கும் பூதானமும், சொர்ணதானமும் செய்வதாக நினைத்து ஆறுதல் அடைந்தாய். மனத்தளவில் நீ செய்த தானபலனே இந்த ஜென்மத்தில் உனக்கு இத்தனை சௌபாக்கியங்களைத் தந்திருக்கிறது. இதிலிருந்து உண்மையாகவே தானம் செய்தால் எத்தனை மடங்கு பலன் ஏற்படும் என்பதை எண்ணிப்பார். ஆகவே இந்த சுகபோக வாழ்க்கை அடுத்த ஜென்மத்திலும் தொடர வேண்டுமானால் நீ பூதானம் செய் என்றார் வசிஷ்டர்.

இதைக் கேட்ட அரசனும் பட்டணம் திரும்பி, ஹோமங்களைச் செய்து வேத பண்டிதர்களுக்கும், சத்புருஷர்களுக்கும் சொர்ணதானம், பூதானம் ஆகியவற்றைச் செய்து இன்புற்றிருந்தான். சூத முனிவரது உபதேசங்களைக் கேட்டு மகிழ்ச்சி அடைந்த முனிவர்கள், மகாபிரபு, பிரம்மஹத்தி முதலான தோஷங்களைப் போக்கும் ஆற்றல் சொர்ணதானம், பூதானத்திற்கு உண்டு என அறிந்தோம். ஆனால் இவைகளை அரசனும், பிரபுக்களும், செல்வந்தர்களும் மட்டுமே செய்ய முடியும். சாதாரண மக்கள் என்னமாதிரி தானங்கள் செய்து பலன் பெறுவது? அதையும் தெரிவியுங்கள் என வேண்டினர்.

●●●

41

திலஹஸ்தி தானபலன்

மகிழ்ச்சி அடைந்த சூத முனிவர் சொல்கிறேன் கேளுங்கள் என்று திலஹஸ்தி தானம் குறித்து சொல்ல ஆரம்பித்தார். திலம் என்றால் கருப்பு எள், ஹஸ்தி என்றால் யானை. ஆகவே எள்ளினால் யானை வடிவம் ஒன்றைச் செய்து அதற்கு குங்குமம், சந்தனம் தடவி பூசை செய்ய வேண்டும். இந்தப் பூசையை கார்த்திகை பவுர்ணமி அன்றோ அல்லது நாக சதுர்த்தியின் போதோ செய்யலாம்.

யானையை கோலத்தின் மீது பீடத்தில் நிற்கவைத்து, அதன் எதிரே குங்குமத்தினால் அஷ்டதள தாமரை மலரை வரைந்து அதில் சிவனையும், விஷ்ணுவையும் ஆவாஹனம் செய்ய வேண்டும். பிறகு தாமரை மலரின் கிழக்கு திசையில் இருந்து வரிசையாக இந்திரன், அக்கினி, யமன், நிருதி, வருணன், வாயு, குபேரன், ஈசானன் ஆகியோரையும் அஷ்ட தளங்களில் பிரதிஷ்டை செய்து பூஜிக்க வேண்டும்.

வசதி இருப்பவர்கள் இந்த கஜபூசையோடு அதன் பக்கத்தில் கன்றோடு கூடிய பசுமாட்டையும் கட்டிவைத்து இந்தப் பூசையைச் செய்வது மிகவும் விசேஷம். எள்ளினால் செய்த யானைக்கு கண்களில் முத்துக்களையும், பற்களுக்கு வெள்ளியையும், நெற்றியில் திலகமாகப் பொன்னையும் பதிக்கலாம். உடலுக்குப் பட்டு வஸ்திரம் சாத்தி, முத்துமாலை,

குடை, கிண்ணம், ஆசனம், கண்ணாடி ஆகியவற்றையும் வைக்கலாம்.

அன்று முழுவதும் உபவாசம் இருந்து, இறைவனின் புகழ்பாடி, மாலையில் தீபம் ஒன்றை தக்கோருக்குத் தானம் செய்து பூசையை முடிக்கவும். பூசை முடிந்ததும் வேதம் படித்த அந்தணனுக்கு இப்பொருட்களைத் தானம் செய்யவும். அதோடு எள்ளினால் செய்யப்பட்ட யானை வடிவத்தையும் தானமளிக்கவும். இப்படிச் செய்பவன் எந்தத் துன்பத்தையும் அடையாமல் யமலோகத்தைக் கடப்பான். பிரம்மஹத்தி முதலான பெரிய பாவங்கள் செய்திருந்தாலும் அது நிவர்த்தியாகும். இதைக்கேட்டு மகிழ்ச்சி அடைந்த முனிவர்கள், சதுர்தசி விரத மகிமையை அறிய விரும்புகிறோம் என்றனர். உடனே முனிவர் அது குறித்து சொல்ல ஆரம்பித்தார்.

●●●

42

சதுர்தசி விரத மகிமை

முன்னொரு காலத்தில் ஜம்புத்தீவில் சதாநீகன் என்ற அரசன் தர்மவானாக விளங்கி நல்லாட்சி நடத்தினான். ஏராளமான தானதர்மங்கள் தினமும் செய்து வந்தான். அவனுக்கு ஒரு மகன் பிறந்தான், சதாநீகனுக்கு வயதாகி இறந்ததும் அவன் பட்டத்துக்கு வந்தான். வீரத்தோடும் ஈரத்தோடும் நல்லாட்சி நடத்தினான். ஆனால் தானதர்மங்கள் செய்வதில் நாட்டம் இல்லாமல் இருந்தான். அரசனால் கொடுக்கப்படும் தானதர்மங்களைக் கொண்டே வாழ்க்கை நடத்தி, வேதங்களைக் கற்றும் கற்பித்தும் வந்த வேதியர்களின் நிலை மோசமாகிவிட்டது. அவர்களது வருமானம் நின்றுவிட்டது. இதனால் மிகவும் வறுமை அடைந்த அவர்கள் தங்கள் நிலையை ஒருநாள் அரசனிடம் சென்று எடுத்துக் கூறினர்.

தானதர்மங்கள் செய்தவர் சொர்க்கத்தில் சுகபோகங்களை அனுபவித்து பிறகு மீண்டும் எடுக்கும் பிறவியில் சகல சௌபாக்கியங்களோடும் நல்ல குலத்தில் பிறப்பார் என்று சொல்கிறீர்கள். இதற்கு சாட்சி உண்டா? எத்தனையோ தானதர்மங்களை ஒவ்வொரு நாளும் செய்த என் தந்தை இப்போது எந்த லோகத்தில் எவ்வாறு இருக்கிறார்? இதைச் சொல்லுங்கள். பிறகு நானும் தான தர்மங்கள்

செய்வதை வழக்கமாக்கிக் கொள்கிறேன் என்றான் அரசன். அவர்களால் தகுந்த பதில் சொல்ல முடியவில்லை.

வேதியர்கள் யாகம் ஹோமம் செய்யாத காரணத்தினால் தேவர்கள் அவிசு பெறாமல் வருந்தினர். மழை பொய்த்தது, இந்த நிலையைக் கண்ட சூரியன் ஒரு அந்தணர் வடிவம் கொண்டு வேதியர்களை அணுகி ஏன் நீங்கள் யாகம் செய்வதில்லை என்று கேட்டான். அரசனுக்கு அவற்றில் ஈடுபாடில்லை என்று ஆரம்பித்த வேதியர்கள் நடந்தவற்றைத் தெரிவித்தனர். அதைக்கேட்ட சூரியன், வேதியர்களுக்கு விதிக்கப்பட்டிருக்கும் நித்ய கர்மாக்களை எந்தக்காரணம் கொண்டும் நிறுத்தக்கூடாது. தானம் அளிக்காத அரசனை இறந்து போனவனாக எண்ணிக் கொள்ளுங்கள். தானத்தை எதிர்பார்க்காமல் நித்ய கர்மாக்களைச் செய்து வரும் உத்தமர்கள் இருக்கிறார்கள். நீங்கள் அவர்களை அணுகி பூஜித்து உபசரித்தால் சகல போகங்களையும் அடைவீர்கள் என்று சொல்லி மறைந்தான்.

மகிழ்ச்சியும் மனநிறைவும் பெற்ற வேதியர்கள் சத்புருஷரைத் தேடிவந்த போது தவம் செய்யும் பார்க்கவ மகரிஷியைச் சந்தித்தனர். அவர் நிஷ்டை கலைந்தபோது அவரை வணங்கி தாங்கள் வந்த காரியத்தைத் தெரிவித்தனர். அதைக் கேட்ட முனிவர் வருத்தத்தை விட்டு உங்கள் நித்யகர்மாக்களை மனத்தெளிவோடு செய்துவாருங்கள். நான் என் தபோ பலத்தினால் பல லோகங்களுக்கும் சென்று உங்கள் அரசனின் தந்தை எங்கிருக்கிறார் என்பதை அறிந்து வருகிறேன் என்று சொல்லி அவர்களை அனுப்பி வைத்தார்.

பார்க்கவர் தன் பயணத்தைத் தொடங்கியபோது அவருக்கு உதவி செய்வதற்காக சூரியன் ஒரு அந்தணன் வடிவத்தில் அவருடன் சேர்ந்து கொண்டான். இருவரும் செல்லும் வழியில் ஒரு ஏழை பிராம்மணன் வந்து பார்க்கவரை தடுத்து எனக்குக் கொடுக்க வேண்டியதைக் கொடுத்துவிட்டு மேலே செல் என்று வழிமறித்தான்.

பார்க்கவருக்கு ஒன்றும் விளங்கவில்லை. நீ யார் என்றே எனக்குத் தெரியாது அப்படியிருக்க நான் உனக்கு என்ன கொடுப்பது? என்றார். போன ஜென்மத்தில் நான் புராணம் படித்தபோது நீ அருகில் இருந்து அதைக் கேட்டாய். அப்போது நீ

எனக்கு எதுவும் கொடுக்கவில்லை, நான் கேட்டதற்கு வீட்டிற்குச் சென்று எடுத்துவருவதாகச் சொல்லிவிட்டுப் போனாய். ஆனால் திரும்பி வரவே இல்லை. அப்போது கொடுப்பதாகச் சொன்னதை இப்போது கொடு என்றான் அவன்.

அப்படியொன்று நடந்ததாக எனக்கு நினைவில்லை, நீ சொன்னதை உண்மை என்றே வைத்துக் கொண்டாலும் அது பூமியில் நடந்தது. ஆகவே அதை அந்தரத்தில் தீர்த்துக் கொள்ள முடியாது. நான் பூலோகம் வரும்போது தீர்த்துக் கொடுக்கிறேன்; இப்போது எதுவும் என்னிடம் இல்லை என்றார் பார்க்கவர்.

பொருள் இல்லாவிட்டால் பரவாயில்லை, உன் புண்ணியத்தில் பாதியைக் கொடு. அப்பொழுதுதான் உன்னை மேலே செல்ல அனுமதிப்பேன் என்றான் வேதியன்.

உடனே அருகில் இருந்த சூரியன் அவன் சொல்வது உண்மை என்று பார்க்கவருக்குச் சொன்னார். பிறகு நல்ல வார்த்தைகள் சொல்லி இருவருக்கும் மத்தியஸ்தம் செய்து, பார்க்கவரின் புண்ணியப் பலனில் ஆறில் ஒரு பங்கை அவனுக்குத் தரச்செய்தார். அதை வாங்கிக் கொண்டு அவன் சென்றான். பார்க்கவரும் சூரியனும் வேறு ஒரு உலகம் நோக்கி சென்றனர்.

வழியில் ஒரு யாதவன் வந்து, போன ஜென்மத்தில் நான் உனது மாடுகளை மேய்த்து வந்தேன், அதில் எனக்குத் தரவேண்டிய பணம் பாக்கி இருக்கிறது என்று அவரைத் தடுத்தான். பழையபடி சச்சரவு ஏற்பட்டது. சூரியன் தலையிட்டு பார்க்கவரின் புண்ணியத்தில் ஆறில் ஒரு பங்கை அவனுக்குக் கொடுக்குமாறு செய்து பிரச்சனையைத் தீர்த்தான். மேலும் சிறிது தொலைவு நடந்ததும், சாலியன் ஒருவன் வந்து பழைய ஜென்மம் ஒன்றில் நீ வாங்கிய துணிகளுக்கு பாக்கி இருக்கிறது. அதைக் கொடு என்று மறித்தான். வஸ்திரங்களை வாங்கிக் கொண்டு அதற்குப் பணம் கொடுக்காமல் இருப்பது மகாபாவம். ஆகவே அதற்கு ஈடாக முனிவரின் புண்ணியம் முழுவதையே தரச்செய்து சாலியனை திருப்தி செய்தான் சூரியன். இவ்வாறு தனது புண்ணியத்தைப் பங்கிட்டு கொடுத்ததால் பார்க்கவரால் இப்போது மேல் உலகங்களுக்குச் செல்ல முடியவில்லை.

சூரியன் இதனை அறிந்து அவரது கையை பற்றிக் கொண்டு அழைத்துச் சென்றான். ஒரு இடத்தில் அவர்கள் அரசனின் தந்தையான சதாநீகராஜனைச் சந்தித்தனர். அவர்கள் பார்த்த காட்சி அதிர்ச்சியை ஏற்படுத்தியது. யமகிங்கரர்கள் அவரை பெரிய கொப்பரையில் நிற்க வைத்து கழுத்துவரையில் தண்ணீர் ஊற்றி கீழே கொப்பரையை நெருப்பு மூட்டி கொதிக்க வைத்துக் கொண்டிருந்தனர். மண்ணில் இருந்தபோது தவறாமல் வேதியர்களுக்கு தானதருமங்கள் செய்த உங்களுக்கு இந்த நிலை வந்தது ஏன்? என்று பார்க்கவர் கேட்டார்.

முனிவரே நான் தானதருமங்கள் செய்தது நான் நல்ல வழியில் சம்பாதித்த பொருளில் அல்ல, மக்களைக் கசக்கிப்பிழிந்து வசூல் செய்த வரிப்பணத்தில் தான். அதனால் தான் எனக்கு இந்தக் கொடுமை ஏற்பட்டுள்ளது. தயவு செய்து என் மகனைப் பார்த்து, இந்தப் பெருந்துன்பத்தில் இருந்து விடுபட தகுந்த காரியங்களைச் செய்யுமாறு சொல்லுங்கள் என்று கதறினான்.

இந்த நேரத்தில் பார்க்கவ மகரிஷி, வேதியர் வடிவத்தில் பக்கத்தில் நின்ற சூரியனைப் பார்த்து, சத்புருஷரே நான் செய்த புண்ணியங்களை கடனுக்காகக் கொடுத்துவிட்டபோது தங்களுடைய தொடர்பினால் தான் இந்த உலகத்திற்கு வரமுடிந்தது. அல்ப விஷயங்களில் ஆசைவைத்து துன்பப்படுகிற வர்களும், தர்மங்களைச் செய்யாமல் வாழ்பவர்களும் கடைத்தேறும்படியான விரதம் ஏதாவது இருக்குமானால் அதைத் தெரிவியுங்கள் என்றார்.

தருமத்தை பிறருக்கு எடுத்துச் சொல்பவன் அந்தத் தருமத்தை செய்த பலனைப் பெறுகிறான், நாம் தருமம் செய்தால் அந்தத் தருமம் தக்க நேரத்தில் நம்மைக் காப்பாற்றும் என்ற சூரியன், முனிவரே நீர் கேட்டபடி பலன் தரத்தக்க அருமையான விரதம் ஒன்று இருக்கிறது. சித்திரை மாதத்தில் வரும் சதுர்தசி அன்று பூர்வபட்சத்திலோ அமரபட்சத்திலோ விரதம் இருந்து, தீபதானம் செய்பவன் சகல பாவங்களில் இருந்தும் விடுபடுகிறான் என்றான் சூரியன்.

இதைக் கேட்டுக் கொண்டு பூலோகம் திரும்பிய பார்க்கவர், வேதியர்களுடன் தானும் புறப்பட்டுச் சென்று சதாநீக ராஜன் நரகத்தில் அனுபவித்து வருகின்ற வேதனையை அரசனிடம்

தெரிவித்தார். அரசன் உடனே அருகில் உள்ள புண்ணியத் தலத்தை அடைந்து, அங்கே குளம் ஒன்றை ஏற்படுத்தி அதன் கரையில் சிவபெருமானை எண்ணி சதுர்தசி விரதம் இருந்து, வேதியர்களுக்கும் பண்டிதர்களுக்கும் பசுக்களையும், தீபங்களையும் தானம் செய்தான். அந்த நற்பலனால் அவனது தந்தை நரகவேதனையில் இருந்து விடுபட்டு சொர்க்கம் சென்று இன்பமாக வாழ்ந்தான்.

சதுர்தசி அன்று விரதம் இருந்து பூமிதானம் செய்தால் எப்படிப்பட்ட பாவமும் விலகிப்போகும். வசதி இல்லாதவர்கள் ஒரு பாத்திரத்தில் நிறைய நெய்யை விட்டு, பாத்திரத்திற்கு நல்ல வஸ்திரமோ அல்லது நூலோ சுற்றி, ஈசனை மனதார வழிபட்டு பெருமானே நான் செய்த பாவங்கள் அத்தனையும் ஒழிய அருள் செய்வாய் என வேண்டிக் கொண்டு பாத்திரத்தோடு நெய்யை வேதியருக்குத் தானம் செய்தால் மனம், வாக்கு, உடல் ஆகியவற்றினால் செய்த அனைத்து பாவங்களும் சூரியனைக் கண்ட பனியைப்போல மறைந்தொழியும் என்ற சூத முனிவர், பிறகு முனிவர்களுக்கு துலாபுருஷ தானத்தின் மேன்மையைச் சொல்லத் தொடங்கினார்.

●●●

43

துலாபுருஷ தானத்தின் பெருமை

இந்திரன், வருணன், வாயு, நிருதி, சுக்கிரன் ஆகிய தேவர்களை முதலில் திருப்தி செய்வதற்கு ஹோமம் செய்து, அதன் பிறகு கிரகதேவதை, இஷ்டதெய்வம் ஆகியவற்றுக்கு ஹோமம் செய்து, அவிசு கொடுத்து திருப்தி செய்த பிறகு, இரண்டு யூப தம்பங்களை நிறுவி, அவற்றில் விக்னராஜரையும், கந்தப்பெருமானையும் ஆவாகனம் செய்ய வேண்டும். பிறகு சிவபெருமானை ருத்திரம் சொல்லி சோடசோபசாரம் செய்து பூசையை அங்கீகரிக்க வேண்டும் என்று பிரார்த்தனை செய்ய வேண்டும்.

கொலை பல செய்தவன், அடுத்தவர் மனைவியைக் கெடுத்தவன், பல பெண்களைப் புணர்ந்தவன், மது மாமிசத்தைப் புசித்த அந்தணன், சிசுவைக் கொலைசெய்த பாதகன், குருபத்தினியைக் கெடுத்தவன், யாகம் செய்யத் தகாதவருக்கு பொருளாசையினால் யாகம் செய்து கொடுத்தவன் ஆகிய பாபிகள் கடைத்தேற இந்த துலாபுருஷதானம் செய்யலாம். ஒருநாள் உபவாசம் இருந்த பிறகு இதனைச் செய்ய வேண்டும்.

ஹோமத்தில் பூர்ணாகுதியை இட்ட பிறகு, பெரிய தராசு ஒன்றை நிறுத்தி அதன் ஒரு தட்டில் தான் ஏறி நின்று மற்றொன்றில் எடைக்கு எடை திரவியங்களை வைத்து ஈசனே நான் செய்த பாவங்கள் தொலைய

வேண்டும் என்று பிரார்த்தனை செய்து பணிவோடு, அதை தக்கவர்க்கு அல்லது பரமஏழைக்குத் தானமாக அளிக்க வேண்டும். பௌர்ணமி, வருஷப்பிறப்பு, கிரகண புண்ணிய காலங்களில் இந்தத் தானத்தைச் செய்தால் அதிகப் பலன் கிடைக்கும். இருபத்தியோரு தலைமுறை க்ஷத்திரிய வம்சத்தை வேரறுத்த பரசுராமர் தன் பாவங்கள் தொலைய இந்தத் துலாபுருஷ தானம் செய்தார்.

ஒரு காலத்தில் குசிகன் என்ற அரசன் இந்திரனைக் குறித்து தவம் செய்து அவனது அருளால் காதி என்ற மகனைப் பெற்றான். காதிக்கு திருமணமாகியது. அவனுக்கு ஒரு பெண்மகவு பிறந்தது அதற்கு சத்தியவதி என்று பெயர். அவளை நிசித முனிவருக்கு மணம் செய்து கொடுத்தான். காதிக்கு ஆண்வாரிசு வேண்டும் என்பதால் நிசித முனிவரைக் கொண்டு யாகம் செய்தான். யாக குண்டத்தில் இரண்டு கருக்கள் தோன்றின.

அதை சத்தியவதியிடம் கொடுத்த முனிவர், இதனை நீயும் உன் தாயும் சாப்பிட்டால், உன் தாய்க்கு எவராலும் ஜெயிக்க முடியாத க்ஷத்திரிய வீரனும், உனக்கு பிராமண தர்மங்களில் குறைவில்லாமல் விளங்கும் என்னைப் போன்ற ஒரு மகனும் பிறப்பார்கள் என்று சொல்லிவிட்டு நிசிதமுனிவர் கானகம் சென்றார்.

அதே நேரத்தில் காதி தன் மனைவியோடு மகளின் வீட்டிற்கு வந்தான். நடந்தவற்றை பெண் தனது பெற்றோரிடம் தெரிவித்து இரண்டு கருக்களையும் காட்டினாள். சத்தியவதியின் தாய் தனது மகளை ஏமாற்ற எண்ணம் கொண்டாள். ஆகவே மகள் புசிக்க வேண்டியதைத் தான் புசித்து விட்டாள். தான் புசிக்க வேண்டியதை மகளுக்குக் கொடுத்துவிட்டாள். சத்தியவதிக்கு இந்த விஷயம் தெரியாது. அவள் கர்ப்பத்தில் க்ஷத்திரியர்கள் அனைவரையும் வெல்லக்கூடிய மகன் உருவாகி வந்தான்.

முனிவர் ஞான திருஷ்டியினால் இதை அறிந்து மனைவியிடம் தெரிவித்தார். சத்தியவதி தாயே தன்னை வஞ்சித்ததை அறிந்து வருந்தினாள். பிராம்மண தர்மத்திற்கு விரோதமான க்ஷத்திரியக் கரு உனது கர்ப்பத்தில் வளருகிறது, மகா தபஸ்வியான தம்பி உன் தாயின் வயிற்றில் வளருகிறது என்றார் முனிவர். இதற்கு உபாயம் செய்யுங்கள் என்றாள் சத்தியவதி.

அன்பானவளே இனிமேல் நான் செய்யக் கூடியது எதுவும் இல்லை என்றார் முனிவர். அப்படியானால் நாதா ஒன்று செய்யுங்கள்; நமக்குப் பிள்ளையாகப் பிறந்தால் என்ன? பேரனாகப் பிறந்தால் என்ன? ஆகவே அந்தக் குழந்தை நமது பேரனாகப் பிறக்கட்டும் என்றாள் சத்தியவதி. முனிவரும் அப்படியே அனுக்கிரகம் செய்தார். இதனால் அவர்களுக்கு ஜமதக்கினி முனிவர் பிறக்க அவருக்குப் பரசுராமர் பிறந்தார்.

ஆயிரம் கரங்களைக் கொண்ட கார்த்தவீரியன் திரிஷிதர் என்ற முனிவரைப் பூசித்து அவரது அருளினால் அக்கினியே அஸ்திரமாக இருக்கும் அபார வரபலம் பெற்று தேவர்களையும் முனிவர்களையும் கொடுமையாக ஆட்டிப்படைத்து இருப்பிடங்களைக் கொளுத்தி வந்தான். ஒரு சமயம் அவன் ஆபஸ்தம்ப முனிவருடைய ஆசிரமத்தை எரித்து தொல்லை கொடுத்தான். கோபம் அடைந்த அவர் நீ பரசுராமனால் கரங்கள் அறுக்கப்பட்டு உயிரிழப்பாய் என சாபமிட்டார். அவன் அதுகுறித்து அதிகம் கவலைப்படவேயில்லை. யார் என்னை என்ன செய்து விட முடியும்? என்று கர்வத்தோடு மேலும் அட்டகாசம் செய்து வந்தான்.

ஒருநாள் அவன் ஜமதக்கினி முனிவரது ஆசிரமத்திற்கு தனது பரிவாரங்களோடு சென்றான். அவர் அனைவருக்கும் விருந்து கொடுத்து உபசரித்தார். இந்தக் காட்டில் எப்படி உங்களால் விருந்து ஏற்பாடு செய்ய முடிந்தது? என ஆச்சரியத்தோடு கேட்டான் கார்த்தவீரியன். அவர் என்னிடம் தெய்வப்பசுவான காமதேனு இருக்கிறது; அது வேண்டியதைத் தருகிறது என்றார் முனிவர்.

முற்றும் துறந்த உங்களுக்கு காமதேனு எதற்கு? என்னிடம் கொடுத்து விடுங்கள் என்றான் கார்த்தவீரியன். முனிவர் மறுத்துவிட்டார், இதனால் கோபம் கொண்ட அரசன், தனது அஸ்திரங்களினால் முனிவரைத் தடுத்து காமதேனுவைப் பிடித்துக் கொண்டான். அந்தச் சமயத்தில் அங்கே வந்த பரசுராமர் போர் செய்து படைகளைத் துவம்சம் செய்தார். கார்த்தவீரியனுடைய ஆயிரம் கரங்களையும் துண்டித்து காமதேனுவை மீட்டார். தோல்வி அடைந்த கார்த்தவீரியன் அங்கிருந்து சென்றான்.

அவனால் காமதேனுவை மறக்க முடியவில்லை, பரசுராமன் தவம் செய்யச் சென்ற சமயத்தில் தனது புத்திரர்களை அனுப்பி காமதேனுவைப் பிடித்து இழுத்து வருமாறு கட்டளையிட்டான். அவர்கள் ஆசிரமம் சென்று ஜமதக்கினி முனிவரைக் கொன்றுவிட்டு, காமதேனுவை ஓட்டிவந்தனர்.

ஆசிரமம் திரும்பி வந்த பரசுராமர் தந்தை கொலை செய்யப்பட்டிருப்பதை அறிந்து பதைத்தார். இதற்குக் கார்த்தவீரியனே காரணம் என்பதை அறிந்து அவனையும் அவனது பிள்ளைகளையும் கொன்றொழித்தார். கோபாவேசம் அடங்காமல் உலகிலேய க்ஷத்திரியப்பூண்டே இருக்கக்கூடாது என்று முடிவு செய்து அரசகுலத்தை வேரறுத்தார். இவ்வாறு இருபத்தியோரு தலைமுறை க்ஷத்திரியர்களைக் கொன்ற பாவத்தை போக்கிக் கொள்ள தான் வெற்றியால் அடைந்த பூமண்டலம் முழுவதையும் காசியப முனிவருக்குத் தானம் செய்தார். அப்படியும் அவரது பாவம் முற்றிலும் நீங்கவில்லை.

உடனே சிவபெருமானைக் குறித்து தவம் செய்தார், அவரது தவத்தை மெச்சி தரிசனம் தந்த ஈசன், துலாபுருஷதானம் செய் என்றார். வேதவிதிப்படி பரசுராமர் துலாபுருஷதானம் செய்து பாவங்கள் நீங்கி புனிதம் அடைந்தார். இந்தத் தானம் செய்பவர்கள் எடைக்கு எடை கொடுக்கப்படும் திரவியங்களை ஒரே வேதியனுக்குக் கொடுக்காமல் பலருக்கும் பிரித்துக் கொடுத்தால் தான் பலன் கிடைக்கும் என்பது சாஸ்திர விதி.

●●●

44

அஷ்டமி விரதம் தரும் அபாரப் பலன்கள்

முனிவர்களே! ஒவ்வொரு மாதமும் அஷ்டமியில் விரதம் இருந்து மறுநாள் பாரணை செய்தவன் சகல பாவங்களில் இருந்து விடுபட்டு மோட்சம் பெறுகிறான்.

சித்திரை மாத அஷ்டமிக்கு சனாதன அஷ்டமி என்று பெயர். வைகாசியில் வருவது சதாசிவ அஷ்டமி, ஆனியில் வருவது பகவதாஷ்டமி எனப்படும். ஆடியில் வருவதை நீலகண்டாஷ்டமி என்றும், ஆவணியில் வருவதை ஸ்தாணு அஷ்டமி என்றும், புரட்டாசி மாத அஷ்டமி சம்புகாஷ்டமி என்றும் கொண்டாடப்படுகிறது. ஐப்பசியில் வருகின்ற அஷ்டமி ஈஸ்வராஷ்டமி, கார்த்திகை மாத அஷ்டமி ருத்திராஷ்டமி ஆகும்.

மார்கழி மாதத்தில் வருகின்ற அஷ்டமி சங்கராஷ்டமி எனப்படுகிறது. மார்கழி மாத கிருஷ்ண பட்சத்து அஷ்டமியில் கோமூத்திரம் அருந்தி உபவாசம் இருந்தும், தைமாதத்து அஷ்மியில் பசுவின் நெய்யை உண்டும், உபவாசம் இருந்தும் பகவானை வழிபடுகிறவன் பிரம்மஹத்தி முதலான பாவங்களில் இருந்து விடுபட்டு மோட்சம் அடைகிறான்.

மாசிமாதம் அஷ்டமி விரதம் இருந்து பசும்பால் பாயசத்தை தட்சிணாமூர்த்திக்கு நைவேத்தியம் செய்ய வேண்டும். அவ்வாறு செய்கிறவன் சொர்க்கலோகத்தில் வாழ்வான். பங்குனி மாதத்தில் எள்ளுப்பொடி உண்டு விரதம் இருந்தால் நல்ல கதி பெறலாம். சித்திரை மாதத்தில் வால்கோதுமையில் செய்யப்பட்ட பலகாரம் மட்டும் அருந்தி விரதம் இருந்தால் பலநூறு தர்மங்கள் செய்த புண்ணியம் கிடைக்கும். வைகாசி மாதத்தில் சுத்த ஜலத்தை மட்டும் அருந்தியும், ஆனி மாதம் கோமியமும், ஆடியில் வெறும் பழங்களும், ஆவணியில் உப்பு ஜலத்தையும், புரட்டாசியில் தயிரையும், ஐப்பசியில் வெந்நீரையும், கார்த்திகை அஷ்டமியில் தேனையும் மட்டும் அருந்தி உபவாசம் இருப்பவர்கள் சிவபெருமானின் திருவடிகளை அடைவர்.

விரதங்களின் பலன்களைச் சொன்ன முனிவர் பதிவிரத மகிமையைப் பற்றி உபதேசம் செய்தார். கற்பு நெறி என்பது பெண்களுக்கு மட்டும் அல்ல ஆண்களுக்கும் உண்டு என்பதை நிரூபித்துக் காட்டியவர் அஷ்டவக்கிர மகரிஷி. அவரது சத் சரித்திரத்தை கேளுங்கள் என்ற சூத முனிவர் அதைச் சொல்ல ஆரம்பித்தார்.

●●●

45

அஷ்ட வக்கிரர் மன உறுதி

முன்னொரு காலத்தில் அஷ்டவக்கிரர் என்ற உடலில் எட்டு வளைவுகளைக் கொண்ட அழகற்ற முனிவர் ஒருவர் இருந்தார். அவரது தவ ஆற்றல் அபாரமானது. அவர் ஒருநாள் வதான்யன் என்ற அரசனின் மகளான பிரபா என்ற அழகான பெண்ணைப் பார்த்தார். அவளை திருமணம் செய்து கொள்ள வேண்டும் என்ற ஆசை உண்டானது. உடனே வதான்யனை சந்தித்து தனது விருப்பத்தைத் தெரிவித்தார். எட்டுகோணல் கொண்ட வற்றிப்போன மகரிஷிக்கு இளமை கொழிக்கும் அழகு மகளை மணம் செய்து வர எந்தத் தந்தை ஒப்புக் கொள்வான். இருந்தாலும் முனிவரை எதிர்க்க துணிவு இல்லாத அவன், ஐயனே நீர் வடதிசைக்குச் சென்று அங்கே உள்ள கன்னிகையைக் கண்டு திரும்பி வந்தால் எனது மகளை நிச்சயமாக மணம் செய்து தருவேன், இது சத்தியம் என்றான்.

அந்தப் பெண்ணை மணக்கும் ஆசையில் அஷ்டவக்கிரன் வடதிசை பயணம் மேற்கொண்டார். குபேரனது அரண்மனையில் பல பெண்கள் நடனமாடினர். ஒரு தேவ வருஷம் சென்றது. தான் வந்த காரணத்தை நினைவு கொண்டு அஷ்டவக்கிரர் அங்கிருந்து புறப்பட்டு வதான்யன் தெரிவித்திருந்த மிக அழகான கானகத்தை அடைந்தார். ஒவ்வொரு இடத்திலும் அவர் பல இளம் பெண்களைச் சந்தித்தார்.

அவர்கள் ஆடிப்பாடி அவரை மகிழ்வித்து இன்பம் பெற அழைத்தனர். அந்த வனத்திலும் ஏழு இளம் பெண்கள் அவரைச் சுற்றி நின்று காதல் வார்த்தைகள் பேசினர், கண்ணாலும் இளமை கொழிக்கும் அங்கங்களினாலும் அவரை போதையேற்றினர். அதையெல்லாம் தடுத்த அவர் பெண்களே நான் ஒரு கொள்கையோடு இங்கே வடதிசைக் கன்னியைக் காண வந்திருக்கிறேன்; உங்களது மோகவலையில் நான் விழமாட்டேன் என்று சொல்லி அவர்களை விலக்கினார்.

இறுதியாக மிக அழகான பெண் அவரை அணைத்து மகிழ வந்தாள். நீங்கள் எனது விருப்பத்தை நிறைவேற்றினால் உங்களுக்கு சகல போகங்களையும் அஷ்ட ஐஸ்வர்யங்களையும் தருவேன் என்றாள். ஆனால் அவளது விருப்பத்திற்கு முனிவர் இணங்கவே இல்லை.

அவள் பலமுறை கெஞ்சினாள், அழுதாள், அவர் கால்களைப் பிடித்துக் கொண்டு கதறினாள். ஆனால் முனிவர் உறுதியாக நான் ஒரு பெண்ணை மணப்பதற்கு விரும்பி இங்கே வந்திருக்கிறேன். அப்படியிருக்க இன்னொரு பெண்ணை விரும்பமாட்டேன். வடதிசைக்கன்னியைக் கண்டு ஊர் திரும்புவதே என் நோக்கம் என்றார்.

அவர் எந்த ஒரு மோகத்திற்கும் மயங்க மாட்டார் என்பதை அறிந்த அந்தப் பெண் ஐயனே நீங்கள் பார்க்க வந்த வடதிசைக்கன்னி நான்தான். உங்கள் மன உறுதியைச் சோதிக்கவே நாங்கள் இப்படி நடந்து கொண்டோம். வதான்யன் உங்கள் மனஉறுதியை சோதிக்கவே என்னிடம் உங்களை அனுப்பி வைத்தார். நீங்கள் ஊருக்குச் சென்று விரும்பிய கன்னியை மணந்து கொண்டு சத்புத்திரனைப் பெற்று வாழுங்கள் என்று சொல்லி அவரை அனுப்பி வைத்தாள். அஷ்டவக்கிரர் திரும்பி வந்து வதான்யனைச் சந்தித்து நடந்தவற்றைக் கூறினார். அவரது ஐம்புலன் அடக்கத்தை கண்டு மகிழ்ச்சி அடைந்த மன்னன் தன் பெண்ணை அவருக்கு மணம் செய்து கொடுத்தான்.

இப்போது பதிவிரதையான சாவித்திரியின் திவ்ய சரிதம் சொல்கிறேன் என்ற அந்த சரித்திரத்தைச் சொன்னார்.

●●●

46

எமனையே திகைக்க வைத்த சாவித்திரியின் சாமர்த்தியம்

மந்திரதேசத்தில் அஸ்வபதி என்ற அரசன் நல்லாட்சி நடத்தினான். ஆனால் அவனுக்கு வெகுகாலமாகக் குழந்தைப்பேறு வாய்க்கவில்லை. எனவே சரஸ்வதிதேவியை நோக்கி அவன் தவம் செய்து குறைதீர்க்க வேண்டினான். அவனது தவத்தை மெச்சிய சரஸ்வதி தரிசனம் தந்து உனக்கு ஒரு பெண் குழந்தை பிறக்கும் என அருள் செய்தாள். அவ்வாறே பிறக்க அதற்கு சாவித்திரி எனப் பெயரிட்டு வளர்த்து வந்தனர்.

அவள் வளர்ந்து மங்கைப்பருவம் அடைந்தாள், அவளது அழகிற்கும் புத்திசாலித்தனத்திற்கும் ஏற்ற மணமகனைத் தேடினர். அப்போது நாரதர் வந்து சாவித்திரியே தனக்கு ஏற்ற கணவனை முடிவு செய்திருக்கலாமே, அவளையே கேட்டுப்பாருங்கள் என்றார்.

தந்தை அஸ்வபதி தன் மகளை அழைத்து நீ யாரையாவது விரும்புகிறாயா? சொல் என்றான். அவளும் வெட்கத்தோடு, சால்வதேசத்து அரசன் சத்தியவானை விரும்புவதாகத் தெரிவித்தாள். இதைக் கேட்ட நாரதர் திடுக்கிட்டார், இப்போது சால்வதேசத்து அரசன் சால்வாதிபதி தனது நாட்டை இழந்து, கண்பார்வை அற்ற நிலையில் கானகத்தில் இருக்கிறான். அவனுக்கு மகன் சத்தியவான் சேவை செய்கிறான். அவன் இன்னும் ஒரு ஆண்டுதான் உயிரோடு இருப்பான்,

அவனையா திருமணம் செய்து கொள்ளப்போகிறாய்? என்றார் அதிர்ச்சியோடு.

ஆமாம் என்றாள் சாவித்திரி உறுதியாக. வேறு வழியில்லாத நிலையில் அஸ்வபதி கானகம் சென்று, சால்வாதிபதியைச் சந்தித்து தன் மகளின் விருப்பத்தைத் தெரிவித்தான். என் பிள்ளைக்கு ஆயுள் இன்னும் ஒருவருடம் மட்டுமே. நானோ அரசை இழந்தவன், பார்வை இல்லாத குருடன். இந்த நிலையில் திருமணமா? உன் மகளுக்கு நல்ல வரன் பார்த்து திருமணம் செய்து கொடுங்கள் என்றான்.

அவனையும் சம்மதிக்க வைத்த அஸ்வபதி, நல்ல முகூர்த்தத்தில் இருவருக்கும் திருமணம் செய்து வைத்தான். திருமணத்திற்குப் பிறகு சாவித்திரி தந்தையின் அரண்மனையில் இருக்காமல் நீரத வனத்திற்கே வந்து மாமியார் மாமனார் மற்றும் கணவருடன் தங்கி அவர்களுக்கு மனமகிழ்ச்சியோடு பணிவிடைகள் செய்து வந்தாள். அதோடு தனது கணவனின் ஆயுள் விருத்தியாக வேண்டும் என்று உமாதேவியை உள்ளம் உருக வழிபட்டு பூசை செய்து வந்தாள்.

ஒருநாள் காட்டில் தர்ப்பை, சமித்து ஆகியவற்றைச் சேகரித்துக் கொண்டிருந்த சத்தியவான் களைப்பாக இருப்பதாகச் சொல்லி மயங்கி தரையில் உட்கார்ந்தான். சாவித்திரி அவனைத் தாங்கிக் கொண்டு மடியில் படுக்க வைத்தாள். அடுத்த நிமிடமே அவன் உயிர் பிரிந்து விட்டது.

அப்போது கையில் தண்டத்தோடும் மார்பில் வாடாத மலர்மாலையோடும் எமதர்மன் அங்கே வந்து சத்தியவான் உயிரைக் கவர்ந்து செல்வதை அவள் பார்த்தாள். கையில் பாசத்தோடு வந்து என் புருஷன் உயிரைக் கவர்ந்து செல்வது ஏன்? என்று அவனைப் பார்த்துக் கேட்டாள்.

அவனது ஆயுள் முடிந்து விட்டது என்று சொல்லிய எமதர்மன் மேலும் நடந்தான். கணவன் உடலைத் தரையில் கிடத்திய சாவித்திரி அவனைத் தொடர்ந்து சென்று அவரை விட்டுவிடு என்றாள்.

அவனது மண்ணுலக வாழ்வு முடிந்து விட்டது. ஆகவே ஒருகணம் கூட அவனால் இங்கே தங்க முடியாது என்றான் எமதர்மன். அவரால் தங்க முடியாது என்றால் என்னால் அவரை விட்டு இருக்க முடியாது. என்னை அவருடன் அழைத்துச் செல் என்றாள் அவள்.

இருவருக்கும் இப்படி வாக்குவாதம் நீண்டது, அப்போது சாவித்திரி, பெரியோர்களைத் தரிசனம் செய்தால் துன்பம் ஏற்படாது என்ற வேதவாக்கு என்னை பொறுத்தவரையில் பொய்த்துவிட்டதே? என்றாள். ஏன் அப்படிச் சொல்கிறாய் என்றார் எமன். உங்களைத் தரிசனம் செய்த பிறகும் நான் மாங்கல்யம் இழந்து விட்டேனே என்றாள் அவள்.

சாவித்திரி உன் கணவனின் உயிரைத் தவிர வேறு எதைக் கேட்டாலும் தருகிறேன் என்றான் யமன். அப்படியானால் எனது மாமனார் இழந்த ராஜ்ஜியத்தையும் அவரது பார்வையும் திரும்ப வரவேண்டும் என்று கேட்டாள். யமன் அந்த வரத்தை அளித்து விட்டு திரும்பிச் சென்றான். விடாமல் அவனைப் பின்தொடர்ந்து சென்ற சாவித்திரி ஐயா மற்றொரு வரம் வேண்டும் என்றாள்.

ஒன்று அல்ல இரண்டு வரம் கூட தருகிறேன் என்னைத் தொடர்ந்து வராதே என்றான் யமன். எமதருமரே! என் தந்தைக்கு புத்திர பாக்கியம் கிடைக்க அருள் செய்யுங்கள் என்றாள் சாவித்திரி, அவருக்கு நூறு பிள்ளைகள் பிறக்கும், சகல சம்பத்தோடு வாழ்வார் என்று வரம் அளித்தார் எமதர்மன்.

ஐயனே நான் கற்பில் வழுவாமல் பிள்ளைகளோடும் மாமனார் மாமியாரோடும் மகிழ்ச்சியாக வாழ அருள்புரியுங்கள் என்றாள். அவளது சாமர்த்தியமான வார்த்தைகளைக் கேட்டு யமதருமன் வியப்பெய்தினான். பெண்ணே நீ என்னை வெற்றிகொண்டு விட்டாய். உன் கணவன் உயிர் பெற்று எழுவான். இருவரும் நீண்டகாலம் மகிழ்ச்சியோடு வாழ்க என்று சொல்லி சத்தியவானின் உயிரை விட்டுச் சென்றான்.

சாவித்திரி மகிழ்ச்சியோடு தீர்த்தம் எடுத்து இறந்த கணவன் உடல்மீது தெளிக்க அவன் தூக்கத்தில் இருந்து எழுந்து கொள்வதைப் போல உயிரோடு எழுந்து உட்கார்ந்தான். இறந்து போன தனது உயிரை கற்பின் பலத்தினால் சாவித்திரி மீட்டுத் தந்ததை அறிந்த சத்தியவானும், அவனது பெற்றோரும் பெரிதும் மகிழ்ச்சி அடைந்தனர். சத்தியவான், கண்பார்வை பெற்ற தந்தை சால்யாதிபதியுடன் படை திரட்டிச்சென்று பகைவர்களை வென்று இழந்த நாட்டை மீட்டு மீண்டும் ஆட்சிக்கட்டில் ஏறினான். சத்தியவானும் சாவித்திரியும் நீண்டகாலம் இன்பமாக வாழ்ந்தனர்.

●●●

47

சிருஷ்டி ரகசியங்கள்

சாவித்திரியின் கற்பின் மேன்மையை சூதமுனிவர் சொல்லக் கேட்ட நைமிசாரண்ய முனிவர்கள், அவரைப் பார்த்து ஐயனே! முன்னர் பிரபஞ்ச சிருஷ்டி குறித்து சுருக்கமாகச் சொன்னீர்கள். இப்போது அதைச் சற்று விரிவாகக் கேட்க விரும்புகிறோம் என்றனர். உடனே சூதமாமுனிவர் உலக சிருஷ்டியை விஸ்தாரமாகச் சொல்ல ஆரம்பித்தார்.

பிரம்மதேவன், படைக்கும் தொழிலை வேதங்களின் துணை கொண்டு தொடங்கினார். மரீசி, அத்திரி, அங்கிரசு, புலஸ்தியர், புலகர், கிஜீருது, பிரதேசஸ், வசிஷ்டர், பிருகு, நாரதர் ஆகிய பத்து முனிவர்களும் பிரமனிடமிருந்து வெளிப்பட்டனர். அவருடைய வலது கையின் கட்டை விரலில் இருந்து தட்சன் பிறந்தான். நாபிக்கமலத்தில் இருந்து தருமன் தோன்றினான். மார்பில் இருந்து மன்மதனும், புருவங்களில் இருந்து கோபத்திற்கு ஆதாரமான கோபன் என்பவனும், வாய் மற்றும் உதடுகளில் இருந்து பேராசைக்குக் காரணமான லோபனும், புத்தியில் இருந்து தாபம் என்பவனும், அகங்காரத்தில் இருந்து மோகனும், காதில் இருந்து மிருத்தியுவும், தோன்றினார்கள்.

இந்த ஒன்பது பேர்களோடு, அவருடைய வாக்கில் இருந்து வாக்தேவி என்ற பெண்ணும் தோன்றினாள். இவளே வாக்குக்கு அதிபதியான சரஸ்வதி. பிரகருதியிடம்

இருந்து மகத் என்ற தத்துவம் தோன்றியது, அதில் இருந்து ஸத்வம், ராஜஸம், தாமசம் என்ற முக்குணங்கள் பரிணமித்தன. சத்வ குணத்திற்கு பிரம்மதேவனும், ராஜச குணத்திற்கு நாராயணனும், தாமச குணத்திற்கு ருத்திரனும் அதிபதிகள். இந்த முக்குணங்களில் இருந்து சப்தம், ஸ்பரிசம், ரூபம், ரஸம், கந்தம் என்ற ஐந்து தன்மாத்திரைகள் எழுந்தன. இவற்றில் இருந்து நிலம், நீர், தீ, வானம், காற்று ஆகிய ஐம்பெரும் பூதங்களும் உண்டாயின.

பஞ்சபூதங்களின் உறவினால் வாக்கு, பாதம், கை, குதம், உபஸ்தம் ஆகிய கர்மேந்திரியங்கள் ஐந்தும், மெய், வாய், கண், மூக்கு, செவி ஆகிய ஞானேந்திரியங்கள் ஐந்தும், அந்தக்கரணங்கள் நான்கும், தோன்றின. மனம், புத்தி, சித்தம், அகங்காரம் என்பவை அந்தக்கரணங்கள் எனப்படும். இந்த 24 தத்துவங்களுடன் ஆன்மாவும், தேகமும் சேர்ந்து மனிதன் உருவானான். இவ்வாறு பிரமன் தனது சிருஷ்டித் தொழிலை நடத்தினார்.

பிரம்மன் அதன் பிறகு ஆயிரம் ஆண்டுகள் தாமரை மலரில் சரஸ்வதி தேவியுடன் மகிழ்ந்திருந்து சுவாயம்பு என்ற மகாபுருஷனைத் தோற்றுவித்தார். சரஸ்வதியின் அம்சமாக சதரூபை என்ற பெண்ணும் தோன்றினாள். பிரம்மனுடைய புருவமத்தியில் இருந்து வாமதேவர் என்ற மகா புருஷன் தோன்றினார். அவர் நான்கு ஜாதிகளையும், மேகம், இடி, மின்னல், வானவில் ஆகிய நான்கினையும் தோற்றுவித்தார். இதோடு எண்பத்து நான்கு கோடி ருத்திரர்களையும் தோற்றுவித்தார்.

பிரஜைகளைத் தோற்றுவிக்க வேண்டும் என்று விரும்பிய பிரம்மதேவன், ஸ்வயம்பு மனுவையும், சதரூபையையும் கணவன் மனைவியாக இருக்குமாறு ஆணையிட்டார். இவர்கள் இருவரும் ஒன்று கூடி மூன்று பெண்களையும், இரண்டு பிள்ளைகளையும் பெற்றெடுத்தனர். பெண்களுக்கு ஆவூதி, தேவவூதி, பிரசூதி என்று பெயரிட்டும், மகன்களுக்கு பிரியவிரதன், உத்தானபாதன் என்று பெயர் சூட்டியும் வளர்த்து வந்தனர்.

பிள்ளைகள் வளர்ந்து வாலிப வயதை அடைந்தபோது அவர்களுக்குத் திருமணம் நடந்தது. உத்தானபாதன் சுநீதி, சுருசி என்ற இரண்டு பெண்களை மணந்து கொண்டான். சுநீதிக்குத்

துருவன் என்ற மகனும், சுருசிக்கு உத்தமன் என்ற மகனும் பிறந்து வளர்ந்தனர். மகரிஷி துருவனுக்கு புஷ்டி என்ற பெண் பிறந்தாள். அவளுக்கு விருகலன், விருத்திரன், விருகதேஜஸ், ரிபு, ரிபுஞ்சையன் என்ற ஐந்து மகன்கள் பிறந்தனர். இதில் ரிபு என்பவன் வயிரணி என்ற பெண்ணை மணந்து சாக்ஷீஸன் என்ற மகனைப் பெற்றான். இந்த சாக்ஷீஸனுக்கு பத்துப் பிள்ளைகள் தோன்றினர். ருரு, பரு, கவி, சத்தத்விம்னன், தமதி, சத்தியஜித், அதிராத்திரன், அக்கினிஷ்டோமன், அதிமன்யூ, சுயேச்சன் என்பவர்களே அந்தப் பத்துப் பிள்ளைகள்.

ருரு என்பவன் ஆக்நேயி என்பவளை மணந்து கொண்டான். அவர்களுக்கு ஆறு பிள்ளைகள் பிறந்தன. சுமனன், அங்கன், ஆங்கிரசன், சுவாதி, கிரது, சிவி என்பன அவர்களுடைய பெயர்கள். இவர்களுள் அங்கன் என்பவன் சுனீதை என்ற பெண்ணை மணந்தான் அவர்களுக்கு வேனராஜன் பிறந்தான். அவனுடைய மகன் பிருது. அவர் இந்த பூமியை ஆட்சி செய்தார். அவருடைய பெயரால்தான் இந்தப் பூமிக்கு பிருதிவி என்ற பெயர் தோன்றியது.

பிருதுவுக்கு இரண்டு பிள்ளைகள் பிறந்தனர். அவர்களுக்கு சூதன், மாகதன் என்பது பெயர். சூதனுக்கு அந்தரத்தி என்ற பிள்ளையும், மாகதனுக்கு சாதி என்ற பிள்ளையும் பிறந்தனர். அந்தரத்தி வளர்ந்து வாலிபனாகி திருமணம் செய்துகொண்டான். அவனுக்கு ஒரு பிள்ளை அவிர்த்தானன் என்பவன் பிறந்தான். இந்த அவிர்த்தானனுக்கு பிற்காலத்தில் ஆறு பிள்ளைகள் பிறந்தனர். சுக்கிரன், பிராசீனபரிகிஷது, விருகயன், கிருஷ்ணன், சத்தியன், சிதப்பிரமன் என்பவர்கள் அந்த ஆறுபேர். இதில் பிரசானன் சமுத்திர ராஜனுடைய பெண்ணாகிய சத்துருகி என்பவளை மணந்து கொண்டான். இவர்களுக்குப் பத்து பிள்ளைகள் பிறந்தனர். அவர்கள் பிரதேஸசுகள் எனப்பட்டனர். பிரம்மனின் தலைமையில் பிரதேசுகளுக்கும், விருட்சங்களின் பெண்ணான மாரிஷை என்பவளுக்கும் திருமணம் நடந்தது. அவர்களுக்கு தட்சன் பிறந்தான். தட்சன் மூலமாகவே இந்த உலகத்தில் சிருஷ்டி பெரிய அளவில் நடக்க ஆரம்பித்தது.

●●●

48

தட்சன் பெற்ற ஆயிரமாயிரம் பிள்ளைகள்

உலகத்தில் மக்களை சிருஷ்டிக்க விரும்பிய தட்சன் தனது மனைவி மாரிஷையுடன் கூடி ஆயிரம் பிள்ளைகளைத் தோற்றுவித்தான். சிறுவயதிலேயே அவர்களை அழைத்தான். சிவபெருமானே முழுமுதல் கடவுள். இரக்க குணம் கொண்ட அவரிடம் நீங்கள் படைப்புத் தொழில் செய்யும் வரத்தைப் பெற்று வாருங்கள் என்று சொல்லி அவர்களை நதிக்கரைக்கு தவம் செய்ய அனுப்பி வைத்தான். அவர்கள் ஆயிரம் பேரும் நதிக்கரைக்குச் சென்று குளித்து, இயற்கை சூழலில் மனத்தை அடக்கி சிவபெருமானை நோக்கித் தவத்தில் ஈடுபட்டனர்.

அங்கே வந்த நாரதர் அவர்களைக் குழப்பினார். பிறப்பைத் தரும் படைப்புத்தொழிலை வரமாகக் கேட்பதை விட, பிறவிநோய்க்கு மருந்தான வீடுபேற்றை சிவபெருமானிடம் வரமாகக் கேட்பது புத்திசாலித்தனம் என்பது என் கருத்து. பிறகு உங்கள் விருப்பம் போலச் செய்யுங்கள் என்று சொல்லிவிட்டுச் சென்றார். ஆகவே அனைவருமே மோட்சத்தை விரும்பி தங்கள் தவத்தை செய்ய ஆரம்பித்தனர். நாரதர் உபதேசித்த மந்திரங்களையும் உச்சாடனம் செய்தனர்.

இதனை அறிந்தான் தட்சன், அவனது ஆத்திரமும் கோபமும் அதிகரித்தது. இனி என்

ஆசை நிறைவேறவேண்டுமானால் எனக்கு வேறு குழந்தைகள் வேண்டும் என்ற முடிவுக்கு வந்தான். அதனால் மேலும் ஒரு ஆயிரம் குழந்தைகளைப் பெற்று வளர்த்தான், படைப்புத் தொழிலை வேண்டித் தவம் செய்ய அனுப்பி வைத்தான். நாரதர் விடுவாரா?. அவர்கள் மனத்தில் படைப்புத் தொழில் செய்வதை விட பரம்பொருளின் காலடிகளில் கிடப்பதே கிடைத்தற்கு அரிய பேறு என்ற எண்ணத்தைத் தோற்றுவித்தார். மந்திர உபதேசம் செய்வித்தார். தட்சனின் குமாரர்கள் நாரதருடைய விளக்கத்தினால் மனம் மாறி, வீடுபேற்றை அடைவதற்கான தவத்தில் ஈடுபட்டார்கள். இதனை அறிந்த தட்சன் கடுமையான கோபம் கொண்டான்.

தட்சன் மனம் வெதும்பினான், இனிமேல் படைப்புத் தொழிலை வரமாகப் பெறும் குழந்தைகள் தேவையில்லை என்ற முடிவுக்கு வந்தான். ஆண் பிள்ளைகளைப் பெறும் ஆசையை விட்டொழித்தான், பிறகு அறுபது பெண் குழந்தைகளைப் பெற்று அவர்களை முனிவர்களுக்குத் திருமணம் செய்து கொடுத்தான். அவர்கள் நலமாக வாழுவதைக் கண்டு பூரிப்படைந்தான்.

பத்து பெண்களைத் தருமருக்கும், பதின்மூன்று பெண்களை காசிபருக்கும் மணம் செய்து கொடுத்தான். மீதி இருக்கின்ற 27 பெண்களை சந்திரன் திருமணம் செய்து கொண்டான். அரிஷ்டநேமி என்பவர் நான்கு பெண்களை மணந்து கொண்டார். பிருகு முனிவர் இரண்டு பெண்களையும், ஆங்கிரசு முனிவர் இரண்டு பெண்களையும், கிருசாசு முனிவர் இரண்டு பெண்களையும் மணந்துகொண்டனர். இப்படியாக தனது அறுபது பெண்களையும் மணமுடித்த தட்சன் மக்கள் தொகை விருத்தியாவதை சந்தோஷத்தோடு பார்த்து மனநிறைவு கொண்டான்.

தர்மபிரஜாபதிக்கும் விசுவை என்பவளுக்கும் திருமணம் நடந்தது, அவர்களுக்குப் பிறந்த பிள்ளைகள் விசுவதேவர்கள் எனப்பட்டனர். ஸாத்யை என்ற பெண்ணுக்குப் பிறந்த பிள்ளைகள் ஸாத்யர்கள் என்று அழைக்கப்பட்டனர். மருத்துவதிக்குப் பிறந்த பிள்ளைகள் மருத்துக்கள். வசுவுக்குப் பிறந்தவர்கள் வசுக்கள். பானுவின் மக்கள் பானுக்கள் எனப்பட்டனர். வசுவுக்குப் பிறந்த எட்டு பிள்ளைகள் அஷ்ட வசுக்கள் எனப்பட்டனர்.

காசியபரைத் திருமணம் செய்து கொண்டவள் சுரபி. இவர்களுக்கு ஏகாதச ருத்திரர்கள் பதினோறு பேர் பிறந்தனர். காசியபருடைய மனைவிகள் பதின்மூன்று பேர். அவர்களுடைய பெயர்கள் அதிதி, திதி, தாமரை, வினதை, தனு, அரிஷ்டை, சுரபை, சுரபி, கத்துரு, குரோதவரை, இலை, சமை, முனி என்பன. அதிதி என்பவளுக்கு துவாதச ஆதித்தர்கள் பிறந்தனர். தாதா, பகன், துவஷ்டா, சவிதா, மித்திரன், வருணன், விஸ்வான், விஷ்ணு, பூஷா, அம்சுமான், சுக்கிரன், அரியமான் ஆகிய பன்னிரண்டு பேரும் துவாதச ஆதித்தியர்கள் எனப்படுவார்கள். இவர்கள் வைவஸ்வத மன்வந்திரத்திலும் துவாதச ஆதித்தியர்களாக விளங்குவார்கள். திதி என்பவளுக்கு ஹிரண்யன், ஹிரண்யாஷன் என்ற இரண்டு பிள்ளைகள் பிறந்தனர். ஹிரண்யனுக்கு நான்கு பிள்ளைகள் பிறந்தனர், அனுக்கிலாதன், ஹிலாதன், பிரகலாதன், சங்கலாதன் என்பன அவர்களது பெயர்கள்.

பிரகலாதனுக்கு நான்கு பிள்ளைகள் பிறந்தனர், ஆயுஷ்மான், விரோசனன், சிபி, தாலன் என்பன அவர்களுடைய பெயர்கள். இதில் விரோசனனுடைய பிள்ளையாகப் பிறந்தவன் தான் மகாபலிச் சக்கரவர்த்தி. மகாபலிக்கு நூறு பிள்ளைகள் பிறந்தனர். ஹிரண்யாஷனுக்கு நான்கு பிள்ளைகள். திரிவற்கன், சகுனி, தசம்பாதனன், மகாநாதன் ஆகியோர் அந்த நால்வர். அவர்கள் வமிசம் வளர்ந்து தழைத்தோங்கியது. அப்படி விருத்தியான வம்சத்தில் மொத்த நபர்களின் எண்ணிக்கை எழுபத்தேழு கோடி.

தாமரைக்கும் காசியபருக்கும் அநேக பட்சி இனங்கள் பிறந்தன. கிளி, கோட்டான், கோழி ஆகிய பறவை ஜாதிகள் அவர்களுக்குப் பிறந்து தழைத்தன. விநதை என்பவளுக்கு கருடனும், அருணனும் பிறந்தனர். அருணனுக்கு ஜம்பாதி, ஜடாயு என்ற இரண்டு கழுகுப் பிள்ளைகள் தோன்றினர். ஜம்பாதிக்கு மூன்று பிள்ளைகள் பிறந்தனர் அவர்கள் மூலமாக அநேக கோடி பட்சி இனங்கள் தழைத்துப் பெருகின. கத்துரு ஆயிரம் நாகங்களைப் பெற்றெடுத்தாள். சேஷன், வாசுகி, தட்சகன், ஐராவதன், மகாபத்மன், கம்பளன், சங்கன், திருதாஷ்டிரன், மகாசங்கன், நீலன், பத்மன், கார்க்கோடகன், நகுலன், தனஞ் செயன், சுபதரன், சங்கபாலன், புஷ்பதந்தன், கமலன் துர்முகன், ஏலாபத்திரன் ஆகியோர் அவர்களுள் முக்கியமானவர்கள்.

குரோதசை அநேக ராட்சதர்களைப் பெற்றெடுத்தாள். முனி என்பவளுக்கு அப்சர கன்னிகைகள் பிறந்தனர். சுரபிக்கு கோடி ருத்திரர்களும், அரிஷ்டை என்பவளுக்கு கந்தர்வர்களும் கின்னரர்களும் பிறந்தனர். இலை என்பவள் மூலமாக செடி, கொடி தாவரங்கள், மூலிகைகள் பெருகின. சுரசை என்பவள் மூலமாக முயல்களும், எருமை இனங்களும் தோன்றின. சமை என்பவளுக்கு பேய் பிசாசு இனங்கள் ஜனித்தன. காசியப முனிவருக்கு திதி என்பவளிடம் நாற்பத்தியொன்பது பிள்ளைகள் தோன்றினர். அவர்களுக்கு மருத்துக்கள் என்று பெயர். இவர்கள் அரக்க வம்சத்தில் தோன்றிய போதிலும் தேவர்களோடு கலந்து வாழும் பேறு பெற்றிருந்தனர்.

●●●

49

பசு உருவத்தில் வந்த பூமாதேவி

சுவாயம்பு மனுவின் வமிசத்தில் அங்கன் என்ற புதல்வன் தோன்றினான். அவனுக்கு மிருத்துவின் மகளான சுனிதை என்ற பெண்ணை மணம் செய்து வைத்தனர். இவர்களுக்கு ஒரு மகன் பிறந்தான் அவனுக்கு வேனன் என்று பெயரிட்டு வளர்த்தனர். வேனன் தனது தாய்வழிப்பாட்டனாகிய மிருத்துவின் குணங்களைக் கொண்டிருந்தான். பெண்ணாசை பிடித்து அலைந்தான். மனம் போன போக்கில் வாழ்ந்தான். தகுதி இல்லாதவர்களிடம் பதவி கிடைத்தால் நல்லவர்கள் துன்பப்படுவதே நடக்கும். வேனன் ஆட்சியிலும் மக்கள் சொல்லமுடியாத துன்பங்களை அடைந்தனர். நோய்களும், இயற்கை சீற்றங்களும் அவர்களது உயிரைப் பறித்தன. நாடாளும் மன்னவன் தர்ம ஆட்சி நடத்தினால் தான் மக்கள் நல்வாழ்வு வாழ முடியும். இதை மந்திரிகளும், முனிவர்களும் வேனனுக்கு வாய்ப்பு கிடைத்த போதெல்லாம் உணர்த்தினர். அவன் மனம் மாறவில்லை ஆட்சியை விட்டும் விலகவில்லை வேறு வழியில்லாமல் கோபம் கொண்ட முனிவர்கள் இறந்துபோ என்று சாபம் கொடுத்தனர். வேனன் அடுத்த வினாடியே இறந்து மண்ணில் விழுந்தான்

வேனனுக்கு ஆயிரம் ஆசைநாயகியர் இருந்தனர் ஆனால் வாரிசாக ஒரு பிள்ளைகூட இல்லை. ஒருநாள் கூட அரசன் இல்லாமல் நாடு இருக்கக்கூடாது என்பது

சாஸ்திரவிதி. இந்தப் பிரச்சனையை எப்படி தீர்க்கலாம் என்று முனிவர்கள் ஆலோசித்தனர். இறந்து கிடந்த வேனன் உடலை எடுத்துவந்து, அவனது வலது துடையில் கடைந்தனர். அவன் இதுவரையில் செய்த பாவங்கள் அனைத்தும் கன்னங்கரேல் என்று ஒரு மிலேச்ச உருவத்தோடு வெளிப்பட்டன. உடலை விட்டு பாவங்கள் நீங்கியதை அறிந்த முனிவர்கள், புனிதமடைந்த அவனது வலது கையைக் கடைந்தனர்.

அப்போது ஒரு கையில் வில்லும், மற்றொரு கையிலே பாணமும், மார்பிலே கவசமும் தாங்கி திவ்யமான தேஜஸோடு உத்தம புருஷன் ஒருவன் தோன்றினான். முனிவர்களும், சான்றோர்களும் அவனை ஆசி கூறி வருக வருக என்று வரவேற்றனர். அவனை பிருது என்று பெயர் சூட்டி அழைத்து, நாட்டின் பொறுப்பை அவனிடம் கொடுத்து முடிசூட்டினர். அவன் நல்ல முறையில் நாட்டை ஆண்டு வந்தான். வேனன் இதுநாள் வரையில் அதர்ம வழியில் சென்று நாட்டைக் கவனிக்காமல் ஆட்சி நடத்தியதால் விளைச்சல் குறைந்தது, நீர் நிலைகள் வறண்டன, யாக யக்ஞங்கள் மறைந்தன. எங்கும் வறுமை தாண்டவமாடியது, பசி பஞ்சம் ஆகியவை செழித்திருந்தன. தாவரங்கள் இல்லாத பூமி எப்படி இருக்கும் கற்பனை செய்து பாருங்கள் . இந்த நிலையை மாற்ற எண்ணம் கொண்டான் பிருது.

இதற்கு என்ன காரணம்? என்று முனிவர்களிடம் கேட்டான். வேனன் செய்த அட்டூழியங்களைப் பொறுக்கமாட்டாமல் பூமித்தாய் உற்பத்திக்கு உதவும் விதைகளையும், தாவரங்களையும், மூலிகைகளையும் தனது வயிற்றுக்குக்குள் அடக்கிக் கொண்டு விட்டாள். அவைகளை வெளிக்கொண்டு வந்தால் தான் பூமி பழையபடி பச்சைப்பசேல் என்று தாவரங்களினால் மூடப்பட்டு உற்பத்தியைக் கொடுக்கும் என்றனர்.

பூமாதேவியின் இந்தச் செய்கை அவனுக்குக் கோபத்தை ஏற்படுத்தியது. அவள் தனது வயிற்றுக்குள் மறைத்துக் கொண்ட ஔஷதிகளை வெளிக்கொண்டுவர முடிவெடுத்தான். தனது வில்லை எடுத்து பாணத்தைப் பூட்டினான், அவனது கண்கள் சிவந்தன, பூமிதேவியே மறைத்து வைத்திருக்கும் ஔஷதிகளை தரவில்லை என்றால் உன்னைப் பிளந்து விடுவேன் என்று கர்ஜனை செய்தான்.

பூமாதேவி அவனது கோபத்தை அறிந்தாள், அதில் இருந்து தன்னைக் காப்பாற்றிக் கொள்ள ஒரு அழகான பசுவின் உருவத்தை எடுத்துக் கொண்டு தப்பிச் சென்றாள். பிருது அவளைத் துரத்திக் கொண்டு சென்றான். அவள் எட்டுத் திக்கும் ஓடினாள், ஒவ்வொரு தேவரிடமும் சென்று அடைக்கலம் கேட்டாள். யாரும் அவளுக்கு உதவி செய்யவில்லை. பல இடங்களுக்கும் சென்றஅவள் இறுதியாக பிருதுவிடமே சரண் அடைந்தாள்.

ஹே ராஜனே! எதற்காக ஒரு பெண் என்றும் பார்க்காமல் என்னைத் துன்புறுத்த துரத்தி வருகிறாய். எனக்கும் உனக்கும் என்ன சர்ச்சை இருக்கிறது? உனது தகப்பன் கொடுங்கோலாட்சி நடத்தினான், யாக யக்ஞங்களை மறந்தான். அதனால் விளைச்சல் குறைந்தது, நீர் நிலைகள் வற்றிப்போயின. இதற்காக என்னை வஞ்சிக்க நினைப்பது பாவம் அல்லவா? என்னிடம் விரோதம் பாராட்டாதே என்று கெஞ்சினாள்.

அவள் வார்த்தைகளில் இருக்கின்ற நியாயத்தை அறிந்த பிருது, அவள் மீது இரக்கம் கொண்டான். கோபத்தை விட்டொழித்து நல் வார்த்தைகள் கூறி அவளைச் சாந்தப் படுத்தினான். பிறகு சுவாயம்பு மனுவையே கன்றாக்கினான், தன்னுடைய கைகளையே பாத்திரமாக்கி, உயிர் வாழ்க்கைக்குத் தேவையான அத்தனை ஔஷதிகளையும் அவளிடமிருந்து கறந்தான்.

மகரிஷிகளும் முனிவர்களும் தேவகுருவாகிய பிரகஸ்பதியை கன்றாகச் செய்து ஐம்புலன்களான மெய், வாய் கண், மூக்கு, செவி ஆகியவற்றைப் பாத்திரமாகக் கொண்டு வேதங்களின் சாரமாகிய ஞானத்தை கறந்து கொண்டனர்.

இந்திரன் தனக்கும் தேவர்களுக்கும் தேவையான அமிர்தத்தைப் பெற விரும்பினான். இதற்காக சூரியன் இந்திரனையே கன்றாக மாற்றி, பொன்கலசத்தில் தேவாமிர்தத்தைக் கறந்து கொண்டான்.

மயனைக் கன்றாகச் செய்து, வெள்ளியாலான பாத்திரத்தில் பிதிர்கள் தங்களுக்குத் தேவையான அமுதத்தை அந்தகனைக் கொண்டு கறந்து கொண்டனர். திருதராஷ்டிரன் தட்சகனைக் கன்றாக்கி சர்ப்பங்களுக்குத் தேவையான விஷத்தை கறந்தான். அசுரர்கள் தங்களுக்கு மாயை வேண்டும் என்றனர். ஆகவே

அவர்கள் வீராசேனனைக் கன்றாக்கி அதனைப் பெற்றனர். யட்சர்கள் மாயப்பாலை மண்கலத்தில் ருத்திரனைக் கன்றாக்கி கறந்தனர்.

அரக்கர்களும், பிசாசுக் கூட்டமும் சுமாலியைக் கன்றாகச் செய்து தங்களுக்குத் தேவையான இரத்தத்தை கபாலமாகிய பாத்திரத்தில் பெற்றனர். கந்தர்வர்களும் அப்ஸரசு பெண்களும் சித்ரரதனைக் கன்றாக்கி வசுருசி என்பவளைக் கொண்டு தாமரை இலையில் கானமயமான மதுவையும், சௌந்தர்யத்தையும் கறந்து கொண்டனர்.

உத்திரமேரு என்பவன் மலைகளுக்காக அதன் சரிவிலே அமைப்பதற்காக பொன் முதலான பலவகையான தாதுக்களை ஹிமவானைக் கன்றாகச் செய்து பூமிப்பசுவிடம் இருந்து கறந்து கொண்டான். மரங்கள் வெட்ட வெட்ட தளிர்க்கும் ஆலமரத்தை கன்றாக்கி, அரசமரத்தைக் கொண்டு, பச்சை இலையாகிய பாத்திரத்தில் பாலைக் கறந்து கொண்டனர்.

இவ்வாறு ஒவ்வொரு இனமும் தங்களுக்குத் தேவையான பாலை பூமித்தாயிடம் இருந்து பெற்ற காரணத்தினால் சுபிட்சம் பெருகியது. தாவரங்கள் முளைத்தன, பயிர்விளைச்சல் அதிகமாகியது, உணவுப் பஞ்சம் நீங்கியது. மக்கள் பிருதுவைக் கொண்டாடினர்.

பிருது தோன்றுவதற்கு முன்னால் பூமியில் ஒரு ஒழுங்கு இல்லாமல் இருந்தது. அவன் தன்னுடைய வில்லினால் மிகப் பெரிய பர்வதங்களின் சிகரங்களை தகர்த்து, மேடு பள்ளங்களை நிரவினான். சமதளங்களை ஏற்படுத்தினான். ஏராளமான ஊர்களையும், பட்டணங்களையும் ஏற்படுத்தி மக்களின் வாழ்க்கைத் தரத்தை உயர்த்தினான். கல்வி கேள்வி யாக யக்ஞம் ஆகியவை சரிவர நடக்குமாறு பார்த்துக் கொண்டான். இதனால் மாதம் மும்மாரி பொழிந்தது, மக்களும், மற்ற உயிர்களும் நிம்மதியாக வாழ்ந்தன. பசு உருவத்தில் வந்த பூமாதேவி அவனால் ரட்சிக்கப்பட்ட காரணத்தினால் அவனுக்கு மகளாகிறாள். ஆகவே அவனுடைய பிருது என்ற பெயராலேயே அவளும் பிருதிவி என்று அழைக்கப்படுகிறாள்.

●●●

50

ஆணாக இருந்து பெண்ணாக மாறிய அதிசயம்

வைவசுத மனுவுக்கு நீண்ட காலமாகப் பிள்ளைப்பேறு வாய்க்கவில்லை. இதனால் மனம் வருத்தப்பட்ட அவன் வசிஷ்ட முனிவரைச் சந்தித்து தனது குறையைச் சொன்னான். அவர் மன்னா வருந்தாதே, நிச்சயமாக உனக்குப் பிள்ளைகள் பிறக்கும். நீ உடனே புத்ரகாமேஷ்டி யாகம் செய் என்று ஆலோசனை கூறினார்.

அவனும் புத்ர காமேஷ்டி யாகத்தை மிகுந்த சிரத்தையோடு செய்து முடித்தான். அதன் பலனாக அவனுக்கு ஒரு ஆண் குழந்தை பிறந்தது. அதற்கு இளன் என்ற பெயரிட்டு வளர்த்து வந்தான். இதற்குப் பிறகு அவனுக்குப் பத்து பிள்ளைகள் பிறந்தனர். அரிஷ்டன், திருஷ்டன், இஷ்வாகு, ஆன்மநாபன், புருடதன், சிவன், நாபாகன், நரிஷ்யந்தன், சையாதி, கரூஷன் என்பவை அவர்களது பெயர்கள்.

வைவசுதன் தனது மூத்த குமாரனான இளனுக்கு பட்டம் சூட்டி அரசாட்சியை ஒப்படைத்துவிட்டு தவம் செய்வதற்காக இமயமலைச் சாரலுக்குப் புறப்பட்டுச் சென்றான். இளன் எட்டுத் திசைகளுக்கும் சென்று அங்குள்ள மக்களைப் பார்த்து அவர்களுடைய குறைகளைக் கேட்டு அவைகளை நிவர்த்தி செய்து வருவதை வழக்கமாகக் கொண்டான்.

இவ்வாறு அவன் ஒவ்வொரு இடமாக விஜயம் செய்து வரும் போது மேரு பர்வதத்தின் சாரலுக்கு வந்து சேர்ந்தான். அங்கு சரவண வனம் இருந்தது. அதில் கௌரீ என்ற அழகான குளம் இருந்தது. குளிர்ச்சியான தண்ணீரைக் கண்ட அவன் அந்தக் குளத்தில் இறங்கி மகிழ்ச்சியுடன் நீராடினான். நன்றாக முங்கிக் குளித்து கரையேறியபோது தன்னுடலைப் பார்த்து அதிர்ச்சி அடைந்தான். காரணம் அவன் இப்போது பெண்ணாக மாறிவிட்டிருந்தான். அவன் ஏறிவந்த ஆண் குதிரையும் கூட இப்போது பெண் குதிரையாக மாறியிருந்தது.

அவனால் இதை நம்ப முடியவில்லை, நம்பாமல் இருக்கவும் முடியவில்லை. இது எப்படி சாத்தியம்? இந்தக் குளத்து நீருக்கு இப்படியொரு சக்தி இருக்கிறதா? அப்படித்தான் இருக்க வேண்டும். குளத்து நீரில் இறங்கிக் குளித்ததால் தான் தனக்குப் பெண்ணுருவம் கிடைத்துவிட்டது என்று முடிவு செய்தான். அப்படியானால் கரையில் புல் மேயும் குதிரை பெண் குதிரையானது எப்படி? அவனுக்குப் புரியவில்லை. ஓவென்று கண்ணீர்விட்டு அழுதான். நான் இனிமேல் எப்படி அரண்மனைக்குத் திரும்புவேன்? தம்பிகளின் முகத்தில் எப்படி விழிப்பேன் என்று கேள்விமேல் கேள்வி கேட்டு புலம்ப ஆரம்பித்தான். புலம்பிக்கொண்டே அங்கும் இங்கும் நடந்தான்.

ஒரு மரக்கூட்டத்தின் நடுவே சந்திரனின் புதல்வனான புதன் என்பவன் தவம் செய்வதைப் பார்த்தான். தவம் கலைந்து எழுந்த புதன் அழகுப் பதுமையாக நடமாடும் ஒரு பெண்ணைப் பார்த்தான். அவள் மீது மோகம்கொண்டான். இந்தக் காட்டில் இத்தனை வருடங்களாக இப்படியொரு அழகுப் பெண்ணை நான் பார்த்தது இல்லையே! யார் இவள்? என்று மனத்திற்குள் கேட்டுக் கொண்டான்.

பிறகு பெண்ணாகித் திரியும் இளனைப் பார்த்து அப்சரஸ் போல அழகு மிகுந்த பெண்ணே நீ யார்? என்று கேட்டான். இளன் இப்போது பெண் வடிவம் பெற்று இருப்பதால் அவனுக்குப் பெண்ணுக்குரிய நாணமும், காமமும் ஏற்பட்டன. புதனின் இளமை கொஞ்சும் உருவம் அவனைக் காதல் பித்தம் கொள்ளச் செய்தது.

இருந்தபோதிலும்தான் யார் என்பதை அவன் மறந்து விடவில்லை.

அழகு மிகுந்த இளைஞனே! இப்போது பெண்ணாகத் தோற்றம் தரும் நான் ஒரு அரசன். என் பெயர் இளன், நான் வைவசுதனின் மூத்த புதல்வன் என்று ஆரம்பித்து நடந்தவைகளை புதனிடம் விளக்கமாக எடுத்துச் சொன்னான்.

புதன் அவனை நெருங்கி அணைத்துக் கொண்டான். பயப்படாதே நீ எப்படி பெண்ணாக மாறினாய் என்பதை நான் அறிவேன். இந்தச் சரவண வனத்தில் இருக்கின்ற கௌரீ தடாகத்தைச் சுற்றி பத்து யோசனை தூரத்திற்குள் எந்த ஆண் வந்தாலும் அவன் பெண்ணாக மாறிவிடுவான். இது பெண்ணாக மாறிய தேவி பார்வதி கொடுத்த சாபம். ஆகவே இந்த இடத்தில் உள்ள ஆண்கள் யாருமே இங்கு வரமாட்டார்கள் என்றான்.

நீ தெரிந்தோ அல்லது தெரியாமலோ இப்போது பெண்ணாக மாறிவிட்டாய். இனிமேல் இந்த ஜென்மத்தில் மறுபடியும் ஆணாக மாறமுடியாது. ஆகவே நீ பழைய கதையைப் பேசுவதை விடு, இளன் என்ற உனது பெயரை இளை என்று மாற்றிக் கொள். நீயும் நானும் திருமணம் செய்து கொண்டு இங்கே இன்பமாக வாழ்க்கை நடத்துவோம் என்று ஆறுதலாகப் பேசினான். வேறு வழியில்லாத நிலையில் இளனும் அதற்குச் சம்மதித்தான், அவனுடன் அந்தக் காட்டிலேயே இருந்து குடும்பம் நடத்தி வந்தான்.

பல நாட்கள் ஆகியும் அண்ணன் திரும்பி வராததைக் கண்ட இஷ்வாகு முதலான அவனுடைய சகோதரர்கள் கவலை கொண்டனர். சகோதரனைத் தேடிக் கொண்டு பல இடங்களுக்கும் சென்றனர். விசாரித்தனர். ஒருநாள் புதனுடைய ஆசிரம வாசலுக்கு வந்தபோது அங்கே அண்ணன் ஏறிவந்த குதிரை கட்டப்பட்டிருப்பதைக் கண்டனர். ஆசிரமத்துக்குள் நுழைந்து பார்த்தபோது, இளன் பெண்ணுருவத்தோடு இருப்பதைக் கண்டு அதிர்ச்சி அடைந்து விசாரித்தனர்.

இளன் அழுதுகொண்டே அங்கு நின்ற வசிஷ்டருடைய கால்களில் விழுந்தான், நடந்தவற்றை விவரித்தான். அவனுடைய தம்பிகள் அண்ணனைத் தேற்றினர்.

மகனே வருத்தப்படாதே! எல்லாம் நன்மைக்கே என்று எடுத்துக் கொள், இந்த இடத்தின் அருமை தெரியாமல் வந்து

உருவம் மாறிவிட்டாய். பார்வதி தேவியின் சாபத்தை என்னால் மட்டும் அல்ல யாராலும் மாற்ற முடியாது. ஆனால் ஈஸ்வரன் நினைத்தால் உனக்கு அனுகூலம் உண்டாகும். ஆகவே அவரை நினைத்து நீ தவம் செய் என்று ஆலோசனை சொன்னார்.

உடனே மகரிஷியின் வார்த்தைகளின் படி இளன் ஈசனைக் குறித்து கடுமையான தவம் செய்தான். பல காலத்திற்குப் பிறகு, அவனுடைய தவத்திற்கு மெச்சி ஈசன் எதிரே தோன்றினார்.

உமையம்மையோடு, ரிஷப வாகனத்தில் எழுந்தருளி இருக்கும் ஈசனைப் பார்த்து மெய்சிலிர்த்து கைகள் கூப்பி வணங்கினான் இளன். பிறகு சர்வேஸ்வரா! எனக்கு ஏற்பட்டுள்ள இக்கட்டில் இருந்து விடுவிக்க அருள்பாலிக்க வேண்டும் என்று வேண்டினான்.

எனதருமை பக்தனே! தேவி உன் ஒருவனுக்காக இட்ட சாபம் அல்ல இது. அப்படியிருந்தால் ஏதாவது மாற்று ஏற்பாடுகள் செய்யலாம். சபிக்கப்பட்ட இடத்தில் நீ வந்ததால் ஏற்பட்ட உருமாற்றத்தை என்னாலும் மாற்ற முடியாது. ஆனால் உனது தவத்தின் மேன்மையைக் கருத்தில் கொண்டு உனது சாபத்தை கொஞ்சம் தளர்த்து வழி சொல்கிறேன். உன்னுடைய சகோதரன் இஷ்வாகுவைக் கொண்டு புனிதமான அசுவமேத யாகம் ஒன்றை செய்யச் சொல். அதன் பயனாக நீ ஒருமாதம் பெண் உருவையும், அடுத்த மாதம் ஆண் உருவையும் பெற்று சந்தோஷமாக வாழலாம் என்று சொல்லி மறைந்தார்.

இளன் உடனே தனது குருவான வசிஷ்டரை சந்தித்து நடந்தவற்றை தெரிவித்தான். ஆஹா அப்படியே செய்து விடலாம் என்று ஆமோதித்த அவர், இஷ்வாகுவை முன்நிறுத்தி அசுவமேத யாகத்தை முறைப்படி செய்து முடித்தார். அதன் பலனாக இளன் ஒரு மாதம் ஆணாகவும், மறுமாதம் பெண்ணாகவும் மாறும் சக்தி கிடைத்தது. ஆண் உருவத்தில் இருக்கும் போது இளனுக்கு சுத்துயிம்னன் என்று பெயர், பெண் உருவத்தில் இருக்கும் போது அவன் இளை என்று அழைக்கப்பட்டான்.

பெண்ணாகி காட்டிலே புதனுடன் இல்லறம் நடத்திய அவன் புரூரவசு என்ற பிள்ளையைப் பெற்றெடுத்தான். சுத்துயிம்னனாக இருக்கும் போது ஒரு பெண்ணை திருமணம் செய்து கொண்டான்.

அவர்களுக்கு அரிதாசுவன், உத்கலன், கயன் என்று மூன்று பிள்ளைகள் பிறந்தனர். உத்கலனுக்கு உத்கலை என்ற பெண் பிறந்தாள். கயனுக்கு கயை என்ற பெண் பிறந்தாள். இஷ்வாகு தம்பதிகளிடம் நாட்டை ஒப்படைத்துவிட்டு இளன் காட்டிற்குச் சென்று தவம் செய்து வந்தான்.

இஷ்வாகுவுடன் பிறந்த ஒன்பது சகோதரர்களுக்கும் திருமணமாகி பல பிள்ளைகள் பிறந்தனர், வம்சம் பெருகியது. அதில் கரூஷனுக்கு பல பிள்ளைகள் பிறந்தனர். அவர்கள் காரூஷர் என்று அழைக்கப்பட்டனர். வைவசுதனுடைய மற்றொரு பிள்ளையான ரூரூ என்பவன் ஒரு முனிவர் இட்ட சாபத்தினால் அரசுக்குத் தகுதி அற்றவனாகி விட்டான்.

அவன் வசிஷ்டருடைய பசுக்களை மேய்த்து வந்தான். ஒருநாள் இரவு நேரத்தில் ஒரு காட்டுப்புலி தொழுவத்திற்கு வந்து பசுவைப் பிடித்து இழுத்தது. பசு கதறியது, பசுவின் அலறலைக் கேட்ட அவன் கத்தியை எடுத்துக் கொண்டு கொட்டிலுக்குள் ஓடினான். எங்கும் கும்மிருட்டு, இரண்டு மிருகங்களின் உறுமலும், அலறலும் கேட்கிறது. புலியைக் கொன்று பசுவைக் காப்பாற்ற எண்ணிய அவன், இருட்டில் உற்றுப் பார்த்தான். பளபளவென்று கண்கள் இருட்டில் மின்னின, நிச்சயம் அது புலி தான் என்று நினைத்த அவன் கத்தியை சரேல் என்று வீசினான். ஆனால் அது புலி அல்ல பசு. புலி தப்பி ஓடிவிட்டது. காலையில் அவன் தன்னுடைய தவறை உணர்ந்து, வசிஷ்டரிடம் சென்று நடந்தவற்றைத் தெரிவித்தான். பசுவைக் கொன்ற பாவத்திற்காக நீ அரசனாகும் தகுதியை இழக்கிறாய் என்றார் வசிஷ்டர்.

அப்படியே ஆகட்டும் குருவே என்றான் அந்த உத்தம சீடன். பிறகு அவன் நாட்டைத் இஷ்வாகுவிடம் ஒப்படைத்துவிட்டு காட்டுக்குச் சென்று தவம் இயற்றினான்.

●●●

51

இஷ்வாகு வமிசமும் பகீரதன் செய்த தவமும்

இஷ்வாகுவுக்கு நூறு பிள்ளைகள் பிறந்தனர். அவர்களில் மூத்தவன் விகுஷி என்பவனுக்கு முதலில் பதினைந்து பிள்ளைகள் பிறந்தனர். பிறகு 114 பிள்ளைகள் பிறந்தனர். முதலில் பிறந்த பதினைந்து பேரும் மேருவுக்கு அரசன் ஆனார்கள். அதன்பிறகு பிறந்த நூற்றுப்பதினான்குபேரும் தட்சிணப்பகுதிகளில் அரசராக விளங்கினார்கள்.

அவர்களில் மூத்தவன் பெயர் காகுத்தன், இவனுக்கு சுயோதனன் என்ற பிள்ளை பிறந்தான். சுயோதனின் பிள்ளை பிருது. இவனுடைய மகன் விஸ்வசாகன், அவனுக்குப் பிறந்தவன் இந்திரன், அவனுடைய பிள்ளை யுவனாசுவன். இவனுடைய பிள்ளை சாவஸ்தன். இப்படியாக அந்த வமிசம் வளர்ந்தது.

அந்த வமிசத்தில் வந்த சங்கிதாசுவனுக்கு கிரதாசுவன், அருணாசுவன் என்ற இரண்டு பிள்ளைகள் பிறந்தனர். இதில் அருணாசுவனுக்குப் பிறந்த பிள்ளை யுவனாசுவன் எனப்பட்டான். இவனுக்குப் பிறந்தவனே மந்தாதா.

இந்த மாந்தாதாவுக்கு முசுகுந்தன், புருகுச்சன், தருமகேது என்ற மூன்று பிள்ளைகள் பிறந்தனர். இவர்களது வழியில் தோன்றிய சத்திய விரதனுக்கு

சத்தியாதனன் என்பவன் மகனாகத் தோன்றினான். அவனுக்குப் பிறந்தவன் உலகம் போற்றும் சக்கரவர்த்தியாக விளங்கிய உண்மை பேசிய உத்தமன் அரிச்சந்திரன். அவனுடைய மகன் ரோகிதன். அவனுக்குப் பிறந்தவன் விருகதன். இவனுக்கு பாகுகன் என்ற மகன் பிறந்தான். இவனுக்குப் பிறந்தவனே சகரன்.

சகரனுக்கு பானுமதி, பிரபை என்று இரண்டு மனைவிகள். பானுமதிக்கு அசமஞ்சன் என்ற பிள்ளை பிறந்தான். பிரபைக்கு அறுபதினாயிரம் பிள்ளைகள் பிறந்தனர். அவர்களே சாகரர்கள் எனப்பட்டனர்.

இந்த சாகர சக்கரவர்த்தி அசுவமேத யாகம் செய்தான். அவனுடைய யாகக்குதிரையை உலகம் சுற்றிவருமாறு செய்தான். அதற்குப் பாதுகாப்பாக அறுபதினாயிரம் சாகரர்களும் சென்றனர். ஒருநாள் அந்தக் குதிரையை இந்திரன் கவர்ந்து சென்று கபிலமுனிவர் தவம் செய்துவரும் குகைக்கு அருகில் கட்டிப்போட்டான். சாகரர்கள் குதிரையைக் காணாமல் அங்கும் இங்கும் அலைந்து திரிந்தனர். பல நாட்கள் தேடியபிறகு பாதாளலோகத்தில் ஒரு குகைக்கு அருகே தங்கள் குதிரை நிற்பதைப் பார்த்தனர். இதை இங்கே கொண்டுவந்து கட்டினவன் யார் என்று அறிந்து கொள்ள சுற்றுமுற்றும் தேடினர்.

குகைக்குள்ளே சென்று பார்த்தபோது கபிலமுனிவர் தவத்தில் இருப்பதைப் பார்த்து அவரே தங்கள் குதிரையைக் கொண்டு வந்தவர் என்ற தவறான முடிவுக்கு வந்தனர். ஆத்திரம் கண்களை மறைத்தது. எனவே அவரைக் கொல்வதற்கு கத்தியை எடுத்துக் கொண்டு முன்னேறினர். கபிலமுனிவர் சத்தம் கேட்டு கண்விழித்தார், வாட்களோடு தன்னைக் கொல்வதற்கு வரும் சாகரர்களை கோபத்தோடு பார்த்தார். அடுத்த நொடியில் அவர்கள் அனைவருமே எரிந்து சாம்பலாகப் போனார்கள். மிகப் பெரிய சாம்பல் மலை அங்கே குவிந்து கிடந்தது, கபிலமுனி மறுபடியும் தவத்தில் ஈடுபட ஆரம்பித்தார்.

அசுவமேத யாகக்குதிரையும் அதனுடன் சென்ற தனது அறுபதினாயிரம் பிள்ளைகளும் நீண்ட நாட்களாக வரவில்லை அவர்களைப் பற்றிய செய்தியும் தெரியவில்லை. இதனால் மனம் வருந்திய சகரன் தனது சகோதரன் அசமஞ்சனின் குமாரன்

அஞ்சுமான் என்பவனைத் தக்க பாதுகாப்போடு அவர்களைத் தேடிக் கண்டுபிடித்து வருமாறு கட்டளையிட்டு அனுப்பி வைத்தான்.

அஞ்சுமான் உலகம் எங்கும் தனது சிற்றப்பன்களைத் தேடினான். கடைசியில் பாதாளலோகத்தை அடைந்தான். அங்கே கபிலமுனிவரின் குகைக்கு அருகே மிகப் பெரிய சாம்பல் குவியல் இருப்பதைப் பார்த்தான். ஏதோ அசம்பாவிதம் நடந்திருக்க வேண்டும் என்பதை ஊகித்துக் கொண்டான். யாகக்குதிரையும் ஒரு மரத்தின் அடியில் மேய்ந்து கொண்டிருந்தது, அவனுக்கு ஊர்ஜிதம் ஆகியது. தனது சிற்றப்பன்கள் ஏடாகூடமாக முனிவரிடம் நடந்துகொண்டிருக்க வேண்டும் என்று முடிவு செய்தான்.

மகாமுனியே அவர்களுக்கு உயிர்ப்பிச்சை கொடுங்கள் என்றான் அஞ்சுமான். அது என்னால் இயலாது, வானத்தில் உள்ள கங்கையைக் கொண்டுவந்து அதில் இவர்களது சாம்பலைக் கரைத்தால் இவர்கள் சாபத்தினால் ஏற்பட்ட பாபம் நீங்கி உத்தம லோகத்தை அடைந்து இன்புறுவார்கள் என்றார் கபிலர்.

அஞ்சுமான் அவரை வணங்கிவிட்டு, குதிரையை இழுத்துக் கொண்டு தன் ஊருக்குத் திரும்பிவந்தான். பாட்டனாரிடம் நடந்தவற்றை விளக்கமாகத் தெரிவித்தான். அவர்களால் அப்போது சாபநீக்கத்திற்கு எதுவும் செய்ய முடியவில்லை. சகரன் இறந்த பிறகு அஞ்சுமான் அரசபதவிக்கு வந்தான். அவனுக்கு திலீபன் பிறந்தான். அந்தத் திலீபனுடைய மகனே பகீரதன்.

பகீரதன் சிவபெருமானைக் குறித்து அநேக ஆண்டுகள் தவம் செய்தான். அவனுடைய கடுமையான தவத்தை மெச்சிய சிவபெருமான் கங்கையை அனுப்பினார். அவன் அதை பூமிக்குக் கொண்டுவந்தான். கபில முனிவருடைய ஆசிரமத்துக்கு அழைத்துச் சென்று அங்கே குவிந்திருந்த சாம்பல் மலையைக் கரைத்தான். சகர புத்திரர்கள் நற்கதி அடைந்தனர். பகீரதனின் அரிய முயற்சியின் காரணமாக கங்கைக்கு பாகீரதி என்ற பெயர் ஏற்பட்டது.

பகீரதனுக்கு நரபாலன் என்ற மகன் பிறந்தான், அவனுக்கு அம்பரீஷன் மகனாகப் பிறந்தான். இந்த வம்சத்தில் பிறந்த

அனிக்கினன் என்பவனுக்கு இரண்டு பிள்ளைகள். ஒருவன் வன்மித்திரன், மற்றொருவன் ரகு. வன்மித்திரன் ஆட்சியில் ஆர்வம் இல்லாமல் தவம் செய்வதற்காகக் காட்டிற்குப் போய்விட்டான். அதனால் ரகு என்பவன் அரசாட்சிக்கு வந்தான். அவனுடைய மைந்தனே திலீபன்.

திலீபனுக்கு அஜனும், அஜனுக்கு தீர்க்கபாகுவும், அவனுக்கு அஜபாலனும் பிறந்தனர். இவனுக்குப் பிறந்த மகனே மிகவும் பிரசித்தி பெற்ற தசரதன். தசரதனுக்கு நான்கு பிள்ளைகள் அவர்களுள் மூத்தவனான இராமபிரானே பத்து தலைகள் கொண்ட ராவணனைக் கொன்று தர்மத்தை நிலைநிறுத்தியவன்.

ராமபிரானின் வம்சத்தில் தோன்றியவன் லவனும், குசனும். குசனின் பிள்ளை திதி. திதிக்குப் பிறந்தவன் நிடதன். இவனுக்குப் பிறந்த மகனே நளன். அவனுடைய பிள்ளை நபன் என்பவன். அவனுடைய பிள்ளை புண்டரீகாட்சன். அவனுக்கு மதனன் என்ற மகன் பிறந்தான். இவனுக்குப் பிறந்த தேவாநீகன் என்ற மகன் இந்தப் பூமண்டலம் முழுவதையும் நீதிநெறி வழுவாமல் பல ஆண்டுக்காலம் ஆட்சி செய்தான்.

தேவாநீகனுக்கு பிறந்த மகன் அகினன் எனப்பட்டான். அவனுக்கு அகச்சுவான் பிறந்தான். அவனுக்குப் பிறந்தவன் சந்திராபூபன். இவனுக்குப் பிறந்த பிள்ளை வேதாரபீடன். இவனுடைய மகன் சந்திரகிரி, இவனுடைய பிள்ளை பானுசித்திரன். இவனுக்கு சுருதாயு என்பவன் பிறந்தான். இவன் மகாபாரத யுத்தத்தில் இறந்து போனான். இவ்வாறாக சூரிய வமிசம் விருத்தியாகி முடிவுக்கு வந்தது. இந்த விருத்தாந்தத்தைச் சொல்லிய சூதமுனிவர், பிறகு காசி க்ஷேத்திரத்தின் பெருமையை விளக்கினார்.

●●●

52

பிரதாப மகுடன் முக்தி அடைந்த கதை

பிரதாப மகுடன் என்ற அரசன் நல்லாட்சி செய்து வந்தான். அவனுக்குத் திருமணமாகி பலவருடங்கள் ஆனபோதிலும் பிள்ளை இல்லை. பலநூறு தான தர்மங்கள் செய்தான், ஈசனை வழிபட்டான். அதன் பலனாக சத்புத்திரன் பிறந்தான். அவன் இளவயது முதலே ஞான மார்க்கத்தில் ஈடுபாடு கொண்டு உலகக் காரியங்களில் ஆர்வம் இல்லாமல் இருந்தான்.

இதனால் பெரிதும் வருந்திய பிரதாபன், மகனை அழைத்து, எத்தனையோ தான தர்மங்கள் செய்து உன்னைப் பிள்ளையாகப் பெற்றேன். நமது முன்னோர்கள் கடைத்தேற நீ ஒரு பெண்ணை திருமணம் செய்து கொண்டு வம்சத்தை விருத்திசெய்து பலவகைப்பட்ட தானதர்மங்களைச் செய்வாய் என எதிர்பார்த்தேன். ஆனால் நீயோ இப்படி விரக்தியோடு இருக்கிறாயே இது சரியா? என்றான்.

அப்பா உங்கள் வார்த்தைகளைக் கேட்டால் எனக்கு சிரிப்பு வருகிறது. நான் இந்த ஜென்மத்தில் உங்கள் மகன், ஆனால் போன ஜென்மத்தில் நீங்கள் யாரோ? நான் யாரோ? எத்தனையோ பிறவிகள் எத்தனையோ திருமணங்கள், எத்தனையோ பிள்ளை பேரன்பேத்திகள் எடுத்து விட்டேன். இனிமேல் எனக்குப் பிறவி வேண்டாம் என முடிவு செய்திருக்கிறேன்.

அதற்காகவே இந்தப் பிறவியில் இறைவனை இடைவிடாமல் வழிபட்டு வருகிறேன்.

இதற்கு முன்னால் ஒரு ஜென்மத்தில் நான் தீர்த்தயாத்திரை செய்து கொண்டு காசி நகரத்தை அடைந்தேன். ஒருநாள் இரவு தூக்கம் வராமல் விழித்திருந்தேன். அப்போது வானவழியில் வந்த காசியில் இறங்கிய யட்சர்களும், தேவர்களும், ஓங்காரேஷ்வரரைத் தரிசனம் செய்து வழிபடுவதைக் கண்டேன். அந்தப் புண்ணியத்தினால் அடுத்த பிறவியில் ஒரு அரச குடும்பத்தில் பிறந்து, காசிக்குச் சென்று அங்கேயே உயிரை நீத்தேன். இந்த ஜென்மத்திலும் அரசகுமாரனாகப் பிறந்திருக்கிறேன். இனி எனக்குப் பிறவி வேண்டாம். ஆகவே நான் காசிக்குச் செல்ல அனுமதி அளிக்க வேண்டும் என்றான்.

இதைக் கேட்ட பிரதாப மகுடன், ஆஹா மிகச் சிறிய வயதில் எத்தனை கருத்தாகப் பேசுகிறாய். போதும் இந்த ஆட்சியும், பொறுப்புக்களும். எனக்கும் மோட்சம் பெற ஆசை வந்து விட்டது என்று சொல்லி தனது இளைய மகனுக்குப் பட்டம் சூட்டினான். பிறகு சம்சார பந்தத்தை துறந்து மகனோடு காசிக்குச் சென்று ஓங்காரேஷ்வரரை தரிசனம் செய்து அங்கேயே தங்கி தியானம் செய்து உயிரை விட்டு இறைவன் திருவடிகளை அடைந்தான்.

●●●

53

சிவகணமாக மாறிய ஹரிகேசன்

முன்னொரு காலத்தில் வடக்கே பூர்ணபத்திரன் என்ற யட்சனுக்கு ஹரிகேசன் என்ற மகன் இருந்தான். சிறுவயது முதல்கொண்டே ஹரிகேசன் நல்ல வழியில் செல்லாமல் தர்ம நியாயங்களைக் கடைப்பிடிக்காமல் நடந்தான். அவனைத் திருத்தப் பார்த்தும் திருந்தாத காரணத்தினால் கோபம் கொண்ட யட்சன் தன் மகன் என்றும் பாராமல் அவனை வீட்டை விட்டு விரட்டி அடித்தான்.

ஹரிகேசன் கால்போன போக்கில் வந்து காசி மாநகரத்தை அடைந்தான். அந்த க்ஷேத்திரம் ஏதோ ஒருவிதமான மன அமைதியை ஏற்படுத்தியது. பல இடங்களில் முனிவர்கள் தவம் செய்வதைப் பார்த்தான், ஆகவே காட்டுக்குள் ஒரு இடத்தில் தானும் அமர்ந்து கண்களை மூடித் தவத்தில் ஈடுபட்டான். விளையாட்டாக ஆரம்பித்தது அவனுக்கு கைவந்த கலையாகிவிட்டது. பல வருடங்கள் நிஷ்டை கலையாமல் தவம் செய்தான். அவனுடைய உடம்பைச் சுற்றி புற்று தோன்றியது, பாம்புகள் ஊர்ந்தன.

அவனுடைய தவத்தை மெச்சிய ஈசன், பார்வதி தேவியோடு அங்கே வந்து ஹரிகேசா என அழைக்க புற்று மண் சரிந்தது, கண்களை விழித்த அவன் தன் எதிரில் பார்வதி பரமேஸ்வர தரிசனம் கண்டு ஆனந்தம் அடைந்தான். என்ன வரம் வேண்டும்? என்று கேட்டார் ஈசன்.

ஐயனே தங்களைக் கண்ட பிறகு வேறு என்ன வேண்டும்? இருந்தாலும் இந்தக் காசி க்ஷேத்திரத்திலேயே தங்கள் அருகிலேயே நித்யவாசம் செய்யும் பேறு வேண்டும் என்றான். சிவபெருமான் மகிழ்ச்சி அடைந்து, இன்று முதல் உனது பெயர் தண்டபாணி என வழங்கப்படும், நீ இந்தத் தலத்தில் சிவகணமாக விளங்குவாய். என்னைத் தரிசிப்பவர்கள் உன்னையும் தரிசனம் செய்தால் மட்டுமே அவர்கள் வேண்டுதல் பூர்த்தியாகும். உத்பிரமன், சத்பிரமன் என்ற இரண்டு அடிமைகளோடு இந்தத் தலத்தில் எனது பக்தர்களைக் காப்பாற்றி வருக என வரம் தந்து மறைந்தார்.

காசித் தலத்தின் பெருமைகளை இவ்வாறு விளக்கிய சூதமுனிவர் மற்றுமொரு சரித்திரத்தையும் முனிவர்களுக்கு எடுத்துரைத்தார்.

●●●

54

உபமன்யு செய்த உக்கிரமான தவம்

வியாக்கிரபாதர் என்ற புலிக்கால் முனிவர் வசிஷ்டரின் சகோதரியை மணந்திருந்தார். வியாக்கிரபாதருக்கு உபமன்யு என்ற மகன் பிறந்தான். தங்கையின் பிரசவம் வசிஷ்டரின் இல்லத்தில் நடந்தது, ஆகவே குழந்தையும் தாயும் சிறிது காலம் அந்த ஆசிரமத்தில் வசித்தனர். வசிஷ்டரின் இல்லத்தில் காமதேனு என்னும் தெய்வப்பசு இருந்ததால் அதன் பாலை உபமன்யு தினமும் பருகி வளர்ந்தான். சில மாதங்களுக்குப் பிறகு வியாக்கிரபாதர் தன் மனைவி குழந்தையோடு தனது ஆசிரமத்திற்குத் திரும்பினார்.

அங்கே சாதாரண பசுவின் பால் மட்டுமே கிடைத்தது. ஆனால் தெய்வப்பசுவின் பாலை ருசித்து அருந்திய உபமன்யு இந்தப் பாலைக் குடிக்க மாட்டேன் என அடம் பிடித்தான். அந்தப் பால் வேண்டும் என்று அழுதான். அவனை எத்தனை சமாதானம் செய்தும் முடியாத காரணத்தினால் அவனது தாய், அது தெய்வலோகப் பால் போல் வேண்டும் என்றால் பாற்கடல் தான் இங்கே வரவேண்டும் அது யாராலும் முடியாது என்றாள் தாய்.

அப்படியா! அந்தப் பாற்கடலை நான் இங்கே வரவழைக்கிறேன் என்று சபதம் செய்த உபமன்யு, அன்னையின் அனுமதி பெற்று கானகம் சென்று தவத்தில் ஈடுபட்டான். காட்டில் பேயுருவம் பெற்று அலைந்து திரிந்த மரீசி முனிவரின் புத்திரர்கள் அவனது

தவத்தின் பலத்தினால் சாபவிமோசனம் அடைந்து சுயஉருவம் பெற்றனர். அவர்கள் அவனை உன் எண்ணம் பலிதமாகும் என்று ஆசிர்வதித்துச் சென்றனர்.

மேலும் சிறிது காலம் சென்றது அவனது தவத்தை சோதனை செய்ய விரும்பிய ஈசன், தனது உருவத்தை மாற்றி இந்திரனைப்போல தோற்றம் கொண்டு உபமன்யுவை அணுகினார். அவனிடம் பேச்சுக் கொடுத்தார். யாரைக் குறித்து தவம் செய்கிறாய் என்று கேட்டார்.

கைலாசநாதனைக் குறித்து தவம் செய்வதாக அவன் தெரிவித்தான். இதனைக் கேட்ட அவர், அந்தச் சுடலையாண்டி என்ன பெரிதாகத் தந்துவிடப் போகிறான்? அவனே இருக்க இடம் இல்லாமல் சுடுகாட்டில் நடனமாடுகிறான், புலித்தோலை அணிகிறான். நல்ல நண்பர்கள் கூட இல்லாமல் பேய்களோடு சுற்றுகிறான். இந்திரன் போன்றவர்களைக் குறித்து தவம் செய்தால் நல்ல பலன் பெறலாமே? என்றார்.

இதனால் கோபம் அடைந்த உபமன்யு, ஈசனை நிந்தித்த உன்னைத் தண்டிக்காமல் விட்டால் நான் மிகப் பெரிய பாவம் செய்தவனாகி விடுவேன். இதோ ஒரு நொடியில் உன்னை அழிக்கிறேன் என்று சொல்லி அகோராஸ்திரத்தை அவர் மீது ஏவியதோடு, சட்டென்று திருநீற்றையும் வாரி இறைத்தான்.

சட்டென்று அங்கே தோன்றிய நந்திதேவர் அஸ்திரம் பகவான் மீது படாமல் தடுத்தார். மாற்று வடிவில் வந்திருப்பவர் ஈசனே என்று தெரிவித்தார். உபமன்யு உள்ளம் பதறினான், ஐயோ ஈசன் என்று அறியாமல் ஈனத்தொழில் புரிந்தேனே! இந்தப் பாவத்தை எப்படிப் போக்கிக் கொள்வேன் என்று அழுது கலங்கி, உயிர் விடத் தீர்மானித்து, நெருப்பு மூட்டி அதில் குதிக்கும்போது ஈசன் அவனது கையைப் பற்றித் தடுத்தார்.

உபமன்யு விரும்பிய விதமாக உயர்ந்த ஞானத்தை அருளினார், திருப்பாற்கடலிலேயே வாசம் செய்யும் வரம் தந்தார். இந்த உபமன்யு முனிவர் தான் ஸ்ரீகிருஷ்ணனுக்கு உபதேசம் அளித்து சிவபூசை செய்யச் சொன்னார். அதன் காரணமாகத்தான் கண்ணனுடைய வம்சம் தழைக்க சாம்பன் என்ற பிள்ளை பிறந்தான்.

●●●

55

ஹரிமுகம் பெற்ற நாரதர்

ஹரி என்றால் பகவான் நாராயணர் அதே நேரத்தில் ஹரி என்பதற்கு குரங்கு என்ற பொருளும் உண்டு. நாரதருக்கு ஏற்பட்ட கர்வத்தைப் போக்கி நல்வழிப்படுத்த இந்த வார்த்தை விளையாட்டைப் பயன்படுத்தினார் மகாவிஷ்ணு. அந்தச் சுவையான சரித்திரத்தை முனிவர்களுக்குச் சொன்னார் சூதமகரிஷி.

நாரத முனி பகவான் விஷ்ணுவை நினைத்துக் கொண்டே இமாலய மலையில் நடந்து சென்றார். அங்கு அவர் ஆழ்ந்த தியானத்திற்குச் சென்றார். அவரின் தவத்தைக் கண்ட இந்திரன் எங்கே தனது இந்திரலோகப் பதவிக்கு அபாயம் ஏற்பட்டு விடுமோ என்று பயந்தான். இந்திரன் காமதேவனை அழைத்து, நாரதரின் தவத்தைக் கலைக்குமாறு கூறினார். அவர் நறுமணமுள்ள மலர்கள், தென்றல், தேவலோகத்துப் பெண்கள் கொண்டும் கலைக்க முயற்சித்தார். ஆனால், அவரது தவம் கலையவில்லை, மன்மதன் தனது தோல்வியை ஒப்புக்கொண்டு, நாரதரின் கால்களில் விழுந்து மன்னிக்க வேண்டினான். இதை சிவனிடம் பெருமையாக நாரதர் கூறினார். சிவன் இக்கதையை நாரதா நீ ஹரியிடம் சொல்லாதே என்றார்.

விஷ்ணுவைச் சந்தித்த நாரதர், கர்வத்தோடு சிவனின் வார்த்தையையும் மீறி இக்கதையைக் கூறினார்.

விஷ்ணு மேலும் நாரதரைப் புகழ, அளவில்லா கர்வத்தோடு நாரதர் கிளம்பினார். ஹரி லக்ஷ்மி தேவியிடம் தான் ஒரு திட்டம் வகுத்திருப்பதாகக் கூறி மாயையைத் தொடங்கினார். விஷ்ணு ஒரு மிக அழகான நகரத்தை உருவாக்கினார். அந்த நகரத்தின் மன்னர் ஷீலாநிதி, அவரின் அழகான மகள் விஷ்வமோகினி. நாரதர் ஆர்வத்துடன் அந்த நகரைச் சென்றடைந்தார். அங்கே அந்த மன்னனின் மகள் மீது காதல் கொண்டார். தனக்கு இளவரசியை மணம் செய்து தருமாறு கேட்டார்.

மன்னர் நாரத மகரிஷியே இதில் என் விருப்பம் எதுவும் இல்லை. என் மகள் ஹரியை மணக்கவே விரும்புகிறாள் என்று கூறினார். நாரதர் இளவரசி தன்னைத் தேர்ந்தெடுக்க திட்டம் தீட்டினார். உடனே ஹரியான மகாவிஷ்ணுவிடம் சென்று பிரபோ தாமதம் செய்யாமல் எனக்கு ஒரு வரம் தர வேண்டும் என்றார். எல்லாவற்றையும் அறிந்த திருமால் என்ன வரம் வேண்டும்? என்றார் ஏதும் தெரியாதவராக. நான் நினைக்கும் போது என் முகம் ஹரி முகமாக மாற வேண்டும் என்றார் நாரதர். அப்படியே ஆகட்டும் என்று வரமளித்தார் மகாவிஷ்ணு.

நாரதர் உடனே அரண்மனையை அடைந்தார், தனது முகம் ஹரி முகமாக மாறவேண்டும் என்று நினைத்தார் அப்படியே அவரது முகம் குரங்கின் முகமாக மாறிவிட்டது. உடனே விஷ்வமோகினியை அழைத்து வாருங்கள் அவள் என்னை நிச்சயம் மணாளனாக ஏற்பாள் என்றார். வைகுந்தவாசனைத் தவிர வேறு யாரையும் மணக்கமாட்டேன் என்ற பெண் குரங்கு முகம் கொண்ட இவரை எப்படி மணப்பாள் என்று குழம்பினான் மன்னன்.

வேறு வழியில்லாமல் பெண்ணை அழைத்து வந்தான். அவள் குரங்கு முகம் கொண்ட நாரதரைப் பார்த்து அலறிக் கொண்டு ஓடினாள். ஏன் இந்தப் பெண் ஓடுகிறாள். இப்போது என் முகம் திருமாலின் முகமாக அல்லவா மாறி இருக்கிறது என்று எண்ணிக் குழப்பத்தோடு அருகில் இருந்த நிலைக்கண்ணாடியைப் பார்த்தார். குரங்கு முகம் கண்டார்; அளவில்லாத கோபம் கொண்டார். அப்போது தான் நாராயணன் தன்னை நன்றாக ஏமாற்றிவிட்டதை அறிந்தார், ஆத்திரத்தோடு வைகுந்தம் சென்றார்.

அங்கே அவர் மணக்க விரும்பிய விஷ்வமோகினி நாராயணனின் மடிமீது அமர்ந்து அவரை ஆலிங்கனம் செய்தபடி இருப்பதைக் கண்டார். பிரபோ என்னை ஏமாற்றி விட்டீர்கள். நீங்களும் ஒரு மனிதனாகப் பிறந்து உங்கள் மனைவியை ஒரு அசுரன் தூக்கிச் செல்ல அவளைப் பிரிந்து வருந்துவீர்கள். "ஒரு குரங்கைப் போல என்னை மாற்றியதால் குரங்குகள் உங்களது தோழர்கள் ஆவார்கள் என்றார். ஹரியும் அதனை ஏற்றுக் கொண்டு, மாயையைக் கலைத்தார்.

விஷ்வமோகினி உட்பட அனைத்தும் மாயை என்று அறிந்து கொண்டு சாபத்தை அழிக்குமாறு நாரதர் கூறினார். ஹரி இது எனது விருப்பத்தின் படியே நடந்தது, நாரதா! அதிருக்கட்டும் முற்றும் துறந்த முனிவனான உனக்குப் பெண்ணாசை ஏன் வந்தது? காமத்தை ஜெயித்த நீயா இப்படி நடந்து கொள்வது என்று கேட்டார். அப்போது தான் நாரதருக்கு தன் தவறு புரிந்தது, தான் கர்வம் கொண்டு பேசியதற்கும் நடந்து கொண்டதற்கும் அவர் மனம் வருந்தி மன்னிப்பு வேண்டினார். ஹரி அவரை ஆசிர்வதித்தார்.

●●●

56

பார்வதி ஏன் உருமாறினாய்?

ஒரு சமயம் பக்தன் ஒருவன் பார்வதி சமேத பரமேஸ்வரனைத் தரிசனம் செய்ய தவம் செய்தான். அவனது தவத்திற்கு மெச்சிய ஈசன் பார்வதியை அழைத்தார். நான் விஷ்ணு சஹஸ்ரநாம பாராயணம் செய்கிறேன். அது முடிவதற்கு ஒரு மணிநேரத்திற்கு மேலாகும் பிறகு வருகிறேன் என்றாள் பார்வதி. லகுவான பாராயண முறை இருக்கிறதே அதை செய்யேன் என்றார் ஈசன். அது என்ன முறை என்றாள்? பார்வதி.

ஸ்ரீராம ராம என்று கூறுவதே அது, பெண்கள் இப்படிச் செய்தால் விஷ்ணு பாராயணத்தை முழுவதும் பாராயணம் செய்த பலன் கிடைக்கும் என்றார் ஈசன். பார்வதி அப்படியே செய்து முடித்து அவருடன் பக்தருக்கு அருள் செய்யப் புறப்பட்டாள். இருவரும் போகும் வழியில் தண்டகாரண்யத்தை அடைந்தனர்.

அங்கே ராமபிரான் சீதையைப் பறிகொடுத்து புலம்பிக் கொண்டிருப்பதைக் கண்டனர். உடனே பார்வதி, தன் கணவரைப் பார்த்து, ஐயனே பித்தனைப் போல கதறிக் கொண்டு இருக்கும் இவர் நாமம் சஹஸ்ரநாமத்திற்கு ஈடு ஆகுமா? என்று ஐயத்தோடு கேட்டாள். நீ வேண்டுமானால் பரீட்சை செய்து பாரேன் என்றார் சிவபெருமான்.

உடனே பார்வதி அந்த இடத்தில் சீதைபோல உருவெடுத்துக் கொண்டு ராமபிரான் எதிரே சென்றாள். அவளைப் பார்த்ததும் தேவி ஏன் இந்தக் கோலம் சிவனை விட்டுப் பிரிய எண்ணம் கொண்டா இந்த வேடம் ஏற்றாய்? என்று கேட்டார். அதைக் கேட்ட பார்வதிக்கு வெட்கமாகப் போய்விட்டது. திரும்பி வந்து சிவபெருமானிடம் நடந்தவற்றைத் தெரிவித்தாள்.

ராமபிரானின் வார்த்தைகள் விரைவிலேயே பலித்தன. தட்ச குமாரியாகப் பிறந்த பார்வதி, தட்சன் யாகத்தில் சிவனுக்கு அவிர்ப்பாகம் கொடாமல் அவமானப்படுத்தியதைக் கேட்பதற்காக யாகசாலைக்கு சென்றாள். அவளையும் தட்சன் அவமானப்படுத்தினான். அதை பொறுக்க முடியாமல் அவள் தன் உடலை அக்கினிக்கு இரையாக்கி பிறகு பர்வதராஜனுக்கு மகளாகப் பிறந்தாள். இப்படியாக அவள் சிவனை விட்டுப் பிரியும்படியாக ஆகிவிட்டது. பெரியோர் வாக்குப் பலிக்கும். ஆகவே அவர்களிடம் நாம் பணிவோடும் மரியாதையோடும் நடந்து கொள்ள வேண்டும் என்றார்.

இதுவரையில் சிவபெருமானின் ஒப்பற்ற மகிமைகளை எங்களுக்கு எடுத்துரைத்த சூத மா முனிவரே, சிவனுக்குப் பிரியமானதும், அறம், பொருள், இன்பம், வீடு என்னும் நால்வகைப் பொருட்களையும் தவறாமல் தரவல்லதும், அஷ்டமா சித்திகளை அள்ளித் தருவதுமாகிய அந்த மிருத்தியுன்ஜய மந்திரத்தின் பெருமைகளை உபதேசிக்க வேண்டும் என்று அவர்கள் பணிவோடு கேட்டனர்.

●●●

57

மிருத்தியுன்ஜய மந்திரத்தின் பெருமைகள்

நைமிசாரண்ய முனிவர்களே முன்பொரு சமயம் ஈசனார் குமாரக்கடவுளுக்கு உபதேசித்த அந்த மந்திரத்தின் பெருமைகளைச் சொல்கிறேன் கேளுங்கள். மந்திரத்தின் துவக்கத்தில் பிரணவத்தை உச்சரிக்க வேண்டும். அகராதி கணங்களில் மூன்றாவதாகிய சகணத்தின் மூன்றாவது அட்சரமாகிய ஐ என்னும் எழுத்தைப் பஞ்சம சுரமாகிய உ காரத்தோடு கூட்டி, இறுதியில் பிந்துவாகிய மகாரம் சேர்த்து எட்டாவது சர்க்கத்தில் மூன்றாவது அட்சரமாகிய ஸ என்னும் எழுத்தை இரண்டு பிந்துக்களுடன் கூட்டி அதன் பிறகு இவ்விரண்டு எழுத்துக்களுக்கும் பிரணவத்திற்கும் மத்தியில் ஹவும் என்னும் பீஜாட்சரத்தைக் கூட்டி ஜபிக்க வேண்டும். இதுவே மிருத்தின்ஜய மந்திரம். இதனை குருவிடம் இருந்து முறையாக உபதேசம் பெற்றுச் சொல்வது அவசியம்.

இந்த மந்திரம் சிவபெருமானுக்கு மிகவும் விருப்பமானது, சர்வ சித்தியை அளிக்கவல்லது, பிரம்மஹத்தி முதலான பாவங்களைப் போக்க வல்லது. ஒருவன் இந்த மந்திரத்தைப் பக்தியோடு நூறு முறை ஜெபித்து சிவபெருமான் திருமுடியில் ஒரு மலரையாவது பக்தியோடு சமர்ப்பித்தால் கோடிமுறை இந்த மந்திரத்தை

ஜபித்த பலனை அடைவான். இந்த மந்திரத்தை முக்காலமும் ஜபிப்பவன் ஒருக்காலும் துர்மரணம் அடைய மாட்டான்.

மிருகங்களினாலும், திருடர் மற்றும் நோயினாலும் அவதிப்படும் காலங்களில் இந்த மந்திரத்தை ஜெபித்தால் அவைகளில் இருந்து விடுபடலாம். நோய்நொடிகள் அண்டாது, இந்த மந்திர ஜெபம் செய்பவன் பிரம்மச்சரியம், உபவாசம், மவுனவிரதம் ஆகியவற்றை அனுஷ்டிக்க வேண்டிய அவசியம் இல்லை. ஒரு வருஷ காலம் கும்ப முத்திரை பிடித்து சுவாசனத்தில் இருந்தபடி மனத்தை ஒருநிலைப்படுத்தி இம்மந்திரத்தை ஜெபித்தவன் அஷ்டமாசித்துக்களையும், ஆகாயத்தில் பறக்கும் ஆற்றலையும், பிரகாசமான உடலையும், எதிர்காலத்தை அறியும் ஆற்றலையும் பெறுகிறான்.

இம்மந்திரத்தை அகத்தியர் முதலான மகரிஷிகள் பலகோடி முறை ஜெபித்து பிணி மூப்பு ஆகியவற்றை நீக்கியிருந்தார்கள். நீங்களும் இம்மந்திரத்தை ஜெபித்து பயன் அடையுங்கள் என்றார் சூதமா முனிவர்.

நைமிசாரண்ய வாசிகளே இந்த வேத வாக்கியமாக விளங்கும் சிவபுராணத்தை நீங்களும் அறிந்து கொண்டு காசி க்ஷேத்திரத்தில் வாழ்ந்து விசுவநாதரின் திருவடிகளில் பக்தி செய்து, சிவசாயுஜ்யத்தை அடைவீர்களாக. நானும் என் குருபகவானாகிய வியாச மகரிஷிக்கு சேவை செய்வதற்காக பத்ரிகாசிரமம் செல்கிறேன்.

●●●

58

சிவமகா புராணம் படிப்பதன் பலன்கள்

சிவ மகா புராணமாகிய இது சகல பாவங்களையும் போக்க வல்லது, பரலோகத்தில் மோட்சத்தையும் கொடுக்க வல்லது என்றார். இதனைக் கேட்ட முனிவர்கள் அவரை வணங்கி சுவாமி உங்களால் எங்களது அஞ்ஞானம் அறவே அழிந்தது என்று சொல்லி மகிழ்ச்சி அடைந்தனர். அவரது பாதங்களில் விழுந்து பணிந்தனர்.

முனிவர்களே இதை நீங்கள் ஞானமற்றவர்களுக்கும், விவேகமற்றவர்களுக்கும், பக்தி இல்லாதவர்களுக்கும், நாஸ்திகர்களுக்கும் சொல்லக்கூடாது. சிவபெருமானைப் பரம்பொருள் என்று உணர்ந்தவர்களுக்கே இதைச் சொல்ல வேண்டும். சிவபக்தி அற்றவன் இந்தச் சரிதத்தை ஒருமுறை கேட்டாலும் பக்தி உடையவன் ஆவான். ஒருமுறை இந்தச் சிவபுராணத்தை தனது குருவிடம் இருந்து கேட்டவன் பாவங்கள் அனைத்தும் ஒழியும். இரண்டு முறை கேட்டவனுக்கு சிவபக்தி வளரும். நான்கு முறை கேட்டவன் சிவஞானம் பெறுவான். ஆகவே இதை அடிக்கடி பலமுறை கேட்பது சகல விதமான செளபாக்கியங்களை அள்ளித்தரும் என்று சொல்லிவிட்டு சூதமுனிவர் அவர்களிடம் இருந்து விடைபெற்றுச் சென்றார்.

●●●